ஹிட்லர்

கலையும் காதலும்
கலந்த மனிதன்
பழி உணர்வால்
மனிதகுலத்திற்கே
விஷமாகிப்போன கதை!

ஆதனூர் சோழன்

இது ஒரு
நக்கீரன்
வெளியீடு!

ஹிட்லர்

ஆதனூர் சோழன்

பதிப்பு 2024
பக்கங்கள் 224
நூலின் அளவு (14X21.5) டெமி
விலை ரூ. 250/-

வெளியீடு
நக்கீரன் பப்ளிகேஷன்ஸ்
105, ஜானி ஜான்கான் சாலை
இராயப்பேட்டை
சென்னை 14
செல்: 044- 2688 1700

அட்டை வடிவமைப்பு
துரை. கணேசன்

கட்டமைப்பு
சாருபிரபா பிரிண்டர்ஸ் லிட்.,
சென்னை 14

அச்சாக்கம்
என் பிரிண்டர்ஸ்
சென்னை 14

HITLER

AATHANUR CHOZHAN

Edition 2024
Pages 224
Book Size (14X21.5) Demy
Price Rs.250/-

Published by
Nakkheeran Publications
105, Jani Jahankhan Road
Royapettah, Chennai 14
Ph 044- 26881700

Wrapper Designed by
Durai.Ganesan

Binding by
Saaruprabha Printers Ltd.,
Chennai 14

Printed at
N Printers
Chennai 14

ஒழியட்டும் இனவெறி

இருபதாம் நூற்றாண்டின் படுமோசமான கொடுங்கோலர்களை பட்டியலிட்டால், நிச்சயமாக ஹிட்லருக்குத்தான் முதலிடம் கிடைக்கும்.

நாம் எதுவாக வேண்டும் என்று ஆழ்மனதில் விரும்புகிறோமோ, அதுவாக ஆவோம் என்பதற்கு ஹிட்லரின் வாழ்க்கை நல்ல சான்று.

ஜெர்மனியை தன்னால்தான் காப்பற்ற முடியும் என்று ஆஸ்திரியாவில் பிறந்த ஹிட்லர் நினைத்தார்.

சாதாரண குடும்பத்தில் பிறந்த ஹிட்லர், தனக்குக் கிடைத்த வாய்ப்புகளை சரியாக பயன்படுத்தினார். ஜெயித்தும் காட்டினார்.

ஜெர்மனியைக் காப்பாற்ற வந்த தேவதூதராக தன்னை உருவகப்படுத்திக் கொண்டார்.

அதேசமயம், அவருடைய ஆழ்மனதில் படிந்துவிட்ட பழிதீர்க்கும் வன்ம உணர்வு, அவரை சாத்தானாக மாற்றிவிட்டது.

"யூதர்கள் வேறு யாருமில்லை. அட்டைப்பூச்சிகள். அவர்கள், ஆரிய இனத்தை அழிக்க வந்தவர்கள். எல்லா பாவங்களுக்கும் சாத்தான்தான் காரணம் என்பவர்கள்."

இன உணர்வு, வெறியாக மாறினால், எத்தகைய விளைவுகள் ஏற்படும் என்பதற்கு, ஹிட்லரின் தனிமனித சர்வாதிகாரம் சரியான எடுத்துக் காட்டாகி விட்டது.

1933ல் ஹிட்லர் பதவியேற்கும்போது, ஜெர்மன் பொருளாதாரம் படுபாதாளத்தில் கிடந்தது. மூன்றே ஆண்டுகளில் ஒலிம்பிக்ஸ் போட்டிகளை நடத்த முடிந்தது. அவரே வடிவமைத்த ஒலிம்பிக் ஸ்டேடியம் வெளிநாட்டவரை வியக்க வைத்தது.

ஜெர்மன் விளையாட்டுக் குழுக்களில், உப்புக்குக் கூட யூதர்களை சேர்க்காமல், பெரும்பாலான பதக்கங்களை வாரிக்குவிக்க முடிந்தது.

ஜெர்மன் பொருளாதாரத்தின் ஆதாரமாக இருந்த யூத கோடீஸ்வரர்களை ஒரே நாளில் பிச்சைக்காரர்களாக மாற்ற முடிந்தது.

வோல்ஸ்வேகன் என்ற குறைந்த விலைக் காரை

வடிவமைத்தார். பீரங்கிகள், நீர்மூழ்கிகள் என அவருடைய வழிகாட்டுதலில் தயாரிக்கப்பட்ட ராணுவ தளவாடங்கள் உலக நாடுகளையே அச்சுறுத்தின.

நாடுகளை கைப்பற்றினார். அந்த நாட்டு மக்களை அடிமைப்படுத்தினார்.

ஹிட்லரின் யுத்த வெறிக்கும் இனவெறிக்கும், சோவியத் யூனியன்தான் முடிவு கட்டியது. செஞ்சேனை வீரர்களும், பொதுமக்களுமாக 3 கோடிப்பேர் உயிர்த்தியாகம் செய்தனர்.

ஹிட்லர், தனது ஆற்றலை ஆக்கபூர்வமாக பயன் படுத்தியிருந்தால், ஜெர்மனி உலகின் வல்லமை பொருந்திய நாடாக மாறியிருக்கும் என்பதை எல்லோருமே ஒப்புக் கொள்கிறார்கள்.

மக்கள் மனதில் இனவெறி என்ற விஷ வித்துக்களை விதைத்து ஆட்சிக்கு வந்தார். கடைசியில் அவரே மனிதகுலத்திற்கு விஷமாகிப் போனார்.

கலை ஆர்வமிக்கவர்கள் கொடுங்கோலர்களாக இருக்க மாட்டார்கள் என்று மானுடவியல் சொல்கிறது.

ஆனால், தங்கள் திறன் அனைத்தையும் மற்றவர்களை அடக்கியாளப் பயன்படுத்த வேண்டும் என்ற எண்ணம் படிந்துவிட்டால், அவர்களுடைய கலாரசனை, கசடாகிவிடும் என்பதற்கு ஹிட்லரின் வாழ்க்கை கண்கண்ட சாட்சி.

மனிதகுல வரலாற்றில் அவருடைய பெயர் நிச்சயம் நினைக்கப்படும்...ரத்தவெறி பிடித்த சாத்தானாக!

அவரைப்பற்றி புதிது புதிதாக தகவல்கள் வந்து கொண்டே இருக்கின்றன. ஆங்கிலத்தில் இதுவரை 200க்கும் மேற்பட்ட புத்தகங்கள் வெளியாகி உள்ளன.

ஆனால்,தமிழில் ஓரிரு நூல்களே வெளியாகி இருக்கின்றன.

கொடுங்கோலன் என்பதையும் தாண்டி, அவரது வாழ்க்கையின் மறுபக்கத்தைப் பற்றிய, புதிய தகவல்களுடனும் அரிய புகைப்படங்களுடனும் தமிழில் வெளியாகும் முதல் நூலாக, இது இருக்கும்.

அன்புடன்

ஆதனூர் சோழன்

தொடர்புக்கு
e-mail;
athanur_chozhan@yahoo.co.in
mobile; 9840496702

அர்ப்பணம்
அன்பு நண்பன்
ப. ஜீவானந்தத்திற்கு

இளவயது தோல்விகள், அடக்கிவைக்கப்பட்ட கலைத்திறன், வெளிப்படுத்த முடியாத காதலுடன், பொய்யை மூலதனமாக்கி, சந்தர்ப்பத்தை சாதகமாக்கி, தன்னை நிரூபித்த ஒரு சாதாரண மனிதனின் ஆணவம் நிறைந்த வாழ்க்கைக் கதை இது

குழந்தையாய் ஹிட்லர்

யார் செய்த பாவம் இது?

குளிரில் நடுங்கும் மாலைப் பொழுது. ஊசிபோல உடலுக்குள் குளிர் தைக்கிறது.

அன்று, 1889 ஆம் ஆண்டு ஏப்ரல் மாதம் 20 ஆம் தேதி.

ஜெர்மன் நாட்டின் எல்லையோரம் அமைந்துள்ள ஆஸ்திரியாவின் குட்டி நகரம் பிரவ்னா-அம்- இன். அந்த நகரின், 219 ஆம் எண் வீட்டுக்குள்ளிருந்து பிரசவ வேதனையில் துடிக்கும் பெண்ணின் குரல் கேட்கிறது.

உள்ளூர் மருத்துவச்சியும் வேறு சில பெண்களும் சுற்றி நிற்கின்றனர்.

அந்த மனிதருக்கு 52 வயதிருக்கும். ஆஸ்திரிய அரசின் சுங்கத்துறை அதிகாரியான அவர் நடையிலிருந்து, நன்றாக குடித்திருக்கிறார் என்பது தெரிந்தது.

குளிருக்கு பாதுகாப்பாய் தலையில் குல்லாயும், நீண்ட கோட்டும் அணிந்திருந்தார். உயரமாய், தடிமனாய் இருந்த அவர் வீட்டுக்குள் நுழைந்தார்.

அந்தச் சமயத்தில், புதிதாய் பிறந்த குழந்தையின் அழுகுரல் கேட்டது. அவருடைய முகத்தில் லேசான சந்தோஷம் தெரிந்தது. அது பூரிப்பாய் இல்லை. ஏனோதானோவென்று ஒப்புக்கு மகிழ்ச்சி அடைந்தது போல தோன்றியது.

சிறிது நேரத்தில் மற்ற பெண்கள் அடுத்தடுத்து வெளியேறினர். மருத்துவச்சி வெளியே வந்தாள்.

"பையன்தான் பொறந்துருக்கான். ஆனா, ரொம்ப நோஞ்சானா இருக்கான். சில வாரங்களாவது உயிரோடு இருப்பானா பாக்கலாம்"

மருத்துவச்சியின் வார்த்தைகள், அவரது முகத்தை இறுக்கமாக்கியது. வேகமாக உள்ளே போனார். சூம்பிப் போய் சுருண்டு கிடந்தது குழந்தை.

சுமாராக இரண்டு கிலோ தேறும். குழந்தையைப் பார்த்தவுடன் அவருடைய கோபம் தலைக்கேறியது.

"ஆக, இந்தத் தடவையும் உயிரோடு இருக்கிற மாதிரி குழந்தையப் பெத்துத்தர ஒன்னால முடியல"

தீக்கங்குகளாய் தெறித்த வார்த்தைகள் அந்தத் தாயை சுட்டுத் துளைத்தது.

ஏற்கெனவே, சோகையாக இருந்த கிளாரா, தனது கணவரின் வார்த்தைகளை எதிர்பார்த்திருந்தாள் என்பது, அவள் மவுனமாக இருந்ததைக் கொண்டே புரிந்தது.

ஏற்கெனவே, குஸ்டவ் என்ற மகன் பிறந்து இரண்டு வயதில் இறந்துவிட்டான். அவனைத் தொடர்ந்து பிறந்த இடா என்ற பெண் குழந்தையும், மூன்றாவது பிறந்த ஓட்டோ என்ற மகனும் அடுத்தடுத்து இறந்துவிட்டிருந்தனர்.

நான்காவதாக பிறந்த இந்தக் குழந்தையும் பிழைப்பது சாத்தியமில்லை என்று தெரிந்தால் எப்படியிருக்கும்?

தான் செய்த பாவம் மட்டும் இதற்கு காரணமாக இருக்குமா? அல்லது, தான் செய்த பாவமும் தன்னுடைய கணவர் செய்த பாவமும் சேர்ந்து, தங்கள் வாழ்க்கையைச் சீரழிக்கின்றனவா? என்று நொந்து அழுதாள் அவள்.

ஹிட்லரின் தாய் கிளாரா, தந்தை அலாய்ஸ்

அவள் பெயர் கிளாரா ஹிட்லர். அவளுடைய கணவரின் பெயர் அலாய்ஸ் ஹிட்லர்.

அப்படி இருவரும் என்ன பாவம் செய்தார்கள்?

பாவங்கள் என்று கணக்கெடுத்தால், முந்தின தலைமுறையிலிருந்தே தொடங்க வேண்டியிருக்கும்.

அலாய்ஸ் ஹிட்லரின் தாய் மரியா ஆன்னா சிக்கிள்குரூபெர். ஆஸ்திரியா நாட்டின் டோலர்ஸெம் என்ற ஊரின் விவசாயிக்கு 11 வது குழந்தையாகப் பிறந்தவர். பிராங்கென்பெர்ஜர் என்ற பணக்கார விவசாயி ஒருவரின் வீட்டில் வேலை செய்துவந்தார். அந்த செல்வந்தரின் 19 வயது மகனுக்கும் மரியா ஆன்னாவுக்கும் திருட்டுத்தனமான உறவு இருந்தது. அதன் காரணமாக மரியா ஆன்னா கர்ப்பமானார். இதையடுத்து, அவர் வீட்டை விட்டு வெளியேற்றப்பட்டார். சொந்த வீட்டிலும் சேர்க்கவில்லை. அப்போது பிறந்தவர்தான் அலாய்ஸ்.

பல ஆண்டுகள் வரை அந்த செல்வந்தரின் மகன் மரியாவுக்கு பணம் அனுப்பிவந்தார்.

அலாய்ஸ் பிறந்து ஐந்து ஆண்டுகள் கழித்து, தனது 46 வது

வயதில் மில் தொழிலாளி ஒருவரைத் திருமணம் செய்துகொண்டார். அவர் பெயர், ஜார்ஜ் ஹெய்ட்லெர்.

இந்தத் திருமணம் முடிந்து ஐந்து ஆண்டுகளில் அலாய்ஸின் தாய் மரியா ஆன்னா இறந்துவிட்டார். அதன் பிறகு, ஜார்ஜ் ஹெய்ட்லரின் தம்பி ஜோஹனின் பண்ணையில் வேலை செய்துகொண்டே படித்தான் அலாய்ஸ்.

அப்போது அவன் பெயரோடு தந்தையின் குடும்பப்பெயரான ஹெய்ட்லர் என்பதை சேர்க்க அனுமதி இல்லை. அவன் ஜார்ஜ் ஹெய்ட்லருக்கு சட்டப்பூர்வ வாரிசு இல்லை என்பதால் தாயின் கடைசிப் பெயரான சிக்கிள்குருபெர் என்பதையே தனது பெயருக்கு பின்னால் சேர்த்துவந்தான்.

ஆஸ்திரியாவில் இப்படி முறையற்ற வகையில் குழந்தைகள் சகஜம் என்பதால், அவனுக்கு அது சிரமமாகவும் இல்லை.

பள்ளிக்குச் சென்றுவிட்டு, பண்ணையிலும் வேலை செய்வது அலாய்ஸுக்கு பிடிக்கவில்லை. 13 வயதான போது, டோலர்ஷெம்மிலிருந்து 50 கிலோமீட்டர் தூரம் நடந்து ஆஸ்திரியாவின் தலைநகர் வியன்னாவுக்குப் போனான் அலாய்ஸ்.

கிராமத்துப் பள்ளியில் சிறப்பான மாணவனாக இருந்த அலாய்ஸுக்கு, வியன்னாவில் முதலில் வாத்து மேய்க்கும் வேலைதான் கிடைத்தது. தனது கல்வித்தகுதிக்கு ஏற்ற வேலைக்காக பதிவு செய்திருந்தான்.

விரைவிலேயே அதற்கு பலன் கிடைத்தது. இம்பீரியல் ஆஸ்திரியன் கஸ்டம்ஸ் என்ற சுங்கத்துறை அலுவலகத்தில் உதவியாளராக வேலையில் சேர்ந்தான்.

சீருடை, நல்ல சம்பளம், சமூக அந்தஸ்து ஆகியவை கிடைத்ததும் பெருமிதத்தில் மிதந்தான்.

தனது அம்மாவின் கணவரான ஜார்ஜ் ஹெய்ட்லர் இறந்தபோதுகூட அவன் வரவில்லை. வேலையில் கறாராக இருந்ததால், தன்னைவிட மூத்தவர்களையெல்லாம் முந்தி, பதவி உயர்வு பெற்றான்.

பதவி, பவிசு வந்தததும் அவனுக்குள் வாலிபத் திமிர் அலைபாய்ந்தது. அடுத்தடுத்து 12 பெண்களுடன் ஜாலியாக வாழ்க்கையை கழித்த அல்லாய்ஸ் 1863ல் பிரவ்னாவுக்கு வந்தார்.

ஹிட்லர் பிறந்த இடத்தைக் காட்டும் வரைபடம்

அங்கும் திருமணம் செய்துகொள்ளவில்லை.

1875ல் அவரைவிட 14 வயது மூத்த, தட்டையான, அழகில்லாத அன்னா கிளாஸியைத் திருமணம் செய்துகொண்டார். இரண்டரை லட்சம் ரூபாய் அளவுக்கு அவர் கொண்டுவந்த வரதட்சனைப் பணம் அலாய்ஸுக்கு பெரிதாக இருந்தது.

கொஞ்ச நாள்தான் அன்னா கிளாஸியும் அலுத்துப் போனார். மனைவி இருக்கும்போதே, பேக்கரி உரிமையாளர் ஒருவரின் 18 வயது மகளுடன் அலாய்ஸ் தொடர்பு வைத்திருந்தார்.

ஒருநாள், அலாய்ஸின் அம்மாவின் கணவரான ஜார்ஜ் ஹெய்ட்லரின் தம்பி ஜோஹன் வந்தார். சின்னவயதில், அவரது பண்ணையில்தான் ஐந்து ஆண்டுகள் அலாய்ஸ் தங்கியிருந்தான். இப்போது சுங்கத்துறையில் உயரதிகாரியாக பொறுப்பு வகிக்கும் அலாய்ஸுடன் அவர் உறவைப் புதுப்பிக்க விரும்பினார்.

டோலர்ஷெம் தேவாலயத்திற்கு அழைத்துப் போய், தனது அண்ணனுக்கு, திருமணத்திற்கு முன் பிறந்த மகன் அலாய்ஸ் என்று பதிவுச் சான்றிதழ் பெற்றுத்தந்தார். அப்போதிருந்து, அலாய்ஸின் பெயர் அலாய்ஸ் ஹெய்ட்லர் என்று மாறியது. ஆனால், ஹெய்ட்லர் என்பதற்கு பதிலாக ஹிட்லர் என்று பதிவாகிவிட்டது.

இந்தச் சமயத்தில்தான், தனது சித்தப்பாவின் பேத்தியான கிளாரா போல்ஸியின் நினைப்பு அலாய்ஸுக்கு வந்தது. அவளை வரவழைத்து தனது குடியிருப்பிலேயே தங்க வைத்துக் கொண்டார்.

அன்னாவுக்கு இவரது திட்டம் தெரிந்துவிட்டது. அவருடைய ஆட்டம் அளவுக்கதிகமாகியது. கிளாரா போல்ஸியுடன் மறைமுக தொடர்பு இருக்கும்போதே, 17 வயதான பிரான்ஸிஸ்கா என்ற பெண்மீதும் அவர் மையல் கொண்டார்.

இனி தாங்கமுடியாது என்ற நிலைக்கு அன்னா வந்துவிட்டார். அலாய்ஸிடமிருந்து சட்டப்படி விவாகரத்து பெற்றுக்கொண்டார். 1880ல் பராமரிப்புச் செலவுகளைத் தரவேண்டும் என்ற நிபந்தனையோடு, விவாகரத்து வழங்கப்பட்டது. ஆனால், அடுத்த மூன்றாண்டுகளில் அன்னா இறந்துவிட்டாள்.

விவாகரத்து பெற்றவுடனேயே, அவருடன் சேர்ந்து வாழ பிரான்சிஸ்கா சம்மதம் தெரிவித்தாள். அதைத் தொடர்ந்து கிளாராவை விரட்டிவிட்டார் அலாய்ஸ். அதன்பிறகு, பிரான்சிஸ்கா திருமணம் ஆகாமலேயே ஆண்குழந்தை பெற்றுத்தந்தாள்.

அந்தக் குழந்தைக்கும் அலாய்ஸ் என்றே பெயர் வைத்தார். இரண்டரை ஆண்டுகள் கழித்துதான் இருவருக்கும் சட்டப்பூர்வ அங்கீகாரம் வழங்கப்பட்டது. பிறகு, ஏஞ்சலா என்ற பெண்குழந்தையைப் பெற்றுக்கொடுத்தாள் பிரான்சிஸ்கா.

அந்தப் பிரசவம் மிகவும் கடினமாக இருந்தது. பிரான்சிஸ்காவுக்கு ரத்தம் தொடர்பான நோய் தொற்றியது. ரொம்ப நாள் வாழமாட்டாள் என்று தெரிந்துவிட்டது.

மீண்டும் கிளாரா போல்ஸிக்கு அழைப்பு அனுப்பினார். நோய்வாய்ப்பட்டு படுக்கையில் மனைவி கிடந்தாள். ஆனால், வீட்டு உதவிக்காக வரவழைத்த கிளாரா போல்ஸியுடன் அலாய்ஸ் தொடர்பு வைத்திருந்தார். மனைவி இறந்தபோது, கிளாரா நான்கு மாத கர்ப்பமாக இருந்தார்.

ஆறுவாரங்கள்தான் கழிந்திருக்கும். தன்னைத் திருமணம் செய்துகொள்ளும்படி கிளாராவைக் கேட்டார் அலாய்ஸ்.

ஆனால், அதில் ஒரு சிக்கல் இருந்தது. ஜார்ஜ் ஹெய்ட்லருக்கு திருட்டுத்தனமாக பிறந்த குழந்தை என்று தேவாலயத்தில் பதிவு செய்திருப்பதால், கிளாராவும்

அலாய்ஸூம் சகோதர உறவு முறையாகிவிட்டது. இருவரும் திருமணம் செய்ய வேண்டும் என்றால், கத்தோலிக்க கிறிஸ்தவ தலைமையகமான வாடிகனில் ஒப்புதல் பெறவேண்டும்.

வாடிகனின் ஒப்புதல் கிடைத்துவிட்டது. இருவரும் திருமணம் செய்துகொண்டனர். அப்போது, அலாய்ஸூக்கு வயது 48. கிளாராவுக்கு வயது 24.

1885 ஆம் ஆண்டு திருமணம் செய்துகொண்ட 7 வாரங்களில் இருவருக்கும் முதல் குழந்தை பிறந்தது.

குஸ்தவ் என்ற அந்த ஆண்குழந்தை, இரண்டு வயதில் இறந்துவிட்டது. அடுத்து பிறந்த இடா என்ற பெண்குழந்தையும் இரண்டு ஆண்டுகள் கூட உயிருடன் இல்லை. ஒரு ஆண்டுக்கு முன் பிறந்த ஓட்டோ வும் ஒரே வாரத்தில் மரித்துவிட்டது.

இந்த துயரமான நிலையில்தான், நான்காவது குழந்தையும் நோஞ்சானாக பிறந்து அலாய்ஸூக்கு ஆத்திரமூட்டியது. தங்களுடைய முறையற்ற திருமணம்தான் இதற்கெல்லாம் காரணமாக இருக்குமோ என்று, கிளாரா நொந்து அழ வேண்டிய நிலை ஏற்பட்டது.

ஆனால், இந்தக் குழந்தையையும் பறிகொடுக்க தயாராக இல்லை கிளாரா. ஒரே வாரத்தில் குழந்தைக்கு அடால்ப் ஹிட்லர் என்று பெயர் சூட்டப்பட்டது.

தாயின் முழு அன்பையும் அனுபவித்து வளர்ந்தான் அடால்ப்.

எல்லோரும் கணித்ததுபோல மரணம் அவனை காவு வாங்கவில்லை. அவன்தான் பின்னாளில் ஒரு கோடி யூதர்களைக் கொன்று குவித்தான்.

அடால்புக்கு இரண்டு வயதானபோது எட்மண்ட் என்ற தம்பியும், அவனுக்கு அடுத்து பவுலா என்ற தங்கையும் பிறந்தனர்.

ஆக, அடால்பின் குடும்பத்தில், அவனுடன் பிறக்காத அண்ணன் அலாய்ஸ், மூத்த சகோதரி ஏஞ்சலா என மொத்தம் ஐந்து குழந்தைகளாகினர். அப்போதும், அடால்ப் மீது தனியாக கவனம் செலுத்தினாள் தாய் கிளாரா.

தனது கணவர் செய்த பாவங்கள் அவளுக்குள் உறுத்தலாகவே இருந்தது.

13 வயதில் பள்ளிச் சிறுவர்களுடந் எடுத்துக் கொண்ட படத்திலிருந்து..

மறுக்கப்பட்ட விருப்பம்

தாயின் முழு கவனிப்பில் ஆரோக்கியமாக வளர்ந்தான் அடால்ப் ஹிட்லர்.

ஜெர்மன் சுங்கத்துறை இணைப்பு அதிகாரியாக நியமிக்கப்பட்டிருந்த அலாய்ஸ் ஹிட்லர் 1894 ஆம் ஆண்டு தனது பதவியிலிருந்து விருப்ப ஓய்வு பெற்றுக்கொண்டார்.

நிறைய பணமும், சிறு வெட்டுடன் ஓய்வூதியமும் கிடைக்கும் என்பதால் அவர் ஓய்வுபெற முடிவு செய்தார்.

கிடைத்த பணத்தைக் கொண்டு லம்பாக் அருகே சிறு பண்ணையை விலைக்கு வாங்கினார். அங்கு போனபிறகு கிறிஸ்தவ மதத்தில் தன்னை முழுமையாக ஈடுபடுத்திக் கொண்டாள் கிளாரா. சிறுவன் அடால்பும் தாயுடன் தேவாலயப் பணிகளில் அக்கறை காட்டினான்.

நல்ல குரல்வளம் இருந்ததால் தேவாலயத்தில் துதிப்பாடல்களைப் பாடச்செய்து கேட்பார்கள்.

மதபோதகர் ஒப்பிக்கும் வசனங்களை கிரகித்து அவரைப்போலவே பேசிக்காட்டுவான். பெரியவனாகி, மதபோதகராகப் போவதாக தாயிடம் கூறுவான். அதைக்கேட்டு அவள் சந்தோஷப்படுவாள்.

1895ல் அடால்ப் பள்ளிக்கு அனுப்பப்பட்டான். பள்ளிக்கூடத்தில் ஆசிரியர்களின் கண்காணிப்பு. வீட்டுக்கு வந்தால் ஓய்வு பெற்ற தந்தையின் கண்டிப்பு.

அரசு அதிகாரியாக பணியாற்றியதால், பிள்ளைகள் மீது ஏகப்பட்ட கட்டுப்பாடுகளை திணிப்பார் அலாய்ஸ்.

அவருடைய மூத்த மகனான அலாய்ஸ், 13 வயதிலேயே வீட்டை விட்டு ஓடிவிட்டான். அவர் இறந்தபோது கூட அவன் வரவில்லை.

அவன் ஓடியதும், அடுத்த குறி அடால்ப் மீது விழுந்தது. ஆனால், தாயின் அரவணைப்பில் பாதுகாப்பை உணர்ந்தான். லம்பார்க் நகரின் பழமையான கட்டிடங்கள் ஹிட்லரை கவர்ந்தன. அந்த வயதிலேயே அவனுக்குள் ஓவியம் வரையும் ஆர்வம் அதிகரித்தது.

பண்ணையைக் கவனிக்க முடியாமல் போயிற்று. அலாய்ஸ் அதைக் குறைந்த விலைக்கு விற்றுவிட்டு, லின்ஸ் நகருக்கு அருகில் உள்ள லியோன்டிங் என்ற இடத்தில் ஒரு வீட்டை வாங்கிக் குடியேறினார்.

வீடு மாறியதால் பள்ளிக்கூடமும் மாறவேண்டியதாயிற்று, தாயுடன் தேவாலயம் செல்லும் பழக்கமும் நீடித்தது. வீட்டுக்கு வந்து மத போதகரைப் போல பிரார்த்தனை நடத்துவான். நீண்ட பிரசங்கம் நிகழ்த்துவான்.

ஜெர்மன் எழுத்தாளர் கார்ல் மே என்பவர், அமெரிக்காவில் பூர்வகுடியினருக்கும், ஐரோப்பியர்களுக்கும் நடந்த சண்டைகளை வைத்து ஏராளமான கதைகளை எழுதினார். அந்தக் கதைகளை ஹிட்லர் விரும்பிப் படிப்பான். கௌபாய் என்று அழைக்கப்படும் ஐரோப்பியர்களாகவும், பூர்வ இந்தியர்களாகவும் நண்பர்களை நடிக்கச் செய்து விளையாடுவான். அதில் பூர்வ இந்தியர்கள் மடிய வேண்டும் என்பது நியதியாக இருக்கும்.

ஆஸ்திரியா மற்றும் ஜெர்மனியில் கார்ல் மே எழுதிய நாவல்களுக்கு சிறுவர்கள் மத்தியில் நல்ல வரவேற்பு இருந்தது.

சிறுவயதில் ஹிட்லருக்கு பிடித்த ஜெர்மனியின் ஸ்தாபகர் மகா பிரடெரிக், ஜெர்மனியின் புகழ்பெற்ற தளபதி பிஸ்மார்க், நாவலாசிரியர் கார்ல்மே, கொபினி, நீட்ஸே, காந்த்

அவர் எழுதிய 70 நாவல்களை ஹிட்லர் படித்திருந்தான்.

ஒருநாள், தனது தந்தை சேர்த்து வைத்திருந்த பழைய புத்தகங்களை பிரித்து பார்த்தபோது, போர்கள் சம்பந்தப்பட்ட புத்தகங்கள் நிறைய இருந்தன. 1870-71ல் ஜெர்மனிக்கும் பிரான்ஸுக்கும் இடையே நடைபெற்ற போர் குறித்த படக்கதைப் புத்தகமும் இருந்தது. அந்தப் புத்தகம் அவனுக்குள் மிகப்பெரிய மாற்றத்தை ஏற்படுத்தியது.

10 வயது முடிந்து உயர்நிலைப் பள்ளிக்கு செல்லும் நேரம் நெருங்கியது. ஓவியனாக வேண்டும் என்பதுதான் அவனுடைய விருப்பம். அரசு அதிகாரியாக வேண்டும் என்பது தந்தையின் ஆசை. அரசு ஊழியராக ஒரே இடத்தில் நாள் முழுவதும் உட்கார்ந்து வேலை பார்ப்பது தன்னால் முடியாது என்று தந்தையுடன் சண்டை பிடிப்பான். அவனுக்கு தாயும் ஆதரவு தருவாள்.

ஆனால், அவனுடைய விருப்பத்தை அலாய்ஸ் நிராகரித்தார். லின்ஸ் நகரில் உள்ள தொழில் நுட்பப் பள்ளியில் சேர்த்துவிட்டார். அவனுக்கு இதில் விருப்பமில்லை.

ஓவியனாக வேண்டும் என்பதுதான் அவனது ஆசை.

நாவலாசிரியர் கார்ல்மே எழுதிய நாவல்களில் வரும் கதாபாத்திரங்கள்

அவனுடைய ஆசைய நிறைவேற்ற வேண்டும் என்று கிளாரா முயற்சி செய்தாள்.

"நீ சும்மா கெட. ஓவியனாகி என்ன சம்பாதிக்கப் போறான்?" என்று கிளாராவை அடக்கிவிட்டார் அலாய்ஸ்.

கிராமத்து பொதுப்பள்ளியில் படித்த சிறுவனுக்கு, லின்ஸ் நகரில் உள்ள தொழில் நுட்பப் பள்ளி அன்னியமாகத் தோன்றியது. கிராமத்திலிருந்து வரும் மாணவர்களை நகரத்து மாணவர்கள் நெருங்கவே விடுவதில்லை. தொடக்கத்தில், அவனுக்கு நெருக்கமான நண்பர்களே இல்லை என்றாகிவிட்டது.

ஆனால், வகுப்பிலேயே உயரமான பையன் என்பதால், பள்ளி நேரம் முடிந்தவுடனான விளையாட்டுகளுக்கு அவன்தான் தலைவர் என்றாகிவிட்டது.

அமெரிக்க-பூர்வ இந்திய கதை அப்போது முடிவுக்கு வந்தது. ஆப்பிரிக்காவில் போயர் யுத்தம் தொடங்கியிருந்தது. அந்தச் சம்பவங்களை விளையாட்டாக மாற்றுவான். ஆப்பிரிக்கர்களுக்கு ஆதரவான முடிவு வைத்து விளையாடுவான்.

அந்தக் காலகட்டத்தில் ஜெர்மன் தேசியவாதம் வலுப்பெற்று வந்தது. ஜெர்மனியின் எல்லையோரம் அமைந்துள்ள நகரங்களில் வசிப்பவர்கள், தங்களை ஜெர்மன்-ஆஸ்திரியர் என்றே கூறிக்கொள்வார்கள். ஆஸ்திரியாவின் அன்றைய ஏகாதிபத்திய பிரதிநிதியான ஹப்ஸ்பெர்க் முடியாட்சியை ஏற்க மறுப்பவர்கள் பெரும்பான்மையாக இருந்தனர். ஹிட்லரும் அவனுடைய நண்பர்களும் ஜெர்மானிய மொழியில் "ஹேய்ல்"

ஆப்பிரிக்காவில் கருப்பின மக்களுக்கு எதிராக ஐரோப்பியர் நடத்திய போயர் யுத்தம்

என்றுதான் வாழ்த்துத் தெரிவித்துக் கொள்வார்கள்.

ஆஸ்திரிய தேசியகீதத்தைப் பாடுவதற்கு பதிலாக ஜெர்மனியின் தேசிய கீதத்தைத்தான் பாடுவார்கள். ஹிட்லரின் தந்தை ஆஸ்திரிய முடியாட்சி நிர்வாகத்தில் வேலை செய்திருந்தாலும், தனது மகனின் போக்கை மறைமுகமாக ஆதரித்தார்.

அவனது இந்த ஜெர்மன் தேசியவாதம் வளர்வதற்கு, அவனுடைய வரலாற்று ஆசிரியர் டாக்டர் லியோபோல்டு போட்ச்சும் முக்கிய காரணமாக இருந்தார். இளவயதிலேயே, ஜெர்மானிய வரலாற்றுக் கதாநாயகர்களான பிஸ்மார்க், பிரடெரிக் தி கிரேட் ஆகியோர் ஹிட்லரின் மானசீக தலைவர்களானார்கள்.

இந்த மாற்றம் ஒருபுறமிருக்க, இசையின் மீது தீவிரமான காதல் கொண்டான் ஹிட்லர்.

லியோண்டிங் நகரில் ஹிட்லரைப் பாதித்த இன்னொரு விஷயம், அவனுடைய ஆறுவயது தம்பி எட்மண்ட் அம்மை நோய் தாக்கி இறந்தது.

யுத்த விளையாட்டுகளில் செத்தது போல நடிக்கச் செய்துதான் பார்த்திருக்கிறான். முதன்முறையாக உயிரிழப்பைச் சந்தித்தான். வீட்டுக்கு அருகில் உள்ள சுடுகாட்டில்தான் அவனை புதைத்தார்கள்.

வீட்டு ஜன்னல் வழியாக நீண்ட நேரம் அந்த சுடுகாட்டை பார்த்துக்கொண்டிருப்பான். சில நாள் இரவு நேரத்தில் சுடுகாட்டின் சுற்றுச்சுவரில் கவலையுடன் உட்கார்ந்திருப்பான்.

தொழில் நுட்பப் பள்ளியில் இரண்டாம் ஆணடு முடித்தான். 13 வயது தொடங்கிய சமயத்தில், அவனுடைய தந்தை

ஜெர்மனியில் 1800 களில் தொடங்கி நடந்த 30 ஆண்டு போர்க் காட்சி

திடீரென்று இறந்துவிட்டார்.

1903 ஆம் ஆண்டு ஜனவரி மாதம் 3 ஆம் தேதி சனிக்கிழமை. உடலை நடுக்கும் காலைக் குளிரில் அலாய்ஸ் நடைப்பயிற்சிக்காக சென்றார். போகிறவழியில் இருந்த, மது பாருக்குள் நுழைந்தார். கொஞ்சம் ஒயின் கொண்டுவரும்படி கேட்டார்.

சர்வர் ஒயின் கொண்டு வரும்போது, அவர் தனது இருக்கையில் சரிந்து, இறந்துகிடந்தார்.

தந்தையின் உடலைப் பார்த்த ஹிட்லர் கதறி அழுதான்.

அவருடைய மரணம், அந்தக் குடும்பத்தின் அடுத்த தலைவனாக ஹிட்லரை மாற்றிவிட்டது.

சொந்த வீடு இருந்தது. அதிலிருந்து கொஞ்சம் வருமானம் வந்தது. அலாய்ஸின் ஓய்வூதியத்தில் பாதித்தொகையும் மரணத்துக்குப் பிறகு கிடைக்கும் அரசு உதவித்தொகையும் அவளுக்குப் போதுமானதாக இருந்தது.

ஏற்கெனவே, ஹிட்லரின் மூத்த சகோதரன் அலாய்ஸ் வீட்டை விட்டு ஓடிவிட்டான். அவன் தற்போது பாரீஸில் நல்ல வசதியாக இருந்தான். அவனுடன் தங்கப்போவதாக, மூத்த சகோதரி ஏஞ்சலாவும் புறப்பட்டாள்.

இப்போது, மனவளர்ச்சி குன்றிய தனது சொந்தச் சகோதரி பவுலாவும் அம்மாவும் மாத்திரம்தான்.

ஹிட்லரை, அவன் படிக்கும் பள்ளியில் உள்ள விடுதியிலேயே தங்கிப்படிக்கும்படி தாய் கிளாரா ஏற்பாடு செய்தாள். அவன் முன்பு போல இல்லை. இப்போது எது கேட்டாலும் செய்துதர அவனுடைய அன்புக்குரிய தாய் இருக்கிறாள்.

நிறையப் பணம் கேட்டான். நகரத்து மாணவர்களைப் போல, நாகரீகமாக தன்னை மாற்றிக்கொண்டான். வகுப்பிலும் அவனது போக்கு மாறியது. எப்போதும், சக மாணவர்களின் கவனத்தைக் கவரும் வகையில் ஆசிரியர்களை கேலி செய்வான். அவர்களைப் போல நடித்துக் காட்டுவான். மற்ற மாணவர்கள் சிரித்து கும்மாளம் போடுவார்கள்.

மாலை நேரத்தில் லின்ஸ் நகரைச் சுற்றிப்பார்த்து அங்குள்ள கட்டிடங்களை படமாக வரைவான். பிடித்த புத்தகங்களை நீண்ட நேரம் படிப்பான். பாடங்களில் அவனுக்குப் போதுமான கவனம் இல்லை.

கூடப்படிக்கும் மற்ற நண்பர்கள் மாலை நேரங்களில் கால்பந்து விளையாடுவார்கள். படகு சவாரி, மீன்பிடிப்பது போன்றவற்றில் பொழுது போக்குவார்கள். ஆனால், ஹிட்லரோ தெருத்தெருவாக சுற்றுவான். புராதன கட்டிடங்களையும், தேவாலயங்களையும் படமாக வரைந்து கொண்டிருப்பான். தன்னை மிகப்பெரிய கட்டிடக்கலை வல்லுநராக அவன் கற்பனை செய்து வைத்திருந்தான்.

அவனுடைய நடவடிக்கைகள் தாய் கிளாராவுக்கு புதிராகவே இருக்கும். ஆனால்,

“என் மகன் நம்மைப் போல இல்லை. அவன் நம் எல்லோருக்கும் மேலே” என்று பெருமையாக பேசுவாள்.

நாகரீகமாக உடையணிந்தாலும், அவனுக்கு பெண் நண்பர்கள் யாரும் கிடைக்கவில்லை.

தனது மனநிலையை இலகுவாக்குவதற்கு மாற்றுப் பொழுதுபோக்கு ஒன்றைத் தேடினான். இசை அரங்குகள் அவனுக்கு புகலிடம் அளித்தன. பிரபல இசையமைப்பாளர் ரிச்சர்டு வேக்னர் அவனை மிகவும் கவர்ந்தார். அவரை வெறும் இசையமைப்பாளர் என்று மட்டுமே அறிந்திருந்த ஹிட்லருக்கு, அவர் ஒரு புரட்சிகர சிந்தனையாளர் என்பதை வரலாற்று ஆசிரியர் டாக்டர் ரியோபோல்டு விளக்கினார்.

காந்த், கொபினீ, நீட்ஸே, ஹீஸ்டன் ஸ்டூவர்ட் சாம்பர்லின் ஆகியோருடைய புத்தகங்களையும் அவனுக்கு அவர்தான் அறிமுகப்படுத்தினார்.

யூதர்களுக்கு எதிரான கொள்கையை அவர்தான் அவருக்குள் ஆழமாக விதைத்தார். பைபிளில் செமிட்

பிரபல
இசையமைப்பாளர்
ரிச்சர்டு வேக்னர்

என்பவரின் வழிவந் தவர்கள் யூதர்கள் என அழைக்கப் பட்டனர்.

அவன், லின்ஸ் நகரில் இருந்த காலத்தில், அந்த நகரில் பெரும்பான்மையினராக யூதர்கள் இருந்தனர். முக்கியமான தொழில்கள் அனைத்தும் அவர்களிடம்தான் இருந்தது. வர்த்தகம், வட்டிக்குக் கொடுப்பது போன்றவற்றில் அவர்கள் கொழுத்திருந்தனர்.

இதற்கு முன் அவன் வாழ்ந்த நகரங்களில் யூதர்களைப் பற்றி அவன் அறிந்துகொள்ளும் வாய்ப்பில்லை. லின்ஸ் நகரில் யூதர்களின் ஆக்கிரமிப்பை அவன் கண்கூடாக காணமுடிந்தது.

தனது நெருங்கிய நண்பனான, குபிஸேக்கிடம் ஒருநாள் பேசிக்கொண்டிருந்தான்.

"யூதர்கள் வேறு யாருமில்லை. அட்டைப்பூச்சிகள். அவர்கள், இனத்தை அழிக்க வந்தவர்கள். எல்லா பாவங்களுக்கும் சாத்தான்தான் காரணம் என்பவர்கள்."

அவன் பேச்சில் குபிஸேக் மயங்கிக்கிடந்தான். அந்த அளவுக்கு ஹிட்லரின் வாதத்திறனும் பேச்சு வல்லமையும் மற்றவர்களை நம்பும்படி செய்துவிடும். எனவேதான் படிப்பில் ஆர்வம் செலுத்தாவிட்டாலும் பள்ளியில் சக மாணவர்கள் மத்தியில் அவன் தலைவரைப் போல உலா வந்தான்.

"யூதர்களின் ஆக்கிரமிப்பு உலகின் அனைத்துக் கலாச்சாரங்களையும் அழித்துவிடும். கடைசியில் யூதர்களின் பைத்தியக்காரத்தனம் அவர்களையும் அழித்துவிடும்" என்று தனது நோட்டுப்புத்தகத்தில் எழுதி வைத்தான் ஹிட்லர்.

கவிதை எழுதுவது, கதைகள் எழுதுவது, படங்கள் வரைவது ஆகியவற்றில் நிறைய நேரத்தைச் செலவிட்டான்.

இசையின் மீது ஆர்வம் ஏற்பட்டதால், அதையும் கற்றுக்கொள்ள விரும்பினான். தனது தாயிடம் சொல்லி நிறைய பணம் கொடுத்து பியானோ ஒன்றை வாங்கினான். அதைக் கற்றுக்கொள்ளவும் செய்தான். பிறகு அதில் விருப்பமில்லாமல் போனதும், பாதிவிலைக்கு விற்றுவிட்டான்.

ஆஸ்திரியாவை ஜெர்மனியுடன் இணைத்த பின்னர், தனது செ

தான்தோன்றியின் தாய்ப்பாசம்

ஹிட்லருக்கு தனது விருப்பத்தை நிறைவேற்ற வேண்டும் என்ற வெறி உருவாகிவிட்டது. அரசியல் ரீதியாகவும், தனிப்பட்ட ஆற்றலிலும் மற்றவர்களைக் காட்டிலும், வேறுபட்டவன் என்ற எண்ணம் ஆழமாக வேரூன்றி விட்டது.

மனதுக்குள் ஒன்றை விருப்பமாக்கிக் கொண்டு, விருப்பமில்லாத பாடங்களை படிக்க முடியவில்லை. நிறைய புத்தகங்கள் வாங்கிப் படித்தான். தனிமையை விரும்பினான்.

இளம் ஜென்டில்மேன் மாதிரி உடை உடுத்துவான்.

போன ஹிட்லர், பெற்றோர் சமாதியில் அஞ்சலி செலுத்துகிறார்.

மதியம் வரை தூங்குவான். இரவு நடுநிசி தாண்டும் வரை படிப்பான். படம் வரைவான். இஷ்டம்போல சுற்றுவான். அருங்காட்சியகங்களில் கிடையாக கிடப்பான். கிளப்புகளில் போய் இசையை ரசிப்பான்.

தனக்கு வாய்ப்புக் கிடைத்தால் ஜெர்மனியின் தற்போதைய நிலையை மாற்றமுடியும் என்று நம்பினான்.

15 வயதில் அவனுக்கு கத்தோலிக்க தேவாலயத்தின் நல்லொழுக்க சான்றிதழ் கிடைத்தது.

அந்தச் சமயத்தில் கிறிஸ்தவ மத போதகராகி விடலாமா என்று சிந்தித்தான்.

ஆனால், வழக்கமான சடங்குகளை தினந்தோறும் செய்யவேண்டிய நிலை ஏற்படும் என்று நினைத்தவுடன் அந்த எண்ணத்தை மாற்றிக்கொண்டான்.

லின்ஸ் பள்ளியில் இறுதிவகுப்பை முடித்துக் கொண்டு, அடுத்த பள்ளிக்கு போனான். லின்ஸிலிருந்த 25 கிலோமீட்டர் தொலைவில் உள்ள ரெடிர் என்ற ஊரில் உள்ள பள்ளியில் சேர்ந்த பிறகும் கணக்கு, பிரெஞ்சு உள்ளிட்ட பாடங்களில் பெயிலானான்.

இடையில் நுரையீரல் நோய் தாக்கியது. அதற்கு சிகிச்சை எடுத்துக்கொண்டு, மீண்டும் பள்ளியில் சேர்ந்த ஹிட்லர், நண்பர்களுக்கு விருந்து கொடுத்தான். அதில் அவன் நிறைய குடித்தான். அடுத்தநாள், சாலையோரத்தில் விழுந்துகிடந்த அவனை, பால்வியாபாரம் செய்யும் பெண் ஒருவர் எழுப்பிவிட்டார்.

மனசுக்குள் தன்னை மிக உயர்ந்த இடத்தில் வைத்திருந்த அவன், அன்றைய இழிநிலைக்காக வருத்தப்பட்டான்.

அப்போதிருந்து குடிப்பதையே நிறுத்தினான்.

உடல்நிலையையே காரணமாகக் காட்டி பள்ளியிலிருந்தும் விலகினான். வீட்டுக்கு வந்த அவன் தனது தாயைச் சமாதானப்படுத்தினான்.

"அம்மா, எனக்கு இருநூறு குரோனன் கடனாகக் கொடேன். நான் அப்பாவைப்போல வியன்னாவுக்குப் போய், ஏதாச்சும் அரசு வேலையைத் தேடிக்கிறேன். திரும்பி வந்தா, வேலையோடுதான் வருவேன்."

மகனின் நம்பிக்கை மிகுந்த பேச்சை அந்தத் தாய் நம்பினாள்.

இறுநூறு குரோனன்களுடன் வியன்னா சென்ற அவன் இரண்டே வாரத்தில், பைசாக் காசு இல்லாமல் வீட்டுக்கு வந்தான். வேலையும் கிடைக்கவில்லை.

நிஜத்தில், வியன்னாவில் உள்ள ஓவியக்கல்லூரியில் சேருவதற்காக விண்ணப்பித்திருந்தான். அதுதான் அவன் செய்த உருப்படியான வேலை.

அந்த ஆண்டு முழுவதும் அவனுடைய அம்மா உடல்நிலை மிகவும் மோசமாக இருந்தது. மனநிலை சரியில்லாத தங்கை பவுலாவையும் தாயையும் நன்றாக கவனித்துக் கொண்டான். துணிகளை சலவை செய்வது, அம்மாவை குளிப்பாட்டுவது, சமையல் செய்வது, வீட்டைத் துடைப்பது என எல்லா வேலைகளையும் செய்வான்.

அம்மாவின் நெஞ்சுவலி அதிகரித்தது. ஒருநாள் வலியால்

ஹிட்லருடன் பிறந்த ஒரே தங்கை பவுலாவின் இளவயது தோற்றமும், முதிய தோற்றமும். போருக்கு பிறகு இவரிடம் விசாரணை நடத்திய அதிகார்கள், இவரை மனவளர்ச்சி குன்றியவர் என்றனர்.

துடித்த அம்மாவை டாக்டரிடம் அழைத்துப் போனான் ஹிட்லர். அவளை நன்றாக பரிசோதித்த டாக்டர், மார்புப் புற்றுநோய் வளர்ந்திருப்பதாகக் கூறினார். ஹிட்லர் கலங்கினான். அடுத்தடுத்து தனது உறவுகள் பிரியும் நிலையை அவனால் சகித்துக் கொள்ள முடியவில்லை. தனது கனவுகள் கலைந்து போவதையும் தாங்க முடியவில்லை.

அம்மாவுக்கு அறுவைச் சிகிச்சை அவசியம் என்றதால் ஒப்புக்கொண்டான். டாக்டர் எட்வர்ட் ப்ளோச் அவளுக்கு அறுவைச் சிகிச்சை செய்தார். ஒருபக்க மார்பு அகற்றப்பட்டது. ஹிட்லரின் சுமை அதிகரித்தது. ஆனால், முகம் சுளிக்காமல் அவளைக் கவனித்துக் கொண்டான்.

இக்கட்டான நிலையில், வியன்னா ஓவியக் கல்லூரியிலிருந்து நேர்காணலுக்கு அழைப்பு வந்தது.

"அம்மா எனக்கு இது ஒரு வாய்ப்பு அம்மா. நான் நினைத்தது போலவே பெரிய ஓவியனாகப் போகிறேன். எனக்கு அனுமதி கொடுக்க வேண்டும் அம்மா"

மகன் கெஞ்சி நின்றது, தாயின் மனதை இளக்கியது. ஆனால், சாகப்போகிற நிலையில் தன்னை விட்டு அவனை அனுப்பவும் இஷ்டம் இல்லை.

"உன்னைக் கவனித்துக் கொள்ள ஒரு செவிலியை வைத்துக்

கொள்ளலாம் அம்மா. நிச்சயமாக நான் பெரிய ஆளாக வருவேன்."

தாய் கசிந்துவிட்டாள். மகனின் யோசனை நல்லது என்றே பட்டது. தனது ஆசைக்காக, அன்பு மகனின் விருப்பத்தை மறுக்க அவளுக்கு மனம் வரவில்லை. அவனை, ஓவியப்பள்ளியில் சேர்க்க மறுத்ததற்காக, தனது கணவனுடனேயே சண்டை பிடித்தவளாயிற்றே.

"சரி" என்ற அவள் "ஆனால்..." என்று தயங்கினாள்.

"என்னம்மா செய்யனும்?"

"செவிலியெல்லாம் வேண்டாம். கிராமத்திலிருக்கும், எனது தங்கயை அழைச்சிட்டு வரணும்"

கிளாராவின் தங்கை ஜோகன்னா கூன்விழுந்தவள். அவள் தனியாகவே இருந்தாள். அவள் அம்மாவுக்கும், தங்கைக்கும் நல்ல துணையாக இருப்பாள் என்று நம்பினான் ஹிட்லர்.

அம்மாவின் விருப்பப்படியே, ஜோகன்னாவை அழைத்து வந்தான். தனது உடைகள், தான் வரைந்ததிலேயே சிறந்தது என்று நினைத்த ஓவியங்கள் அனைத்தையும் பெரிய டிரங்க் பெட்டிக்குள் போட்டு அடைத்தான்.

1907 செப்டம்பர் மாதம் 14 ஆம் தேதி வீட்டைவிட்டு, ஆஸ்திரியா நாட்டின் தலைநகர் வியன்னாவுக்கு புறப்பட்டான். இசை, இலக்கியம், நாடகம் என கலைகள் செழித்திருந்த வியன்னாவில் அவன் ஒதுக்குப்புறமான வீடு ஒன்றை வாடகைக்கு எடுத்தான். மாதம் 7 குரோன்கள் வாடகையாக தரவேண்டும்.

நேர்காணலுக்கான நாள் வந்தது. தன்னிடமிருந்த ஓவியங்களை எடுத்துக் கொண்டு நேர்காணலுக்குச் சென்றான்.

அந்த ஓவியங்களை வாங்கிப்பார்த்தனர். கேள்விகள் கேட்டனர். திருப்தி அளிக்கவில்லை என்றனர்.

"நாளைக்கு வாங்க. வாய்மொழி மற்றும் எழுத்துத் தேர்வில் தேறுகிறீர்களா பார்க்கலாம்"

அந்தத் தேர்வு முடிவும் ஹிட்லருக்கு எதிராகவே இருந்தது. ஆனால், நேர்காணல் நடத்தியவர்களில் ஒருவர்,

"உங்களுடைய வரைபடங்கள் நன்றாக இருக்கின்றன. நீங்கள் கட்டிடக் கலைஞர்களுக்கான கல்லூரியில் சேர்ந்து படிக்கலாமே" என்று யோசனை தெரிவித்தார்.

ஆனால், ஹிட்லருக்கு தோல்வியை ஒப்புக்கொள்ள மனமில்லை. எவ்வளவு பெரிய கட்டிடங்களாக இருந்தாலும், ஒருமுறை கூர்மையாக பார்த்துவிட்டாள், தனது நினைவிலிருந்தே அதை வரையும் ஆற்றல் அவனிடம் இருந்தது.

இருந்தாலும் ஓவியப் பயிற்சி பெறவே தகுதியில்லை என்று நிராகரித்ததை அவனால் தாங்கமுடியவில்லை. ஊரில் அம்மாவுக்கு வேறு உடல்நிலை மிகவும் மோசமாகிவிட்டது. ஆனால், தோற்றுப்போன மகனாக அவள் முன் மீண்டும்போய் நிற்க அவனுக்கு மனமில்லை.

டிசம்பர் 25 ஆம் தேதி கிறிஸ்துமஸ் பண்டிகையை உற்சாகமாகக் கொண்டாடத் தயாராக இருந்தான் ஹிட்லர். ஆனால், கிளாரா இறந்துவிட்டதாக தந்தி வந்தது.

உடைந்து நொறுங்கிப் போனான். தனது மிக நெருங்கிய தோழியாக இருந்த அம்மா, அவளுடைய கடைசி விருப்பம் நிறைவேறாமலேயே போய்ச் சேர்ந்துவிட்டாளே என்று குமுறினான். துக்கத்தைப் பகிர்ந்துகொள்ளக்கூட ஆள் இல்லை.

லின்ஸ் நகரில் தனது வீட்டுக்கு வந்தபோது, சவப்பெட்டிக்குள் அம்மாவை வைத்து ஆணி அடித்துவிட்டார்கள். அவளது முகத்தைக் கூட, ஹிட்லர் பார்க்கவில்லை.

தனது தம்பி எட்மண்ட் புதைக்கப்பட்ட கல்லறை அருகே, அம்மாவையும் புதைத்தான். டாக்டரிடம் போய் நன்றி சொன்னான். டாக்டர் எட்வர்டு புளோச் ஒரு யூதர். ஹிட்லரின் வேண்டுகோளை ஏற்று, அடிக்கடி அம்மாவை வீட்டுக்குவந்து பார்த்து சிகிச்சை அளித்தவர்.

தனது சிகிச்சைக் கட்டணத்தை பெரிய அளவில் குறைத்து உதவினார். அவருக்கு நன்றி சொல்லிவிட்டு, அப்பாவின் உயில்படி தனக்குச் சேரவேண்டிய சிறிதளவு பணத்தைப் பெற்றுக்கொண்டான். சித்தியையும், தங்கையையும் பிரிந்து மீண்டும் வியன்னா வந்தான் ஹிட்லர்.

ஹிட்லர் வரைந்த ஆஸ்திரிய நாடாளுமன்ற கட்டிடம்

பாடம் புகட்டுவேன் பார்...

வாழ்க்கையைப் படிக்க, வியன்னாவில் அவனுக்கு புதிய அனுபவங்கள் காத்திருந்தன.

அடுத்த அக்டோபரில்தான் ஓவியக்கல்லூரியில் மாணவர்களைச் சேர்ப்பார்கள். அதுவரை வியன்னாவில் என்ன செய்வது?

சித்தியிடமும் சொல்ல முடியவில்லை. தோல்வியை ஒப்புக்கொள்ளவும் மனமில்லை. போராடிப் பார்க்கலாம் என்றால் கையில் உள்ள பணம் கரைகிறது. வீட்டு வாடகை தரவேண்டும். வயிற்றுக்கும் கொட்டிக்கொள்ள வேண்டும்.

குழப்பமான சூழலில், ஏதேனும் வேலை தேடிக்கொள்ளலாம் என்று முடிவெடுத்தான். ஆனால், என்ன வேலை தேடுவது?

அலைபாய்ந்தான் ஹிட்லர். அப்போது வந்தான் அவனது நண்பன் குபிஸேக். வியன்னாவில் உள்ள இசைக்கல்லூரியில் நேர்காணலுக்காக வந்தான். அவனைத் தனது அறை நண்பனாய்ச் சேர்த்துக் கொண்டான்.

“இப்போது உலகமே எனக்கு எதிராக இருக்கிறது. பார்த்துக் கொண்டேயிரு. இந்த உலகத்திற்கே ஒருநாள் நான் பாடம் புகட்டுவேன்” என்று தனது நண்பன் குபிஸேக்கிடம் கூறினான் ஹிட்லர்

ஆனால், ஓவியக் கல்லூரியில் சேர்ந்திருப்பதாக பொய் சொன்னான்.

குபிஸேக்கிற்கு இசைக்கல்லூரியில் இடம் கிடைத்தது. நண்பனிடம் கூட தனது தோல்வியை ஒப்புக்கொள்ள திடமில்லாமல் காலத்தை ஓட்டினான்.

அவன் கல்லூரிக்கு கிளம்பும்போது, இவனும் கிளம்புவான். அவனுடைய கல்லூரி வரை கூடவே போவான். இசைக் கல்லூரியைத் தாண்டித்தான் ஓவியக் கல்லூரிக்கு போகவேண்டும். நண்பனை கல்லூரி வாசலில் விட்டுவிட்டு ஓவியக்கல்லூரி இருக்கும் திசை நோக்கிப் போவான். தினமும் இந்த நாடகம் தொடர்ந்தது.

ஓவியக்கல்லூரியில் குறைந்த விலையில் கிடைக்கக் கூடிய பிரஷ்கள், வண்ணங்களையெல்லாம் கடையில் கூடுதலாக விலை கொடுத்து வாங்குவான் ஹிட்லர். அப்போதெல்லாம, குபிஸேக்கிற்கு சந்தேகம் வரும். ஆனால், அதைக் காட்டிக் கொள்ளமாட்டான். அவனுக்கு பணம் வருகிறது...செலவழிக்கிறான் என்று சாதாரணமாக இருந்துவிட்டான்.

ஒருநாள்,

“குபிஸேக், செலவுக்குக் கொஞ்சம் பணம் வேணுமே. கடனாக கொடுப்பாயா?”

ஹிட்லர் தன்னிடம் கடன் கேட்டதும், குபிஸேக்கிற்கு சந்தேகம் வலுத்தது. இந்த வயதில் கடன் கேட்கிறானே. இருந்த பணத்தையெல்லாம் என்ன செய்தான்?

இருந்தாலும், எதுவும் பேசாமல் பணத்தைக் கொடுத்தான்.

கிறிஸ்துமஸ் வந்தது. தனது நண்பனுக்கு இன்ப அதிர்ச்சி கொடுக்கலாம் என்று நினைத்த குபிஸேக், வியன்னா

ஓவியக்கல்லூரிக்குப் போனான். அங்குதான் தனது நண்பன் இதுவரை நடத்திவந்த நாடகம் அம்பலமானது.

"அடால்ப் ஹிட்லர்? அப்படி யாரும் இங்கே படிக்கவில்லையே..."

கல்லூரியில் கிடைத்த தகவலுடன் ஹிட்லரிடம் வந்தான் குபிஸேக்.

"எல்லோரும் சேர்ந்து என் முதுகில் குத்தி விட்டீர்கள்"

ஆத்திரப்பட்டான் ஹிட்லர்.

"நீ மட்டுமில்லை. கல்லூரி நிர்வாகமும் என்னை முதுகில் குத்திவிட்டது. எங்கே போனாலும் என்னை யாரும் நம்ப மறுக்கிறார்கள். எனது திறமையை ஏற்க மறுக்கிறார்கள். இப்போது உலகமே எனக்கு எதிராக இருக்கிறது. பார்த்துக் கொண்டேயிரு. இந்த உலகத்திற்கே ஒருநாள் நான் பாடம் புகட்டுவேன்"

என்று ஆவேசமாக முழங்கினான் ஹிட்லர்.

அவன் எப்போதும் அப்படித்தான். இரண்டு கைகளையும் விரித்து ஆவேசமாக பேசுவான். கேட்பது ஒரே ஆள் என்றால்கூட சத்தமாக, அங்க அசைவுகளுடன் சத்தமாகப் பேசுவான். அந்தச் சமயத்தில் அவனுக்குள் சாத்தான் புகுந்தது போல இருக்கும். அவன் கண்கள் பளபளக்கும். வெளிவரும் குரல் அவனுடையதைப் போல இருக்காது. பேசி முடித்ததும் களைத்துப் போனவனாய் படுக்கையில் விழுந்து தூங்கிவிடுவான்.

தனது நாடகம் அம்பலமானதும், ஹிட்லரின் நடவடிக்கைகள் மாறிவிட்டன. ஒதுங்கியே இருந்தான். வாழ்க்கையுடன் முட்டி மோதும் நிலைக்குப் போய்விட்டான்.

விடுமுறையில் வீட்டுக்குப் போனான் குபிஸேக். அவனுக்கு, இரண்டுமாத கட்டாய ராணுவப் பயிற்சிக்கான வயது வந்துவிட்டது. திரும்பவும் வியன்னா வந்தபோது, அறையில் ஹிட்லர் இல்லை. சில வாரங்களாக வாடகை தராமல் இருந்ததாகவும், திடீரென்று ஆளைக் காணவில்லை என்றும் வீட்டு உரிமையாளரான நடுத்தர வயதுப் பெண் குபிஸேக்கிடம் கூறினார்.

நண்பனின் விலாசம் தெரியாததால், குபிஸேக் அவனைத் தேடும் முயற்சியில் இறங்கவில்லை.

(வீட்டு உரிமையாளரான அந்தப் பெண் தன்னைக் கெடுக்க முயன்றதாகவும், அவளிடமிருந்து தப்பவே வெளியேறிய தாகவும் பின்னாளில் ஹிட்லர் தனது மெயின் கேம்ப் என்ற புத்தகத்தில் குறிப்பிட்டிருந்தார்)

அந்தக் காலகட்டத்தில், பெண்கள் மீது ஹிட்லருக்கு விருப்பமே இருந்ததில்லை. தன்னை யாரும் திருத்த முயற்சிப்பதோ, எதிர்த்துப் பேசுவதோ அவனுக்குப் பிடிக்காது.

தான் இதுவரை வாழ்ந்த போலியான வாழ்க்கை அம்பலமானதில் அவன் வெறுப்படைந்து விட்டான். வியன்னாவின் வேறு பகுதிக்குப் போய் குறைந்த வாடகையில் அறை எடுத்துத் தங்கினான். பல நாட்கள் பூங்காங்களில் போடப்பட்டுள்ள பெஞ்ச்சுகளில் படுத்து உறங்கினான்.

தினக்கூலி வேலை செய்தான். பனிக்கட்டிகளை ஒதுக்கி சுத்தம் செய்வதும், கிறிஸ்தவ கன்னிமார்கள் நடத்தும் விடுதியில் போய் சாப்பிடுவதுமாக பொழுதைக் கழித்தான்.

இரண்டு ஆண்டுகள் கூலித்தொழிலாளியாக கிடைத்த வேலையைச் செய்தான். தொழிலாளர்களின் நிலையைப் பற்றியும், கார்ல் மார்க்ஸின் கொள்கை மீது தொழிலாளர்கள் கொண்டிருந்த அபிமானத்தையும் அறிந்துகொண்டான். சமூக சீர்திருத்தம் கீழிருந்து தொடங்கப்பட வேண்டும் என்பதை அவனுக்கு உணர்த்திய காலம் அது.

தொழிற்சங்கத்தில் சேரும்படி யார் வற்புறுத்தினாலும் சேரமாட்டான். மார்க்ஸின் கொள்கை தனக்கு சரிப்பட்டு வராது என்று ஒதுங்கிவிடுவான். சமூக நிலைகுறித்து தொழிலாளர் களுடன் தனது கருத்தை வாதமாக வைப்பதில் தயக்கமே காட்டமாட்டான். இதனாலேயே பலமுறை வேலை இல்லாமல் தவித்திருக்கிறான்.

ஆனால், அதைப்பற்றியெல்லாம் அவன் கவலைப் பட்டதில்லை.

ஏழைகள் தங்குவதற்காக தொடங்கப்பட்ட விடுதியில் தங்கி மூன்றரை ஆண்டுகளை ஓட்டினான். அப்போது, ஓவியங்களை வரைந்து யூதர்கள் நடத்தும் கடைகளில் விற்பான். அவனுக்குத் துணையாக ஹனீஷ் என்பவனைத் துணைக்கு வைத்திருந்தான். ஒருநாள் ஹிட்லரை எதிர்த்துப் பேசினான் ஹனீஷ். இதற்காக, அவன் தனது பணத்தைத் திருடியதாக போலீஸில்

மாட்டிவிட்டான் ஹிட்லர். அவனுக்கு மூன்று நாட்கள் சிறைத்தண்டனை கிடைத்தது.

(பின்னாளில் ஹிட்லர் ஆட்சிக்கு வந்தபோது, இந்த உண்மையைச் சொன்னதற்காக ஹனீஷ் கொல்லப்பட்டான்)

அதன் பிறகு ஜோஸப் நியூமன் என்ற யூத நண்பனின் உதவியோடு, யூதர்களின் வீடுகளில் ஓவியம் வரைவது, வரைந்த ஓவியங்களை விற்பது என ஓரளவு வருமானம் கிடைத்தது. தினமும் செய்தித்தாள்களை வரிவிடாமல் படிப்பான். அன்றைய அரசியல் நிலவரம் குறித்து தெரிந்துவைத்திருப்பான். யாரிடம் வேண்டுமானாலும் அரசியல் பேசுவான்.

ஜெர்மனியின் பழைய வரலாறு தொடர்பான புத்தகங்கள், புராணக்கதைகள் அடங்கிய புத்தகங்களை நூலகத்தில் வாங்கிப் படிப்பான்.

ஜெர்மனியின் பழைய பெருமைகளை மீட்டெடுக்க முடியும் என்று உறுதியாக பேசுவான். வியன்னாவிலும், அதைச் சுற்றிலும் நடக்கும் அரசியல் நிகழ்வுகளும், அங்கு அவன் பட்ட கஷ்டங்களும் மக்களின் மனநிலையைப் புரிந்துகொள்ள துணையாக இருந்தன.

தலைநகர் வியன்னாவில், தொழிலாளர் கட்சியும், சமூக ஜனநாயகக் கட்சியும் மிகப்பெரிய தொழிலாளர் பேரணிகளை நடத்தின. பான் ஜெர்மன் தேசியவாதக் கட்சி, கிறிஸ்தவ சமூகக் கட்சி ஆகியவற்றின் நடவடிக்கைகளையும் கவனித்தான்.

முதல் உலகப்போருக்கான சூழல்கள் தொடங்கியிருந்த சமயம் அது. நாடுகளுக்கு இடையிலான மோதல்கள் அதிகரித்து வந்தது. பிரஷ்யா என்று அழைக்கப்பட்ட சாம்ராஜ்யத்தில் ஜெர்மன் பிரதானமாக இருந்தது. அதன் சக்கரவர்த்தியாக இருந்த இரண்டாம் வில்லியம் என்ற கெய்ஸருக்கு தனது சாம்ராஜ்ஜியத்தை விரிவுபடுத்த வேண்டும் என்ற எண்ணம் தோன்றியது. ஆனால், எதைச் சொல்லி போர் தொடுப்பது.

தனது முக்கியத்துவத்தை உலகுக்கு உணர்த்துவதற்காகவே ஒவ்வொரு நாடும் போர் புரிகின்றன. அல்லது தனது சந்தையை விரிவுபடுத்த இடம் தேடி போர் தொடுக்கின்றன.

பிரஷ்யாவின் பிரதமரான பிஸ்மார்க் பிரஷ்ய சாம்ராஜ்யத்தை வல்லமை மிகுந்ததாக மாற்றியிருந்தார்.

இந்தச் சமயத்தில் ஜெர்மனியின் சுருக்கமான சரித்திரத்தை அறிந்து கொள்வது உபயோகமாக இருக்கும்.

ஐரோப்பாவின் வரைபடம் எத்தனையோ முறை மாற்றி அமைக்கப்பட்டுள்ளது. ஜெர்மன் நாட்டின் வரலாறு சுமாராக ஆயிரம் ஆண்டுகளுக்கு முன்பிருந்துதான் தொடங்குகிறது. அதற்கென்று முக்கியத்துவம் ஏதும் அப்போது இல்லை.

கிழக்கே விஸ்டுவா நதியிலிருந்து, மேற்கே ரைன் நதி வரையிலும், தெற்கே டான்யூப் நதியிலிருந்து வடக்கே பால்டிக் கடல் வரை ஜெர்மன் எல்லை பரவியிருந்தது.

ரோம சாம்ராஜ்யம் அப்போது ஐரோப்பா முழுவதும் பரவியிருந்தது. ஜெர்மானியர்கள் பிழைப்பு தேடி சுற்றிலுமிருந்த நாடுகளில் குடியேறினர்.

அவர்கள் ரோம கலாச்சாரத்தில் கலந்துவிட்டனர். கி.பி. 700 களின் மத்தியிலிருந்து, 800களின் தொடக்கம் வரை ஷெர்லான் என்ற மன்னன் மேற்கு ஐரோப்பா முழுவதையும் ரோம சாம்ராஜ்யத்திற்கு உட்படுத்தியிருந்தான்.

ஆனால், அவனுடைய மறைவுக்கு பிறகு, அவனுடைய மூன்று பேரன்களும் சாம்ராஜ்யத்தை மூன்றாக பிரித்துக் கொண்டனர். இளையவன் லூயிஸின் பங்காக கிழக்குப் பகுதியில் உள்ள பிரதேசம் கிடைத்தது. இந்தப் பகுதிதான் ஜெர்மனியாக பரிணமித்தது.

ஓட்டோ தி கிரேட் என்ற மன்னன் தலைமையில்தான் ஜெர்மனிக்கென தனியாக சரித்திரம் தொடங்கியது. ஆனால், அவன் உள்பட ஐரோப்பாவின் அனைத்து மன்னர்களுமே, தெய்வீகத் தன்மை பொருந்திய ரோம ஏகாதிபத்தியத்தின் சக்கரவர்த்திகள் என்றே தங்களை அழைத்துக் கொண்டனர்.

ஓட்டோ மன்னனுக்குப் பிற்கு ஜெர்மனியின் சரித்திரத்தில் எத்தனையோ யுத்தங்கள் நடந்தன. அதில், அந்த நாடு பல முறை பலரால் கூறுபோடப்பட்டது.

சுமார் 800 ஆண்டுகால மாற்றத்தில் பிரான்ஸ், இத்தாலி, ஆஸ்திரியா, ஹங்கேரி ஆகிய தனித்தனி நாடுகள் வடிவம் பெற்றன.

ரோமாபுரியில் வசித்த போப்பரசர்களின் ஆடம்பரம், முதலாளிகளின் கொழுப்பு, குடியானவர்களின் ஏழ்மை

எல்லாமும் சேர்ந்து பல் வேறு கிளர்ச்சிகளுக்கு காரணமாகின.

வாழ்க்கைப் பிழைப்புக்கு பணக் காரர்களின் தயவும், மரணத் திற்கு பிந்தைய சுக வாழ்க்கைக்கு பாதிரி மார்களின் தயவும் அவ சியம் என்று குடியானவர் களும் உழைக்கும் மக்களும் கற்பிக்கப்பட்டு இருந்தனர்.

போப் அரசர்களின் ஆடம்பர அட்டூழியங்களை நேரில் அறிந்த கிறிஸ்தவ பாதிரியாரான, மாரட்டின் லூதர் கிறிஸ்தவ மதத் திற்குள் போராட்டத்தைத் தொடங்கினார்.

அவருடைய போராட்டம் மதச்சீர்திருத் தத்திற்கு மட்டுமின்றி, ரோம சாம்ராஜ்யத்திலிருந்தும் பிரிய வேண்டும் என்ற வெறியையும் ஜெர்மானியர்களுக்கு ஏற்படுத்தியது.

இதன் விளைவாக, 1616 முதல் 1648 வரை முப்பதாண்டுகள் ஐரோப்பிய நாடுகளிடையே போர் நடைபெற்றது. இந்தப் போர் முடிவடைந்தபோது ஜெர்மனியின் மக்கள் தொகை பாதியாகிவிட்டது. அந்த அளவுக்கு உயிர்ச்சேதம் ஏற்பட்டது.

ஆனால், ஜெர்மனியில் 300 குறுநில அரசுகள் தோன்றின. இவற்றில் பிரஷ்யா என்ற நாடு பிரதானமாக வளர்ச்சியடைந்தது.

1740 முதல் 1786 வரை பிரடெரிக் தி கிரேட் என்ற மன்னன் தலைமையில் பிரஷ்யா தனது வல்லமையை ஐரோப்பாவில் தனித்து நிலைநிறுத்தியது.

ஆனால், நெப்போலியன் தலையெடுத்தபின் ஐரோப்பா

பெர்லின் அருங்காட்சியகத்தில் கலைகளை ரசிக்கும் ஹிட்லர்

மீண்டும் ஒரு நீண்ட போரை சந்தித்தது. அவனது மாபெரும் படையை ஜெர்மனி துணிச்சலாக எதிர்த்து நின்றது. வாட்டர்லூ யுத்தத்தில் நெப்போலியன் தோற்கடிக்கப்பட்டதில் ஜெர்மனியின் தளபதி வான் புளூஸர் என்பவனுக்கு முக்கிய பங்கு உண்டு.

ஒருவகையில், நெப்போலியனின் இந்தப் போர் ஜெர்மனிக்கு நன்மையைச் செய்தது. 300 குட்டி நாடுகளாக சிதறிக்கிடந்த அது, 1815ல் 39 நாடுகளாக ஒன்றிணைந்தது.

தற்போது ஐரோப்பிய யூனியன் என்ற பெயரில் முந்தைய ஐரோப்பிய நாடுகள் அனைத்தும் தனி அமைப்பாகவும், அதற்கென்று பொது நாணயம் மற்றும் பொருளாதார திட்டங்களை வகுத்திருப்பது போல, அப்போதே, ஜெர்மன் கூட்டமைப்பு என்ற பெயரில் ஒரு பொது அமைப்பும் நாடாளுமன்ற அமைப்பும் உருவாக்கப்பட்டது.

1800களில் பிரஷ்யா தேசத்தின் பிரதமராக பிஸ்மார்க் பொறுப்பேற்ற பின்னர் ஆஸ்திரியாவை ஜெர்மனியுடன் இணைத்தான். வர்த்தகம் விரிவடைந்தது. ரயில்பாதைகள், மின்சார வசதிகள், போர்த்தளவாடங்கள் என அனைத்திலும் ஜெர்மனி வலுவான கட்டமைப்புக் கொண்டிருந்தது.

கலை இலக்கியம் செழித்தது.

ஹிட்லர் வரைந்த ஆஸ்திரிய அரன்மனை ஓவியம்

“ஜெர்மானியர்களாகிய நாம், கடவுளைத் தவிர, உலகில் யாருக்கும் பயப்பட மாட்டோம்” என்று ஜெர்மன் நாடாளுமன்றத்தில் பிஸ்மார்க் பேசினார்.

ஆனால், அவருக்கும் சக்கரவர்த்தி இரண்டாம் வில்லியம் என்ற கெய்ஸருக்கும் கருத்து வேறுபாடு ஏற்பட்டது. இதையடுத்து பிஸ்மார்க் தனது பிரதமர் பதவியைத் துறந்தார்.

1900ம் ஆண்டுகளின் தொடக்கத்தில் கெய்ஸர் ஜெர்மனியின் வல்லமையை நிரூபிக்க விரும்பினார். ஜெர்மனியின் உற்பத்திப் பொருள்களை விற்பதற்கான சந்தைகள் அவசியமாகியது. உற்பத்தி அதிகமாகவும், வர்த்தகம் குறைவாகவும் இருந்ததால் பொருளாதார நிலை மந்தமாகியது.

இத்தகைய நிலையில்தான் வியன்னாவில் ஹிட்லர் தனது ஓவியங்களை விற்று வயிற்றைக் கழுவி வந்தான். வயிற்றுக்கு சாப்பாடு கிடைக்கிறதோ இல்லையோ, புத்தகங்கள் படிப்பதை அவன் கைவிட்டதே இல்லை.

அரசியல் நிகழ்வுகளில் தீவிரமான ஆர்வம் காட்டினாலும், ஒருமுறைகூட நாடாளுமன்ற நிகழ்வுகளை அவன் பார்த்ததே

இல்லை. எப்படியாவது உள்ளேபோய் பார்க்க வேண்டும் என திட்டமிட்டான்.

ஆஸ்திரிய நாட்டின் நாடாளுமன்றத்தின் பிரமாண்டமான கட்டிடத்தை சித்திரமாக தீட்டுவதற்காக அங்கு போனான். அப்போது அவன் மோசமாக உடையணிந்திருந்தான்.

நாடாளுமன்றத்திற்குள் பெரிய கனவான்களைப் போலத் தோற்றமளித்தவர்கள் சென்று கொண்டிருந்தனர். அவர்களில் ஒருவரிடம்,

"ஐயா, நான் நாடாளுமன்ற நடவடிக்கைகளைப் பார்க்க முடியுமா?" என்று கேட்டான்.

"இந்த உடையுடன் வரமுடியாது. அனுமதிச் சீட்டு வாங்கிக்கொண்டு, நல்ல உடையணிந்து கொண்டு வர வேண்டும்" என்று அவர் யோசனை கூறினார்.

அதன்படி, ஆஸ்திரிய நாடாளுமன்றக் கட்டிடத்திற்குள் நுழைந்து விவாதம் நடப்பதைப் பார்த்தான். உறுப்பினர்கள் சிறுபிள்ளைகளைப் போல சண்டையிட்டுக் கொண்டனர். ஒருவர் பேசும்போது அதைக் கவனிக்காமல், மற்றவர்கள் தங்களுக்குள் பேசிக் கொண்டிருந்தனர். பேப்பர்களை வீசியெறிந்தனர். ஒழுங்கு, கட்டுப்பாடு சிறிதும் இல்லை.

வெறுத்துப் போய் வெளியே வந்தான். கொஞ்சம் கூட அரசியலறிவோ, வரலாற்று ஞானமோ, பேச்சாற்றலோ இல்லாத பலர் நாடாளுமன்றத்தில் இடம்பெற்று இருந்தது அவனுக்கு வியப்பாக இருந்தது. அவர்களைக் காட்டிலும் தான் பெரியவன் என்று நினைத்துக் கொண்டான்.

1913 ஆம் ஆண்டு ஆஸ்திரியாவின் சட்டப்படி அவன் கட்டாய ராணுவப் பயிற்சியில் சேரவேண்டும். ஆனால், ஆஸ்திரிய ராணுவத்தில் சேர விரும்பவில்லை.

வியன்னாவிலிருந்து, மியூனிக் நகருக்கு இடம் மாறினான்.

மியூனிக் நகரில் ஜெர்மனி அரசின் போர்ப்பிரகடனத்தை வரவேற்று திரண்ட மக்கள் கூட்டத்தில் ஹிட்லர்.

மியூனிக்கில் தெறித்த மின்னல்

மியூனிக் நகரம் பவேரியா மாநிலத்தின் தலைநகராக இருந்தது. அது ஜெர்மனின் ஒரு பகுதி என்பதால், அந்த நகரை தனது சொந்த நகரைப்போல உணர்ந்தான் ஹிட்லர்.

வியன்னாவில் அவனுக்குக் கிடைத்த அனுபவம், அரசியல் நிகழ்வுகளை கூர்மையாக ஆராயும் மனப்பக்குவத்தையும், ஜெர்மனியின் புகழ்பெற்ற தலைவர்களின் வாழ்க்கை வரலாறு அவனுக்குக் கற்றுக்கொடுத்திருந்த பாடமும் மியூனிக் நகரில் அவனுக்கு கைகொடுத்தது.

எந்த மாதிரியான ஓவியங்கள் விலை போகின்றன. எப்படி விற்பனை செய்வது போன்ற விஷயங்களை அவன் அறிந்திருந்தான்.

முதலில் தங்குவதற்கு ஒரு இடம் வேண்டுமே.

கால்போன போக்கில் தெருக்களில் நடந்தான். நகரின் முக்கியமான கட்டிடங்களைப் பார்வையிட்டான்.

பிரமாண்டமான கட்டிடங்களை மனதில் வாங்கிக்கொண்டான்.

ஒரு சிறிய மத்தியத்தர குடும்பங்கள் வசிக்கும் தெருவில் நடந்துகொண்டிருந்தான். அங்கே வசிப்பவர்கள், தங்கள் வருமானம் போதாமல், வீட்டில் தங்குவதற்கு இடம் கொடுத்து, சாப்பாடும் போட்டு, பணம் வாங்கிக் கொள்வதாகக் கேள்விப்பட்டான்.

ஒரு வீட்டு மாடியின் ஜன்னலில் "கவுரவமானவர்களுக்கு படுக்க, இருக்க வசதிகளுடன் கூடிய அறை வாடகைக்குக் கிடைக்கும்" என்று போர்டு மாட்டப்பட்டு இருந்தது.

அதைப்பார்த்த ஹிட்லர் அந்த வீட்டின் மாடிக்குச் சென்றான். மாடிக்குக் கீழே, "பாப் தையற்கடை" என்று போர்டு மாட்டப்பட்டிருந்தது.

மூன்றாவது மாடியின் ஒரு அறைமுன் நின்று கதைவைத் தட்டினான் ஹிட்லர்.

கதவைத் திறந்தவள் ஒரு பெண். அவள், கீழே உள்ள தையற்கடையின் உரிமையாளரான பாப் என்பவரின் மனைவி.

"வீடு வாடகைக்கு கிடைக்கும் என்ற போர்டைப் பார்த்தேன். வீட்டைப் பார்க்கலாமா?"

"ஓ. தாராளமா"

அது ஒரு அறை. கட்டில், டேபிள், ஸோபா, நாற்காலி இருந்தன. அறை அவனுக்குப் பிடித்துவிட்டது. வாடகையைப் பேசி முன்பணம் கொடுத்தான் ஹிட்லர்.

அவளுக்கு 11 வயதிலும், 7 வயதிலுமாக பெப்பி, லீயெஸ் என்ற இரண்டு குழந்தைகள் இருந்தன. வந்திருப்பவருக்கு தொந்தரவு கொடுக்கக்கூடாது என்று குழந்தைகளிடம் சொன்னாள் பாப்பின் மனைவி.

மியூனிக்கில் இரண்டு ஆண்டுகள் இந்த அறையில்தான் தங்கியிருந்தான் ஹிட்லர். யுத்த மேகம் சூழ்ந்திருந்த நேரம் அது. ஆயுத உற்பத்திக் கூடங்கள் ஜரூராக இயங்கத் தொடங்கியிருந்தன. போருக்கான காரணம்தான் கிடைக்கவில்லை.

அன்றாட அரசியல் நிகழ்வுகளை அத்துப்படியாக

வைத்திருந்தான் ஹிட்லர். இது போரில்தான் கொண்டுபோய் முடியப்போகிறது என்று கணித்திருந்தான்.

ஆனால், ஓவியம் வரைவதைத் தொடர்ந்தான். நகரின் புராதன கட்டிடங்கள், அழகிய இயற்கைக் காட்சிகளை அவன் வரைந்து குவித்தான். யாரும் அதுவரை கவனிக்காமல் விட்ட தங்கள் நகரின் அழகிய கட்டிடங்களை சித்திரமாக வரைந்து விற்கும் அந்த இளைஞனை பலருக்கும் பிடித்திருந்தது.

சின்னவயதிலிருந்தே, தனது திறமைகளை நினைத்து கர்வம் கொள்ளும் பழக்கம் ஹிட்லருக்கு கிடையாது. பள்ளியிலும் சரி, கிராமத்திலும் சரி தன் வயதையொத்த சிறுவர்களுக்கு தலைவனாகவே இருந்து பழக்கப்பட்டவன் அவன்.

தனது வறுமையை யாரிடமும் வெளிக்காட்டிக் கொள்வதில்லை. துன்பங்களைக்கூட தனக்குள்ளேயே அடக்கிப் பழகியவன் அவன்.

சித்திரம் விற்கும் பணம் வீட்டு வாடகைக்குப் போக சிறிதுதான் மிச்சமிருக்கும். பல நாட்கள் ஒரு நேரம் மட்டுமே சாப்பிடுவான். தனது அறையிலேயே தேனீர் போட்டுக் குடிப்பான்.

ஒரே ஒருநாள் மட்டும் வீட்டு உரிமையாளரான பாப் மனைவியிடம் வெந்நீர் வேண்டுமெனக் கேட்டான்.

"அதுக்கென்ன. உள்ளே வந்து எடுத்துக்கோ."

அவளுக்கும் அவளுடைய குடும்பத்தினருக்கும் ஹிட்லரின் நடவடிக்கைகள் புதிராகவே இருந்தன. அவனுடைய உறவுக்காரர்கள் குறித்தோ, அவனுடைய எதிர்காலம் குறித்தோ எதுவுமே கேட்டதில்லை. ஆனால், பெரும்பாலான நேரம் தனது அறையிலேயே அடைந்து கிடப்பதையும், எந்நேரமும் புத்தகங்களைப் படிப்பதையும் பார்த்தனர்.

அரசு நூலகங்களில் போய் அரிய நூல்களைப் படிப்பான். பிஸ்மார்க்கின் அரசியல் கோட்பாடுகள், கார்ல் மார்க்ஸின் சமூகவாதத் தத்துவங்கள், யூதர்களின் செல்வாக்கு, ஜெர்மானிய ஒற்றுமைக்கு வழிகாட்டும் சரித்திர நூல்களை நிறைய படிப்பான். நண்பர்களிடம் ஏதேனும் முக்கியமான புத்தகங்கள் இருந்தால், அவற்றை இரவல் வாங்கி, ஒரே மூச்சில் படித்து முடித்து திருப்பித் தருவான்.

ஓவியம் வரைவது தவிர, வீடுகளுக்கு வண்ணம் தீட்டும்

ராணுவத்தில் சேர்ந்தவுடன் நண்பர்களுடனும் தனது நாயுடனும் ஹிட்லர்

வேலையையும் அவன் செய்தான். தனது வயிற்றுக்கு பிறரிடம் கையேந்தும் நிலைக்கு ஒருபோதும் அவன் சென்றதில்லை.

"இப்படி ஓயாமல் படித்துக் கொண்டே இருக்கிறாயே உடம்பைக் கவனிக்கக் கூடாதா? இந்த அரசியல் நூல்களுக்கும் உன் வேலைக்கும் என்ன சம்பந்தம்?"

பாப் மனைவி ஒருநாள் ஹிட்லரிடம் கேட்டாள்.

"வாழ்க்கையில் எது பயன்படும், எது பயன்படாது என்பது யாருக்குத் தெரியும் சகோதரி?"

என்று பதிலளிப்பான் ஹிட்லர்.

மியூனிக் நகரில் வசித்த காலத்தில் இவனுடைய அறைக்கு நண்பர்கள் யாரும் வந்ததே இல்லை. படங்களை விற்பதற்காக மட்டுமே பலருடைய வீடுகளுக்குப் போயிருக்கிறான். அநாவசியமாக மற்றவர்களுடைய நேரத்தையோ, தனது நேரத்தையோ வீணாக்கியதில்லை.

1914 ஆம் ஆண்டு ஜீஎன் மாதம் 28 ஆம் தேதி. அன்று ஞாயிற்றுக்கிழமை. நகரில் பரபரப்பு ஏற்பட்டது. தனது அறையில் அமைதியாக படித்துக் கொண்டிருந்த ஹிட்லர், வீதியில் குழப்பம் அதிகரித்ததால் ஏற்பட்ட மக்களின் இரைச்சல் அவனைக் கலைத்துப் போட்டது.

தனது அறையிலிருந்து வெளியே வந்து, மாடியில் இருந்தபடியே தெருவைப் பார்த்தான்.

"ஆஸ்திரிய இளவரசர் பெர்டினாண்டை, செரஜீவோ நகரில்,

செர்விய மாணவன் ஒருவன் சுட்டுக் கொன்றுவிட்டானாம்"
வீட்டுக்காரப் பெண் செய்தியைச் சொன்னாள்.

உடனே, பரபரப்பாக கீழே இறங்கி, சுவர்களில் ஒட்டப்பட்டிருந்த விளம்பரங்களைப் பார்த்து, விவரத்தைத் தெரிந்துகொண்டான்.

ஜெர்மானிய நகரங்களில் இந்தச் செய்தி பதட்டத்தை அதிகரித்திருந்தது. முந்தைய ஆண்டுதான், பவேரிய மன்னர்களின் விருந்தினர்களாக இளவரசனும், அவனது மனைவியும் மியூனிக் நகருக்கு வந்திருந்தனர்.

ஆஸ்திரியா-ஹங்கேரியின் இளவரசனான பெர்டினாண்டு, ஸ்லாவியர்களுக்கு அதிக சலுகை காட்டுவதாக பொதுவான குற்றச்சாட்டு இருந்தது.

போஸ்னியா என்ற குட்டி நாடு, 1909 ஆம் ஆண்டு துருக்கியிடமிருந்து, ஆஸ்திரியாவுடன் சேர்ந்திருந்தது. அந்த நாட்டைச் சேர்ந்தவர்கள் ஸ்லாவியர்கள் என்று அழைக்கப்பட்டனர்.

ஆஸ்திரியாவின் ஆதிக்கத்தின் கீழ் போஸ்னியா முன்னேற்றமடைந்து இருந்தது. ஆனாலும், அன்னிய ஆதிக்கத்தின் கீழ் இருக்க ஸ்லாவியர்கள் விரும்பவில்லை. ஸ்லாவியர்கள் பெரும்பான்மையாக வசிக்கும் செர்பியாவுடன் இணைய விரும்பினர்.

அவர்களுடைய இந்த குமுறலைத் தணிப்பதற்காக, ஸ்லாவியர்களுக்கு கூடுதல் சலுகை வழங்கினான் பெர்டினாண்டு. அவர்களுடைய குறைகளை நேரில் கேட்டு, சமாதானப்படுத்தவே, போஸ்னியாவின் தலைநகரான செரஜீவோ நகருக்கு இளவரசன் சென்றிருந்தான்.

போஸ்னியாவை செர்பியாவுடன் இணைக்க வேண்டும் என்று விரும்பிய குழுவில் இடம்பெற்றிருந்த மாணவன் ஒருவன், இளவரசனைச் சுட்டுக் கொன்றுவிட்டான்.

அந்தச் சமயத்தில் அவனிடம் ஓவியம் வாங்கிய ஒரு வாடிக்கையாளர்,

"இந்த வருமானத்தை மட்டுமே நம்பி எவ்வளவு நாட்கள் காலத்தை ஓட்டமுடியும்?" என்று கேட்டார்.

"விரைவில் யுத்தம் வரும். அதன்பின்னர், இது ஒரு பிரச்சினையாக இருக்காது" என்று பதிலளித்தான் ஹிட்லர்.

அவன் இப்படிப் பதிலளித்த இரண்டே நாட்களில் போர் ஆயத்தங்கள் தொடங்கிவிட்டன. ஆம், 1914 ஆம் ஆண்டு ஆகஸ்ட் மாதம் முதல் தேதி, ஜெர்மன் அரசு யுத்தப் பிரகடனத்தை வெளியிட்டது. செர்பியா மீது போர் தொடுக்கும்படி ஆஸ்திரியாவுக்கு ஆணையிட்டது.

போர் பிரகடனம் செய்யப்பட்டவுடன், முழந்தாளிட்டு, கடவுளுக்கு நன்றி சொன்னான் ஹிட்லர். தனது அரசியல் கணிப்பு மெய்யான சந்தோஷம் அவன் முகத்தில் வெளிப்பட்டது.

இந்தச் சம்பவத்தைத் தொடர்ந்து பல்வேறு ஐரோப்பிய நாடுகளும், ரஷ்யாவும் சுறுசுறுப்படைந்தன. கடந்த முப்பது ஆண்டுகளாகவே போர் மேகம் சூழ்ந்திருந்த ஐரோப்பாவில், இளவரசன் சுட்டுக்கொல்லப்பட்ட சம்பவம் என்ற குளிர்காற்று பட்டவுடன் ரத்தமழை பொழியத் தொடங்கியது.

செர்பியா மீது ஆஸ்திரியாவும், ஆஸ்திரியா மீது ரஷ்யாவும், ரஷ்யா மீது ஜெர்மனியும், ஜெர்மனி மீது பிரான்சும் இங்கிலாந்தும் போர் பிரகடனம் செய்தன. மியூனிக் நகரில் ஜெர்மனி அரசின் போர்ப்பிரகடனத்தை வரவேற்று பெருந் திரளான மக்கள் கூடினர். அந்தக் கூட்டத்தில் ஹிட்லரும் பங்கேற்றான்.

ஆஸ்திரியாவில் பிறந்தவன் என்பதால் ஜெர்மன் ராணுவத்தில் ஹிட்லரால் சேரமுடியாது. ராணுவப்பிரிவில் உறுப்பினராக சேருவதற்கு பவேரிய மன்னனுக்கு ஆகஸ்ட் முதல் தேதி விண்ணப்பம் அனுப்பினான் ஹிட்லர். அதே நாளில் கோரிக்கை ஏற்கப்பட்டது. ஹிட்லருக்கு உள்ளமெல்லாம் பூரிப்பு. தன்னை அடையாளப்படுத்திக் கொள்ளவும், தனது தாய்நாட்டுக்கு உழைக்கவும் வாய்ப்புக் கிடைத்ததாக நினைத்தான்.

பவேரியாவின் 16 வது ராணுவப்பிரிவின் முதல் கம்பெனியில், ஹிட்லருக்கு தரப்பட்ட எண் 148. பயிற்சி தொடங்கியது. பயிற்சிக் காலத்திலும் தான் தங்கியிருந்த வீட்டுக்கு அவ்வப்போது வந்து செல்வதை வழக்கமாகக் கொண்டிருந்தான்.

மியூனிக் நகரில் தெறித்த போர் மின்னல் வெளிச்சம்தான், ஹிட்லரை உலகுக்கு அடையாளம் காட்டியது.

ஜெர்மன் ராணுவ அதிகாரிகளிடமும் வீரர்களிடமும் ஹிட்லர் மிகுந்த மரியாதை வைத்திருந்தார். அவர்களும் ஜெர்மன் மீது ஹிட்லர் வைத்திருந்த பற்றை நேசித்தனர்.

முதல் உலகப்போரில் சண்டையிடும் வீரர்கள்

போர் முனையில் வீரனாக...

"ஐயா, எனது பயிற்சி முடிந்தது. ஒருவேளை நான் மேற்கு போர்முனைக்குச் செல்ல நேர்ந்தால், எனது சித்திக்கும், சகோதரிக்கும் தகவல் தெரிவிக்க வேண்டும். இல்லையென்றால், தேவையில்லை. இந்தச் சிரமத்திற்கு மன்னிக்க வேண்டும்"

தான் தங்கியிருந்த வீட்டு உரிமையாளர் பாப்பிடம் பணிவாக கூறினான் ஹிட்லர். பிறகு கணவன், மனைவி, அவர்களுடைய குழந்தைகளிடம் விடைபெற்றான். அவர்கள் கண்கலங்கினர். திருமதி பாப் வாய்விட்டு அழுதாள்.

ஹிட்லர் தனது வாழ்க்கையில் குறிப்பிடத்தக்க உறவு வைத்திருந்தது இவர்களுடன்தான். எனவே, அவனுக்கும் அந்தப் பிரிவு சங்கடத்தை ஏற்படுத்தியது.

"மியூனிக் நகரம், ஆயிரம் வழிகளில் எனக்கு நன்மை செய்திருக்கிறது. இந்த உலகத்தில் உள்ள எந்த இடத்தைக் காட்டிலும், மியூனிக் நகரம்தான் எனது வளர்ச்சியோடு கலந்திருக்கிறது. நான் மியூனிக் நகருக்கே உரியவன்"

ஹிட்லர் இப்படி கூறிக்கொள்வது வழக்கம்.

1914 ஆம் ஆண்டு அக்டோபர் மாதம் ஹிட்லர் இடம்பெற்றிருந்த படை போர்முனைக்கு புறப்பட்டது. ஊக்கத்துடன் வீரர்கள் அணிவகுத்தனர். இரண்டே மாதங்களில் எதிரிகளை துவம்சம் செய்துவிட்டு வீடு திரும்பிவிடலாம் என்று ஜெர்மன் வீரர்கள் தங்களுக்குள் பேசிக் கொண்டனர்.

வெற்றி தங்கள் பக்கம்தான் என்பதில் அவர்கள் உறுதியாக இருந்தனர்.

புறப்பட்ட இரவு ரைன் நதிக்கரையில் முகாமிட்டது. பரந்த வெளி. இரவு நேரம். ஜெர்மனியை வாழ்த்தி வீரர்கள் கீதம் இசைக்கின்றனர். வானம் முழுவதும் நட்சத்திரங்கள் மட்டும்தான்.

ஹிட்லர், மவுனமாக அமர்ந்திருந்தான். ஜெர்மனியின் விடுதலையை அவன் கனவு கண்டுகொண்டிருந்தான்.

யுத்தம் தொடங்கியபோது ஜெர்மன் படைகளுக்கு அடுத்தடுத்து வெற்றி கிடைத்தது. பாரீஸ் நகரை நோக்கி ஜெர்மன் படை முன்னேறுவதாக தகவல் கிடைத்தது. நேசப்படையினர் முதலில் திகைத்தாலும், வெள்ளமென புரண்டுவந்த ஜெர்மானிய படைவீரர்களுடன் எதிர்த்து நின்று அணைபோடப் போராடினர்.

படையின் ஒருபகுதி, பவேரிய இளவரசனின் தலைமையில் முன்னேற முயற்சி மேற்கொண்டிருந்தது. அந்தப்படைக்கு துணையாக அனுப்பப்பட்ட பிரிவு ஒன்றில்தான் ஹிட்லர் இடம் பெற்றிருந்தான்.

புத்தகங்களில் படித்து நண்பர்களுடன் விளையாடிய யுத்த விளையாட்டை, நிஜத்தில் பார்த்தான் ஹிட்லர். பீரங்கிகளின் முழக்கம், குண்டுகளின் சீற்றம். துடிதுடித்து இறந்துவிழும் சக வீரர்கள் எல்லாமே ஹிட்லருக்குள் உத்வேகத்தை ஏற்படுத்தின. உடன் வரும் வீரர்கள் எதிரிகளின் குண்டுவீச்சில் செத்துமடிவார்கள். ரத்தம் சேறுபோல உறைந்து கிடக்கும். அச்சம் என்பதே அவனுக்குள் எழவில்லை. பிணங்களின் மீது நடக்க வேண்டிய நிலையும் ஏற்பட்டது.

மூவாயிரம் பேர்கொண்ட அவனது படைப்பிரிவு, பெஸிலாரே என்ற கிராமத்தின் ஊடாக சென்று கொண்டிருந்தது. இருட்டு நேரத்தில் தலைக்குமேலே எதிரிகளின் பீரங்கிக் குண்டுகள் தீப்பிழம்புகளாய் சீறிச் சென்றன. அவற்றின் வெளிச்சத்தில்

முதல் உலகப்போரில் வீரர்களின் போக்குவரத்து வாகனங்கள்

படை முன்னேறியது.

கூட வரும் வீரர்கள் சிலர் சோர்வடைந்தனர். தாய்நாட்டின் விடுதலையை நினைத்துப் பார்க்கும்படி அவர்களிடம் உற்சாகமாக கூறுவான் ஹிட்லர்.

அவனது அச்சமற்ற தன்மை விரைவில் படைத்தலைவருக்குத் தெரிந்தது. வீரர்கள் சிலர் உணவில் குறை கூறினர். வேறுசிலர் பெண்கள் நினைப்பெடுத்து புலம்பினர். அவர்கள் வீட்டுக்குச் சென்று மனைவியை பார்த்துவர விரும்பினர்.

ஹிட்லர் எதைப்பற்றியும் சிந்திப்பதில்லை. அவனுடைய இலக்கு வெகுதூரத்தில் இருந்தது. இந்தப் போர்முனையை, வாழ்வா, சாவா பிரச்சினையாக கருதினான் அவன்.

போர்வீரர்களுக்குத் தேவையான ஆயுதங்கள், உணவு அளவு, எதிரிகளின் நிலவரம் ஆகிய தகவல்களை சில மைல் தூரத்தில் உள்ள தலைமையகத்திற்கு கொண்டு செல்ல துணிச்சல் மிக்க வீரர்களை அனுப்புவார்கள்.

அந்த வேலையை தனக்குத் தரும்படி ஹிட்லர் கேட்டான். அவனுடைய துணிச்சலையும், போர் வெறியையும் நன்றாக அறிந்திருந்த படைத்தலைவர், அந்தப் பொறுப்பை அவனிடம் ஒப்படைத்தார். மோட்டார் சைக்கிளில் துணைக்கு நியமித்த

வீரனுடன், தனக்குத் தரப்பட்ட பணியை செம்மையாக நிறைவேற்றினான்.

முந்தைய யுத்தங்களில் பயன்படுத்தப்படாத நவீன சாதனங்கள் இந்த யுத்தத்தில் முதன்முதலா ஈடுபடுத்தப்பட்டன.

விமானங்கள், பீரங்கிகள், இயந்திரத் துப்பாக்கிகள், தொலைதூர இலக்கைத் தாக்கும் நவீன ஏவுகணைகள், நச்சுப்புகை என ஏராளமான உயிர்க்கொல்லி ஆயுதங்கள் மனித உயிர்களை ஈவு இரக்கமின்றி கொன்றுகுவிக்கப் பயன்படுத்தப்பட்டன.

ஸார் நதிக்கரையிலிருந்து வடக்குக்கடல் பகுதிவரை பல லட்சம்பேர் கொன்று குவிக்கப்பட்டனர். இரண்டு ஆண்டுகள் தனது படைப்பிரிவில் எந்தவிதமான காயமும் இல்லாமல் உயிர்தப்பினான் ஹிட்லர். மூவாயிரம் பேராக வந்த அவனுடைய படைப்பிரிவில் இப்போது ஐநூறு பேர் மட்டுமே இருந்தனர்.

தங்கள் படை இருக்கும் இடத்தை வரைபடமாக வரைந்து மேலதிகாரிகளிடம் காட்டுவான். படையின் இருப்பிடத்தை தலைமையகத்திற்கு தெரிவிக்க இது உதவியாக இருந்தது.

கஷ்டங்களை வெளிப்படுத்தாமல், வேறு எதிலும் கவனம் சிதறாமல் சதா சர்வகாலமும் சண்டையைப் பற்றியே பேசிய ஹிட்லர் வெகுசீக்கிரத்தில் மேலதிகாரிகளைக் கவர்ந்தான். அந்த இரண்டு ஆண்டுகளில் ஒருநாள் கூட விடுமுறை எடுத்ததில்லை.

படைப்பிரிவு இருக்கும் இடத்திற்கும், தலைமையகம் இருக்கும் இடத்திற்கும் இடையிலான தூரம் அதிகரித்தது. சண்டையிடும் போதும் சரி, தகவல் எடுத்துச் செல்லும்போதும் சரி, ஹிட்லருடன் வந்தவர்கள்தான் பலியாகி உள்ளனரே தவிர, அவனுக்கு எதுவும் ஆனதில்லை.

ஆனால், சோம் என்ற போர்க்களத்தில் மூன்றரை மாதங்கள் தாக்குதலைச் சமாளிக்க வேண்டியிருந்தது. அங்கிருந்து தகவல் எடுத்துச் செல்கிறவர்கள் எதிரிகளின் பிடியிலிருந்து தப்புவது கடினமாக இருந்தது. அந்தப் பணியையும் தன்னிடமே தரும்படி கேட்டான். அவனுடைய துணிச்சலைப் பார்த்து இன்னொரு வீரனும் துணைக்கு வர ஒப்புக்கொண்டான்.

மோட்டார் சைக்கிளில் கரடுமுரடான பாதையில், ஐந்துநாட்கள் பயணம். உணவு இல்லை. தண்ணீர் இல்லை.

தலைமையகம் போய் திரும்போது, எதிரியின் துப்பாக்கிக் குண்டு ஹிட்லரின் காலில் பட்டது. அவனை ராணுவ மருத்துவ மனையில் சேர்த்தனர்.

இதுதான் அவனுக்குக் கிடைத்த நல்ல ஓய்வு. வசதியான படுக்கை. தினமும் குளியல். நேரத்துக்கு சாப்பாடு. பராமரிக்க செவிலியர்கள் என்று நிம்மதியாக ஓய்வெடுத்தான். ஆனால், சில நாட்களிலேயே போர்முனைகளின் நிலவரம் ஜெர்மனுக்கு சாதகமாக இல்லை என்ற தகவல் கிடைத்தது. மனம் சோர்ந்து போனான்.

மருத்துவ மனையிலேயே வீரர்கள் பலவாறு பேசுவதைக் கேட்க முடிந்தது.

"உணவு சரியில்லாமல், நிம்மதியாக படுத்துறங்க முடியாமல் எத்தனை நாள் அவதிப்படுவது? அதுதான், ஏதோ ஒரு நொண்டிச்சாக்குச் சொல்லிவிட்டு மருத்துவமனைக்கு வந்துவிட்டேன்."

"படையிலிருந்து எத்தனைபேர் தப்பி வந்தாலும், தளகர்த்தர்கள் கவனிப்பதே இல்லை"

"இந்த கொடூரமான யுத்தம் தேவைதானா?"

ஹிட்லர் மனம் நொந்தான். தியாக உணர்வுடன் போரிட வேண்டிய ஜெர்மானிய வீரர்கள், இப்படி கோழைத்தனமாக இருக்கிறார்களே என்று வருந்தினான்.

மருத்துவமனையிலிருந்து விடுவிக்கப்பட்டான். அங்கிருந்து பெர்லினுக்குப் போனான். தலைநகரைச் சுற்றிப்பார்த்தான். சில மாதங்களில் மியூனிக் நகருக்குத் திரும்பிய அவனிடம் மக்களின் மனநிலைய அறியும் பணியை தலைமை அதிகாரிகள் ஒப்படைத்தனர்.

மக்களுடன் மீண்டும் கலந்தான். அப்போது, போருக்கு எதிரான மனநிலை உருவாகி இருந்தது. ஜெர்மன் மக்களே, யுத்தத்திலிருந்து ஜெர்மன் விலக வேண்டும் என்று பேசுமளவுக்கு நிலைமை தீவிரமடைந்து இருந்தது.

முக்கியமான முதலாளிகளாக இருந்த யூதர்கள் இத்தகைய மனநிலையை ஏற்படுத்துவதை அறிந்தான். அவர்களுக்கு தங்கள் வர்த்தகம் பாதிக்கிறதே என்று கவலை.

மறுபுறம் மார்க்சிஸ்ட்டுகளும் யுத்த எதிர்ப்பு பிரச்சாரத்தில்

ஈடுபட்டிருப்பதைக் கண்டான். நீடிக்கும் யுத்தத்தால் தொழிலாளர்களின் வாழ்க்கை அவலநிலைக்கு செல்கிறதே என்ற கவலை அவர்களுக்கு.

நேசநாடுகளோ, தாங்கள் சமாதானத்திற்கு தயாராக இருப்பதாகவும், ஜெர்மன்தான் போரை நீடிப்பதாகவும் பிரச்சாரம் செய்தன.

பெரும்பான்மையான ஆண்கள் போர்க்களத்திற்கு போய்விட்ட நிலையில், விவசாய வேலைகளில் பெண்களே ஈடுபட வேண்டிய நிலை. உணவு உற்பத்தியில் கவனம் குறைந்து, ஆயுத உற்பத்தியில் அக்கறை அதிகரித்தது. மக்கள் மத்தியில் அரசுக்கு எதிரான போக்கு கொழுந்துவிட்டு பரவிக் கொண்டிருந்தது.

ஜெர்மன் முழுவதும் தொழிலாளர்கள் மாபெரும் வேலை நிறுத்தத்தில் ஈடுபட்டனர்.

அவன் மனதில் வன்மம் வளர்ந்தது. கம்யூனிஸ்ட்டுகளும், யூதர்களும்தான் ஜெர்மனியின் எதிரிகள் என்று தீர்மானித்தான்.

மக்கள் மனநிலையை மாற்றியவர்கள் யார் என்பதை அதிகாரிகளிடம் தெரிவித்தான். அவர்களுக்கும் அதே தகவல்கள் கிடைத்திருந்தன.

பின்னர், 1917 ஆம் ஆண்டு மார்ச் மாதம் மீண்டும் போர்முனைக்கு அனுப்பப்பட்டான் ஹிட்லர். ஜெர்மன் படை பலகீனமடைந்த நேரம் அது. வீரர்களுக்கு சரியான நேரத்தில் உணவு கிடைக்காது. அவர்களுக்கு உணவு ஏற்றிவரும் வாகனங்கள் ஏதேனும் சேற்றுப்பகுதியில் அகப்பட்டுக் கொள்ளும். அல்லது, எதிரிகளின் பிடியில் சிக்கிக்கொள்ளும்.

அதுபோன்ற சிக்கலான சமயத்தில் சக வீரன் ஒருவனைத் துணைக்கு அழைத்துக் கொண்டு, போரில் செத்துக்கிடக்கும் குதிரையின் மாமிசத்தையும், தண்ணீரையும் தேடி எடுத்து வருவான். அதைப் போர்முனையில் சமைத்துச் சாப்பிட வேண்டிய கட்டாயமும் ஏற்பட்டது.

அந்த மாதிரி மனச்சோர்வு அடைந்த சமயங்களில் எல்லாம், “ஜெர்மன் மக்களின் மறைமுக எதிரிகளை ஒழிப்பேன்” என்று ஆவேசமாக கத்துவான்.

1918 ஆம் ஆண்டு ஜீூன் மாதம் நடந்த ஒரு சம்பவம் ஹிட்லர் மீதான மேலதிகாரிகளின் மதிப்பை அதிகரிக்க

காரணமாக இருந்தது.

நல்ல வெயில் நேரம். எதிரிகளின் நிலவரத்தைத் தெரிந்து கொள்வதற்காக, ஒரு மேட்டின் மீது ஏறி நின்றான் ஹிட்லர். அப்போது, சரமாரியாக குண்டுகள் வந்து விழுந்தன. உடனே, பக்கத்தில் உள்ள சரிவில் இறங்கினான்.

அங்கு, எதிர்பாராத வகையில் ஏழெட்டு எதிரிகளிடம் சிக்கினான்.

ஆனால், தைரியத்தை இழக்கவில்லை. தன்னைச் சுற்றிலும் படைவீரர்கள் இருப்பது போல நடிக்கத் தொடங்கினான். தனது துப்பாக்கியால் எதிரிகளை கை உயர்த்தும்படி உத்தரவிட்டான். அவர்கள் ஆயுதங்களை கீழே போட்டனர்.

"முன்னோக்கி நகருங்கள்"

அவர்கள் அச்சத்துடன் நடந்தனர். இவனோ, தனது வீரர்களுக்கு போலியாக ஆணை பிறப்பித்தபடி முன்னேறினான். ஒருவழியாக தனது படைப்பிரிவு இருக்கும் இடத்திற்கு வந்துவிடடான். எதிரிகளை தந்திரமாக பிடித்துவந்த ஹிட்லரை படைத்தலைவர் பாராட்டினார்.

1918 ஆம் ஆண்டு ஆகஸ்ட் மாதம், ராணுவ வீரர்களுக்கு அரிதாகவே வழங்கப்படும் இரும்புச் சிலுவை விருது வழங்கப்பட்டது.

மேலும், ஐந்து பதக்கங்களையும் அவன் ஏற்கெனவே பெற்றிருந்தான். இவையெல்லாம் அவனுக்கு சந்தோஷத்தை அளிக்கவில்லை.

யுத்தத்தில் விஷப்புகையின் பயன்பாடு அதிகரித்து வந்தது. இரவு நேரத்தில் விஷப்புகை தாக்குதல். பகல் நேரத்தில் பீரங்கித்தாக்குதல்.

1918 ஆம் ஆண்டு அக்டோபர் மாதம், எதிர்பாராத விதமாக விஷப்புகைத் தாக்குதலுக்கு ஹிட்லர் இரையானான். அவனுடைய பார்வை பறிபோனது.

"எனது வாழ்க்கை முடிந்துவிட்டதாகவே கருதினேன்" என்றான் ஹிட்லர்.

ஆனால், பாஸாவெக் என்ற மருத்துவமனையில் சிகிச்சைக்காக அனுமதிக்கப்பட்டான்.

1918 ஆம் ஆண்டு நவம்பர் மாதம் 10 ஆம் தேதி,

மருத்துவமனைக்கு வயதான பாதிரியார் ஒருவர் வந்தார். “மன்னர் கெய்ஸர் முடிதுறந்து நாட்டைவிட்டு ஹாலந்துக்கு ஓடிவிட்டார். ஜெர்மன் குடியரசாகிவிட்டது” என்று அறிவித்தார்.

ஹிட்லர் உள்ளுக்குள் உடைந்து அழுதான். சாவின் விளிம்பைச் சந்தித்து திரும்பிய தனது பணி வீணாகிவிட்டதே என்ற வேதனை அவனை வாட்டியெடுத்தது.

இந்த யுத்தம் சாதித்து என்ன?

பலியான படைவீரர்கள் எண்ணிக்கை சுமார் ஒரு கோடிப் பேர். இவர்கள் கணக்கில் வந்தவர்கள். கணக்கில் வராத 30 லட்சம் பேர் உயிரிழந்தோராக கருதப்பட்டனர்.

உயிரிழந்த பொதுமக்கள் ஒரு கோடியே 30 லட்சம் பேர். சுமார் 2 கோடிப் பேர் காயமடைந்தனர்.

30 லட்சம் பேர் போர்க்கைதிகளாக சிறைப்பிடிக்கப் பட்டனர். 90 லட்சம் குழந்தைகள் அனாதைகளாகினர்.

50 லட்சம் பெண்கள் விதவையாகினர். ஒரு கோடிப் பேர் நாட்டைவிட்டு வெளிநாடுகளுக்கு ஓடித் தஞ்சம் புகுந்தனர்.

போருக்காக செலவான தொகை எவ்வளவு தெரியுமா?

சுமாராக 615 லட்சம் கோடி ரூபாய். இதில் ஜெர்மனிக்கு மட்டும் செலவான தொகை, சுமார் 227 லட்சம் கோடி ரூபாய்.

இவ்வளவுக்கும் பிறகு, போரினால் விளைந்த ஒரே நன்மை, ஜெர்மனி, ஆஸ்திரியா ஆகிய நாடுகளின் சக்கரவர்த்திகள் ஆட்சியைத் துறந்து நாட்டைவிட்டு ஓடினர். ரஷ்யா, பல்கேரியா ஆகிய இரண்டு நாடுகளின் ஜார் அரசர்கள் மண்ணோடு மண்ணாக புதைக்கப்பட்டனர்.

பிரஷ்யா, சாக்ஸனி, பவேரியா, ஊர்டம்பர்க், ஹங்கேரி, கிரீஸ் ஆகிய ஏழு நாடுகளின் அரசர்கள் முடி துறந்தனர்.

ஜெர்மனியின் பிரதமராக சமூக வாதக் கட்சியின் சார்பில் ஈபர்ட் பிரதமராக நியமிக்கப்பட்டார். ராணுவத் தளபதி ஹிண்டென்பர்க் உள்ளிட்ட உயரதிகாரிகள், புதிய குடியரசை ஆதரிப்பதாக அறிவித்தனர்.

சண்டை நிறுத்த உடன்படிக்கை கையெழுத்தானது. சமாதான உடன்படிக்கை தயாராகி வருவதாக அறிவித்தனர்.

மருத்துவமனையிலிருந்து சுகமாகி வெளியே வந்த ஹிட்லர், மனச்சோர்வுடன், ராணுவத்தில் போய் சேர்ந்தான்.

ஜெர்மனியை பலத்த இழப்புக்கு உள்ளாக்கிய வெர்செய்ல்ஸ் உடன்படிக்கை கையெழுத்தாகிறது

வலுவடைந்த புயல்

ராணுவ நிர்வாகத்தில் முன்பு போல ஒழுங்கு இல்லை. ஹிட்லருக்கு பிடிக்கவில்லை.

போர்க்கைதிகளாக பிடிக்கப்பட்ட வீரர்களை ட்ரவுன்ஸ் டீன் என்ற இடத்தில் அடைத்து வைத்திருந்தனர். அவர்களைப் பாதுகாக்கும் பணிக்கு, போர்முனையில் பயிற்சி பெற்ற ராணுவ வீரர்கள் தேவை என்ற விளம்பரத்தை பார்த்தான் ஹிட்லர்.

அந்த வேலைக்கு விண்ணப்பித்தான். டிசம்பர் மாத மத்தியில் அந்த வேலை கிடைத்தது. அங்குபோய் வேலையை ஒப்புக்கொண்டான். அங்கு அவனுக்கு பெரிதாக வேலை எதுவும் இல்லை.

கைதிகள் அடைக்கப்பட்டுள்ள சிறைச்சாலைக்கு வெளியே, குதிரையில் அமர்ந்தபடி, சிறைக்கு வருவோர் போவோரைக் காவல் காக்க வேண்டும்.

அந்தச் சமயத்தில் பவேரியாவில் அரசியல் நிலை மோசமாக இருந்தது. போல்ஷ்விக்குகளுக்கும், மற்ற கட்சியினருக்கும் இடையே கலகங்கள் சகஜமாகின. ராணுவத்தினர் இந்தக் கலகத்தை கண்டுகொள்வதில்லை.

ஜெர்மனியில் பொதுமக்கள் மத்தியிலும், ராணுவ வீரர்கள் மத்தியிலும் குழப்பம் நிலவியது. சண்டை நிறுத்த உடன்படிக்கை கையெழுத்தானாலும், ஜெர்மனிக்கு வெளியிலிருந்து உணவுப்பொருட்கள் வருவது தடை செய்யப்பட்டிருந்தது.

நாடாளுமன்றத்தில் மார்க்சிஸ்ட்டுகளின் எண்ணிக்கை அதிகரித்திருந்தது. அவர்கள், ராணுவத்தினரை தங்கள் அணியில் சேர்க்கவும், கட்சியை வலுப்படுத்தவும் முயற்சிகளில் ஈடுபட்டிருந்தனர்.

யுத்தத்தில் ஜெர்மன் தோற்றதற்கு மார்க்சிஸ்ட்டுகளும், யூதர்களும் செய்த எதிர்ப்பிரச்சாரம்தான் காரணம் என்று ஹிட்லர் முடிவுக்கு வந்திருந்தான்.

மார்க்சிஸ்ட்டுகளும், யூதர்களும் இல்லாத ஜெர்மனிதான் உலகை வெற்றிகொள்ள முடியும் என்று உறுதியாக நம்பினான்.

அவர்களை நாட்டைவிட்டு வெளியேற்ற வேண்டும். அல்லது, அழித்துவிட வேண்டும். ஜெர்மன் தேசிய வாதம்தான் உலகின் மிக உயர்ந்த ஆரிய இனத்தின் பெருமையை தக்கவைக்க முடியும் என்று அவனுக்குள் வெறித்தனமான எண்ணம் வேரூன்றி விட்டது.

ஆனால், இப்போது அவன் பார்க்கும் வேலையில் அவனுக்கு திருப்தி இல்லை. இதை விட்டுவிடவும் மனமில்லை.

"ஐயா, சோம்பேறித்தனமாக இருப்பதற்கு பிடிக்கவில்லை. எங்களுக்கு ஏதேனும் ஒரு வேலை தாருங்கள்"

நண்பர்கள் சிலரைச் சேர்த்துக்கொண்டு, மேலதிகாரிகளிடம் போய்க் கேட்டான் ஹிட்லர்.

விஷப்புகையிலிருந்த வீரர்களைப் பாதுகாக்க ஏராளமான முகமூடிகள் வாங்கப்பட்டிருந்தன. அவை அங்கு மலைபோல குவிக்கப்பட்டிருந்தன. அவற்றில் நல்லவற்றை தனியாகவும், ஆகாதவற்றை தனியாகவும் பிரிக்கும்படி அதிகாரி வேலை கொடுத்தார்.

இந்த வேலை ஹிட்லருக்கு பிடித்திருந்தது. இதில் கூடுதலாக மூன்று மார்க் ஊதியம் கிடைத்தது.

மியூனிக் நகர பீர்ஹால் தோற்றம்

1919 ஜனவரி மாதம் பாரீஸ் நகரில் சமாதான மாநாடு நடைபெற்றது. இதில் பங்கேற்க ஜெர்மனிக்கு அழைப்பில்லை. வெற்றி பெற்ற நேசநாடுகளின் பிரதிநிதிகள் கூடியிருந்தனர். ஜெர்மனியின் வசமிருந்த பகுதிகளை யார் யாருக்கு எவ்வளவு பிரித்துக் கொள்வது என்பதை முடிவு செய்வதற்காக கூடிய மாநாட்டில், ஜெர்மனுக்கு என்ன வேலை இருக்கப் போகிறது?

யுத்தத்தில் கலந்துகொண்ட நாடுகள், வெளியிலிருந்து ஆதரவு கொடுத்த நாடுகள் என்று உலகம் முழுவதும் இருந்து ஏராளமான பிரதிநிதிகள் பாரீசில் குவிந்திருந்தனர். இந்த மாநாட்டு பிரதிநிதிகள் அனைவரும் ஒரே இடத்தில் கூடி ஒருமித்த கருத்துக்கு வருவது எளிதல்ல என்பதால், அமெரிக்கா, பிரிட்டன், பிரான்ஸ், இத்தாலி, ஜப்பான் ஆகிய ஐந்து வல்லரசு நாடுகள் அடங்கிய குழு அமைக்கப்பட்டது. அந்த நாடுகளின் சார்பில், தலா இரண்டு பிரதிநிதிகள் வீதம் நியமிக்கப்பட்டனர். இவர்களாலும் ஒருமித்த கருத்துக்கு வரமுடியவில்லை.

அதாவது, பங்குபோடுவதில் விட்டுக்கொடுக்க இயலவில்லை. ஒருவர் விரும்பியதை இன்னொருவர் கேட்டால் எப்படி ஒருமித்த கருத்து ஏற்படும்?

நாட்கள் நகர, நகர ஜப்பானும், இத்தாலியும் இந்த மாநாட்டிலிருந்து ஒதுங்கின. அமெரிக்கா, பிரிட்டன், பிரான்ஸ்

ஆகிய மூன்று நாடுகளின் பிரதிநிதிகளான, அன்றைய அமெரிக்க அதிபர் உட்ரோ வில்ஸன், பிரிட்டிஷ் பிரதமர் லாயிட் ஜார்ஜ், பிரான்ஸ் அதிபர் கிளெமன்ஷோ ஆகிய மூவரும் ஆட்டியபடி மாநாட்டுப் பிரதிநிதிகள் ஆடினர்.

யுத்தத்தில் தோற்ற ஜெர்மனியை மீண்டும் உயிர்ப்பிக்க இயலாதபடி எப்படி புதைப்பது என்பதிலேயே இவர்களின் கவனம் முழுவதும் இருந்தது.

ஒருவிதமாக சமாதான உடன்படிக்கை தயாரிக்கப்பட்டது.

எகிப்து, சயாம், லைபீரியா, மொராக்கோ, சீனா, துருக்கி, பல்கேரியா ஆகிய நாடுகளில் ஜெர்மனிக்கு இருந்த உரிமைகள் பறிக்கப்பட்டன.

ஜெர்மனிக்குச் சொந்தமான குடியேற்ற நாடுகள் அனைத்தும் அதனிடமிருந்து பிடுங்கப்பட்டன.

ஜெர்மன் ராணுவத்தில் ஒரு லட்சம் வீரர்களும், ஆறு போர்க்கப்பல்கள், 12 நாசகாரிக் கப்பல்கள் மட்டுமே வைத்துக்கொள்ளலாம்.

விமானப்படை கட்டாயமாக வைத்திருக்கக் கூடாது.

அதேசமயம், நேசநாடுகளுக்கு இந்த நிபந்தனைகள் எவையும் பொருந்தாது. சர்வதேச சங்கம் அமைக்கப்படும். அதில் ஜெர்மனி சேர்க்கப்படமாட்டாது. எந்த ஒரு நாடும் பேச்சுவார்த்தை மூலம் மட்டுமே பிரச்சினைகளைத் தீர்த்துக் கொள்ள வேண்டும். அதற்கு இந்த சங்கம் உதவும்.

சர்வதேச தொழிலாளர் சங்கம், சர்வதேச நீதிமன்றம் ஆகியவை அமைக்கவும் இந்த மாநாட்டுத் தீர்மானத்தில் வகை செய்யப்பட்டிருந்தது.

மாநாடு முடிந்து 440 பிரிவுகளைக் கொண்ட தீர்மானத்தில் ஜெர்மனியிடம் கையெழுத்து வாங்குவதுதான் பாக்கி.

இதற்குள், 1919 மார்ச் மாதம் யுத்தக்கைதிகளாக பிடிக்கப்பட்டிருந்தவர்கள் விடுதலையாகி, அவரவர் நாடுகளுக்கு திரும்பிக் கொண்டிருந்தனர்.

மியூனிக் நகரில் மட்டும் 30 ஆயிரம் பேர் இப்படி திரும்பி வந்தார்கள். அவர்களுக்கு வேலை இல்லை. பொதுமக்களுக்கு உணவுப்பொருள் கிடைக்கவில்லை.

ஜெர்மனி களையிழந்து விட்டது. ராணுவவீரர்களிடம் புரட்சி

முதல் உலகப் போரில் பங்கேற்ற நாடுகளின் தலைவர்கள் பாரீஸில் கூட்டிய சமாதான மாநாடு

மனப்பான்மை புகுந்துவிடக் கூடாது என்று புதிய அரசு அஞ்சியது. போல்ஷ்விக்குகளின் கையில் ஆட்சி நிர்வாகம் போய்விடக்கூடாது என்று சமூகவாதக் கட்சியின் தலைமையிலான அரசு நினைத்தது.

வீரர்களுக்கு அரசியல் வகுப்பு எடுக்கும்படி ராணுவத்தலைவர்களுக்கு உத்தரவிடப்பட்டது. வீரர்களின் மனப்போக்கு எப்படி இருக்கிறது. எத்தனைபேர் எந்தக் கட்சியைச் சேர்ந்தவர்களாக இருக்கிறார்கள்? என்பது பற்றி கணக்கெடுக்கும் வேலையை ஹிட்லரிடம் கொடுத்தனர். அதை அவன் சிறப்பாக செய்தான்.

அடுத்து, வீரர்களுக்கு அரசியல் வகுப்பு எடுக்கும் பொறுப்பு அளிக்கப்பட்டது.

இதுதான் ஹிட்லர் தனது அரசியல் முதிர்ச்சியை வெளிப்படுத்த கிடைத்த முதல் சந்தர்ப்பம். ராணுவ வீரர்கள் எந்தக் கட்சியையும் சார்ந்திருக்கக் கூடாது. நாட்டுப்பற்று ஒன்றே அவர்களுடைய குறியாக இருக்க வேண்டும் என்று அவன் வலியுறுத்தினான்.

அவனுடைய வகுப்புகளுக்கு வரும் வீரர்கள், அவன் சொல்வதை சரியென்று நம்பும் வகையில் பேசினான். மேலதிகாரிகளுக்கு அவன்மீது நல்ல அபிப்ராயம் ஏற்பட்டது. ஜெர்மனியின் பெருமையை நிலைநாட்ட வேண்டும் என்ற அக்கறை அவர்களுக்கும் இருந்தது.

அதேசமயம், நாடுமுழுவதும் இன்னொரு ஆபத்து அதிகரித்தது. முக்கியமான பீர்ஹால்களில் குழுக்களாக கூடுவதும், புதிய கட்சிகள் தொடங்குவதும் சாதாரண நிகழ்வுகளாகி விட்டது.

வேலையற்றவர்கள், விதவிதமாக யோசித்தார்கள். எதிர்காலத் திட்டங்களாக எதையெதையோ அறிவித்தனர்.

ஜெர்மனி நகரங்களில் பீர்ஹால்கள் ஏராளமாக இருந்தன. இங்கு கூட்டம் கூடலாம். தொட்டியில் கலந்துவைத்துள்ள பீரை வேண்டும் அளவுக்கு குடிக்கலாம். எதையும் பேசலாம். சண்டைபோடலாம். எதற்கும் கேள்வி கேட்பாரில்லை.

இதுபோன்ற ஹால்களில் என்ன நடக்கிறது என்பதை உளவறிந்து வரும்படி ஹிட்லருக்கு அதிகாரிகள் உத்தரவிட்டனர். போர்முனைக்குச் சென்று திரும்பியவர்களும், குடியரசை எதிர்ப்பவர்களும், நாட்டை புதிய திசையில் திருப்ப நினைப்பவர்களும் தனித்தனியாக கூடி ஆலோசனை நடத்தினர். அவர்களுடைய பேச்சுக்களையெல்லாம் குறிப்பெடுத்துக் கொண்டுவந்து அதிகாரிகளிடம் கொடுத்தான்.

நாட்டின் விடுதலைக்கு எத்தனை பேர் தயாராக இருக்கிறார்கள்? எத்தனைபேர் உறுதியாக இருக்கிறார்கள்? ஜெர்மன் தேசியவாதம் எத்தனை பேரை கவர்ந்துள்ளது? நாட்டின் விடுதலைக்கு என்ன செய்யலாம் என்று கருதுகிறார்கள்?

ஹிட்லர் இப்படியொரு கணக்குப் போட்டான். இதை யாரிடமும் சொல்லவில்லை. ஜெர்மனியின் எதிர்காலத்தில் தனக்கு ஒரு பங்கு உண்டு என்று உணர்ந்தாலும், அது எத்தகையது? என்பதை அவனால் தீர்மானிக்க முடியவில்லை.

ஹிட்லரை ஆதரிக்க அப்போது ஏராளமான நண்பர்கள் இருந்தனர். அவனுடைய நாட்டுப்பற்றை வியந்தவர்கள் அவர்கள். அவன் அழைத்தால் உடன் வரத் தயாராக இருந்தனர். நான்கு பேர் சேர்ந்து கட்சி ஆரம்பிக்கும்போது, தான் மட்டும்

"இதைக்காட்டிலும் படுமோசமான யோசனை எதுவும் இருக்க முடியாது" என்றான் ஹிட்லர் ஆவேசமாக

ஏன் கட்சி ஆரம்பிக்கக் கூடாது? என்ற கேள்வி இயல்பாகவே அவனுக்குள் எழுந்தது.

யுத்தத்திற்கு பிறகு அமைந்த குடியரசுக்கு பிரின்ஸ் மாக்ஸ் பிரதமரானார். அப்போது, அனைத்துப் பிரிவினரும் அடங்கிய அரசாக இருக்க வேண்டும் என்பதற்காக, சமூகவாத மக்கள் ஜனநாயகக் கட்சியின் உறுப்பினர்களை அரசாங்கத்தில் சேர்த்துக் கொண்டார்.

இந்தக் கட்சியினர், மார்க்ஸின் கொள்கைகளை ஆதரித்து கடைப்பிடித்தவர்கள். இவர்களுடைய அரசியல் நடவடிக்கை பிடிக்காத சிலர், சுயேச்சை சமூகவாத ஜனநாயகக் கட்சி என்ற பெயரில் இயங்கினர்.

அவர்களில் இருந்து பிரிந்த சிலர், முதலாளித்துவத்தை நேர்முகமாக எதிர்த்துப் போராடி ஜெயிக்க வேண்டும் என்ற நோக்கில் ஸ்பார்ட்டகிஸ்ட் கட்சியை தொடங்கினர்.

இந்த மூன்று கட்சிகள் தவிர, நிலச்சுவான்தார்களையும், அவர்களது பரம்பரை உரிமைகளையும் ஆதரித்த கட்சியினர் தங்களை தேசியவாதிகள் என்று அழைத்துக் கொண்டனர்.

தொழிற்சாலைகளை வைத்து நடத்துகிறவர்களும், வியாபாரிகளும் மக்கள் கட்சி என்ற பெயரில் கட்சி நடத்தினர்.

மத உணர்ச்சியை மட்டுமே அடிப்படையாக வைத்து தொடங்கப்பட்ட கத்தோலிக்க மத்திய கட்சியும்

அரசியல் நடவடிக்கைகளை தீர்மானிக்கும் சக்தியாக இருந்தது. பவேரியாவில் தொடங்கப்பட்ட இந்தக் கட்சி, பிரஷ்யாவிலும் வலுவாக இருந்தது. ஆட்சியைக் கைப்பற்ற இந்த கட்சியின் ஆதரவு அவசியம் என்ற நிலை இருந்தது. இவர்கள் மன்னராட்சியை ஆதரித்தவர்கள். கம்யூனிஸ்ட்டுகளை நாத்திகர்கள் என்று கூறி எதிர்த்தவர்கள்.

இந்நிலையில்தான், ஜெர்மனியை சுத்தமாகத் துடைத்து அழிக்கும் வகையிலான, பாரீஸ் சமாதான உடன்படிக்கையில் கையெழுத்திடுவதற்காக, ஜெர்மன் பிரதிநிதிகளை வார்ஸேலுக்கு வரும்படி அழைப்பு அனுப்பினர்.

1919 ஏப்ரல் மாதம் 29 ஆம் தேதி வார்ஸேல் சென்ற அந்தப் பிரதிநிதிகள் பல்வேறு அவமதிப்புகளுக்கு ஆளாக நேர்ந்தது. பாரீஸ் சமாதான உடன்படிக்கையைப் படித்துப்பார்த்த அவர்கள் தங்களுக்கு மிகப்பெரிய அநீதி இழைக்கப்பட்டுள்ளதாக கருதினர்.

யுத்தத்திற்கான முழுப்பொறுப்பையும் ஜெர்மன் மீது சுமத்தியிருப்பதை பிரதிநிதிக் குழவின் தலைவரான ப்ராக்டார்ப் ராண்ட்ஸௌ கடுமையாக எதிர்த்தார். இதில் கையெழுத்துப் போடமுடியாது என்று நிராகரித்தார். தனது பதவியை ராஜினாமா செய்தார்.

ஜெர்மனியிலோ, உணவுத்தட்டுப்பாடு அதிகரித்தது. பொருளாதாரம் முடங்கிக் கிடந்தது. உடன்படிக்கையில் கையெழுத்திட மறுத்தால் மக்கள் வாழ்க்கை சீரழிந்துவிடும். கையெழுத்திடுவதைத் தவிர வேறு வழியே இல்லை என்று ஜெர்மன் குடியரசுத்தலைவராக இருந்த சமூகவாத மக்கள் ஜனநாயகக் கட்சியைச் சேர்ந்த ஈபர்ட் முடிவு செய்தான்.

யுத்தத்திற்கு ஜெர்மனிதான் முக்கிய பொறுப்பு என்ற வரிகளையாவது எடுத்துவிட பிரதிநிதிகள் முயற்சி மேற்கொண்டனர். அதுவும் ஏற்கப்படவில்லை. கடைசியில் ஜூன் மாதம் 28 ஆம் தேதி உடன்படிக்கையில் கையெழுத்திட்டு திரும்பினர்.

நாட்டின் அரசியல் நிலவரம் இப்படியிருக்க, ஹிட்லர்

தனக்கிட்ட வேலையில் தொடர்ந்து ஈடுபட்டிருந்தான்.

1919 ஆம் ஆண்டு ஏப்ரல் மாதம் மியூனிக் நகர பீர்ஹாலில் இரவு எட்டு மணிக்கு நடைபெற்ற ஒரு கட்சியின் கூட்டத்திற்கு சென்றான். ஜெர்மன் தொழிலாளர் கட்சி என்ற பெயரில் 25 பேர் அந்தக் கூட்டத்தில் கூடியிருந்தனர்.

கம்யூனிஸ்ட் கட்சியில் சேர்ந்து தொழிலாள்கள் தொல்லைகளைச் சந்திப்பதாகவும், அதைத் தடுக்கும் வகையில் புதிய கட்சி தொடங்கப்பட வேண்டும் என்றும், ஜெர்மானியர் அனைவரும் ஒன்றுபட்டு நிற்க வேண்டும் என்றும் கூட்டத்தலைவன் பேசினான்.

அவன் பேசி முடித்ததும் ஹிட்லர் வெளியேற நினைத்தான். அப்போது, மியூனிக் நகர கல்லூரி பேராசிரியர் ஒருவர் எழுந்தார். சரி, அவர் பேசுவதையும் கேட்கலாம் என்று நின்றான்.

"ஜெர்மனியில் சமூகவாதிகளும், யூதர்களும் நிறைந்திருக்கின்றனர். இவர்கள் செய்த குழப்பத்திலேயே நமக்கு தோல்வி ஏற்பட்டது. எனவே, பிரஷ்யாவிலிருந்து பவேரியா தனியாக பிரிய வேண்டும். தெற்கு ஜெர்மானி ஐக்கியத்தை உருவாக்க வேண்டும்"

இவ்வாறு அவர் பேசியதும், ஹிட்லர் தனது பணியையும் மறந்து ஆவேசமடைந்தான்.

"இதைக்காட்டிலும் படுமோசமான யோசனை எதுவும் இருக்க முடியாது. ஜெர்மனி என்ற கப்பல் மூழ்கும் நிலையில் இருக்கிறது. இதற்கு காரணமான சமூகவாதிகளையும், யூதர்களையும் வெளியேற்றிவிட்டு கப்பலைக் காப்பாற்ற முயற்சி செய்யக்கூடாதா?"என்று ஆத்திரமாக கேட்டான் ஹிட்லர்.

அவனுடைய பேச்சு கூட்டத்திலிருந்தவர்களை பிரமிக்கச் செய்துவிட்டது. அனைவரும் திகைத்து நின்றனர். கூட்டம் மெதுவாகக் கலைந்தது. அப்போது, கூட்டத்தில் இருந்த ஒருவர், அவனுடைய கையில் துண்டு பிரசுரம் ஒன்றைத் திணித்துவிட்டு போனார்.

தனது அறைக்கு வந்த பின்னரும் தனது பேச்சு அந்தக் கூட்டத்தில் ஏற்படுத்திய பாதிப்பு அவனை அலைக்கழித்தது. பெரும்பான்மை மக்கள் தனது நிலையில்தான் இருக்கிறார்கள் என்பதைப் புரிந்துகொண்டான். தேசியவெறி மக்களை

ஒன்றிணைக்கும் என்ற தனது முடிவு சரியானதுதான் என்பதை உணர்ந்தான்.

அப்போது, கூட்டத்தில் தன்னிடம் கொடுத்த துண்டுப்பிரசுரம் நினைவுக்கு வந்தது. அதை எடுத்துப் படித்துப்பார்த்தான்.

அதை எழுதியவரின் பெயர் ஆண்டன் ட்ரெக்ஸ்லர். எல்லா வகையிலும் யுத்தத்தை நீடிக்க வேண்டும் என்பதை அவன் வலியுறுத்தி இருந்தான்.

அவன்தான், சில நண்பர்களைச் சேர்த்துக் கொண்டு தொழிலாளர் கட்சியை தொடங்கியிருந்தான்.

ஒருவாரம் கழிந்திருக்கும். ஹிட்லருக்கு ஒரு கடிதம் வந்தது. ட்ரெக்ஸ்லர் எழுதியிருந்தான். புதன்கிழமை பீர்ஹாலில் கட்சியின் கூட்டம் இருப்பதாகவும், அதில் கலந்து கொள்ளும் வகையில் ஹிட்லரை கட்சி உறுப்பினராக சேர்த்திருப்பதாகவும் அவன் எழுதியிருந்தான்.

ஹிட்லர் அந்தக் கூட்டத்திற்கு போயிருந்தான். நான்கு பேர் மட்டுமே ஒரு சிறிய டேபிள் முன் அமர்ந்திருந்தனர். மொத்தமே அந்தக் கட்சியில் ஆறுபேர்தானாம். அதிலும் இருவர் வேறு வேலை காரணமாக வர இயலவில்லை என்று கூறிவிட்டார்களாம்.

ஹிட்லரைப் பார்த்ததும் ட்ரெக்ஸ்லர் எழுந்து வந்து கைகுலுக்கி வரவேற்றான். அவனை ஏழாவது உறுப்பினராக சேர்த்திருப்பதாக நண்பர்களுக்கு அறிமுப்படுத்தினான்.

ஹிட்லர் சிரித்துக் கொண்டான்.

வேலைத்திட்டமில்லை. ரப்பர் ஸ்டாம்ப் இல்லை. மிகச்சிலரே உள்ள இந்தக் கட்சியில் சேர்ந்து எதைச் சாதிக்க முடியும்? என்று குழம்பினான்.

ஆனால், சிறிய அமைப்பையே தனது இஷ்டத்திற்கு வளைக்க முடியும். தனது ஆற்றலையும் வெளிப்படுத்த முடியும் என்று முடிவு செய்தான்.

அடுத்த யோசனையே இல்லை. கட்சியில் உறுப்பினராக சேர்ந்தான்.

வேலையின்றி தவித்த முன்னாள் ராணுவத்தினரை இணைத்து அதிரடிப் படையை அமைத்தான் ஹிட்லர்

திரும்ப வைத்த திமிர்

"ஐயா, தர்மம் போடுங்கய்யா"

இப்படி பிச்சை எடுப்பவரிடம், அவர் யாரென்று கேட்டால், தன்னை ஒரு முன்னாள் ராணுவ வீரன் என்பார்.

"கனவான் அவர்களே, உங்கள் பூட்ஸுகளுக்கு பாலீஷ் போடவா?"

இப்படி கேட்பவர் முன்னாள் படைத்தலைவராக இருப்பார்.

குடியரசாக மாறிவிட்டதே தவிர, முடியாட்சிக் கோட்பாடுகளுக்கு மாற்றாக, புதிய குடியரசுத் திட்டம் எதுவும் வடிவமைக்கப் படவில்லை.

வார்ஸேல் உடன்படிக்கை இன்னும் அமலாகவில்லை. உணவுப்பொருள்கள் எதுவும் ஜெர்மனுக்கு வரவில்லை. உயிர்காக்கும் மருந்துகள். சத்துணவுகள் எதுவுமில்லை.

யுத்த காலத்தில் பட்ட அவஸ்தைகளைவிட, இப்போது மக்கள் பெரிதும் துன்பமடைந்தனர்.

ஜெர்மனிக்கு எதிரான நேச நாடுகளின் போக்கு கொடூரமாக இருந்தது.

இறப்பு விகிதம் அதிகரித்தது. பிறப்பு விகிதம் குறைந்தது. உற்பத்தியும் வீழ்ச்சியடைந்தது. ஆனால், ஜெர்மன் யுத்த இழப்பீட்டைத் திருப்பித்தர வேண்டும் என்று அவசரப்படுத்தினர்.

இதற்கெல்லாம் விடிவு வராதா? என்று மக்கள் ஏங்கத் தொடங்கினர். ஜெர்மனியின் வசமிருந்த 13 நாடுகள் பறிக்கப்பட்டு அங்கிருந்த ஜெர்மானியர்கள் சொந்த நாட்டுக்குப் போகும்படி விரட்டியடிக்கப் பட்டனர். இருக்கிறவர்களே வேலையில்லாமல் திண்டாடிக் கொண்டிருந்தனர். புதிதாக தாயகம் வந்தவர்கள் நிலை பரிதாபமாகியது. திணறிக்கொண்டிருந்தது ஜெர்மன்.

மக்கள் தொழிலாளர் கட்சியில் சேர்ந்துவிட்டான் ஹிட்லர். அந்தக் கட்சியின் பிரச்சாரத்திற்கு பொறுப்பாளனாகவும் நியமிக்கப்பட்டு விட்டான்.

ஆனால், இப்படி ஒரு கட்சி இருப்பதே மக்களுக்குத் தெரியாது. கட்சியை விளம்பரப் படுத்துவதற்கு போதுமான நிதிவசதியும் இல்லை.

கட்சியின் லட்சியம் பெரிதாக இருக்கலாம். அது பொதுமக்களுக்குத் தெரியவேண்டாமா? இதற்கான காரியங்களில் தீவிரமாக இறங்கினான். முதலில், மாதத்திற்கு ஒருமுறை பொதுக்கூட்டம் ஏற்பாடு செய்வது என்று கட்சியில் முடிவு செய்யப்பட்டது. இது போதாது என்றான் ஹிட்லர். மாதத்திற்கு இருமுறை கூட்டம் கூட்டலாம் என்று ஒப்புக்கொள்ளப்பட்டது.

முடிவு சரி. கூட்டம் நடப்பது தெரிந்தால்தானே பொதுமக்கள் வருவார்கள்?

விளம்பரப்படுத்துவதற்கு பணம் வேண்டுமே? கட்சியில் நிதிவசதி கிடையாது. தன் கைப்படவே அழைப்பிதழ்களை எழுதுவான். எண்பது அழைப்பிதழ் வரை எழுதி, அவற்றை எண்பது வீடுகளுக்கு நேரில் போய் கொடுப்பான்.

கூட்டம் தொடங்குவதற்கு ஒரு மணி நேரம் வரை தாமதிப்பார்கள். தொடக்கத்தில் 7 உறுப்பினர்களுடன்தான்

கட்சியில் சேருவோரின் எண்ணிக்கை வேகமாக அதிகரித்தது

கூட்டம் தொடங்கும். ஹிட்லர் மனம் சோரமாட்டான்.

மெதுமெதுவாக கட்சிக் கூட்டத்திற்கு வருவோரின் எண்ணிக்கை 47 ஆகியது. இந்த சொற்ப எண்ணிக்கையில் வளர்ந்தால், லட்சியத்தை எட்டுவதற்கு எத்தனை காலம் பிடிக்கும் என்பதை நினைத்துப் பார்த்தான்.

உறுப்பினர்கள் ஏழு பேரும் ஆளுக்குக் கொஞ்சம் நன்கொடை செலுத்தி, பத்திரிகையில் பொதுக்கூட்டம் குறித்து விளம்பரம் செய்வது என்ற யோசனையை முன்வைத்தான்.

அதற்கு நல்ல பலன் கிடைத்தது. அந்தப் பொதுக் கூட்டத்திற்கு வந்தவர்களை ஹிட்லர் எண்ணிப்பார்த்தான். 111 பேர் வந்திருந்தனர். அவனுக்கும் மற்ற உறுப்பினர்களுக்கும் சந்தோஷம். பெரிய வெற்றி என்று திருப்தி அடைந்தனர்.

எப்போதுமே எடுத்தவுடன் ஹிட்லர் பேசமாட்டான். முதலில் ஒருவரைப் பேச வைப்பான். அவன் பேச்சுக்கு கூட்டத்தினரின் எதிர்ப்பிரதிபலிப்பை கணிப்பான். அதற்கு தகுந்தபடி அவன் பேச்சு அமையும்.

இதுவரை சிறிய கூட்டத்தினர் முன் பேசியே பழகிப்போன ஹிட்லருக்கு இது புது அனுபவம்.

ஆனால், அந்தக் கூட்டத்தில் 30 நிமிடங்கள் பேசினான். ஆவேசம் வந்தவனாய் ஜெர்மன் தேசிய வெறியைக் கிளறும் வகையில் பேசினான். வார்த்தைகள் தீக்கங்குகளாய் சிதறின. தேசப்பற்று அனலாய் பரவும் வகையில் கத்தினான். இரண்டு கைகளையும் விரித்துக்கொண்டு, ஜெர்மனியின் பழைய பெருமைகளையும், இன்றைய இழிநிலையையும் கண்ணீர் மல்க விவரிப்பான். ஜெர்மனியை உலக நாடுகள் மத்தியில் உன்னதமான இடத்திற்கு கொண்டு செல்வதற்காக உயிரையும் தரச் சித்தமாயிருப்பதாக உறுதி தொனிக்கும் குரலில் முழங்குவான்.

தன்னை இறைவனின் தூதர்போல அவன் கருதிக்கொள்வான். சிறுவயதில் பாதிரியாராக போவதாக தாயிடம் கூறியவனல்லாவா? பாதிரியார்கள் போல பிரசங்கம் செய்ததையும், மற்றவர்கள் மண்டியிட்டு பிரார்த்தித்தையும் நினைத்துக் கொள்வான்.

அவனது பேச்சு கூட்டத்தினரை கட்டிப்போட்டது. ஒருவரும் அசையவில்லை. ஜெர்மனியை மீட்க வந்தவனைப்போல இவனை மக்கள் பார்த்தனர். அந்த கூட்டம் நடந்த இடத்திலேயே 300 மார்க்குகள் வசூலாகியது. அடுத்தடுத்து பொதுக்கூட்டங்கள் ஏற்பாடு செய்யப்பட்டன. கூட்டம் பெருகியது.

கட்சியின் வளர்ச்சிக்கு சில ஆடம்பரமான யுத்திகள் அவசியம் என்பதை ஹிட்லர் தெரிந்து வைத்திருந்தான். மற்றவர்களிடம் இருந்து தனது கட்சியை தனித்துக் காட்ட சில வித்தியாசமான நடவடிக்கைகளை மேற்கொண்டான்.

பிரபலமாகத் தொடங்கியவுடன் பொதுமக்களிடம் இருந்து தன்னை தனிமைப்படுத்திக் கொண்டான். தன்னை ஒரு தனித்தன்மை மிக்க ஆளாக அவனே சிருஷ்டித்துக் கொண்டான்.

கட்சி வளரவளர, தனக்கென்று பாதுகாப்பு படை ஒன்றை அமைத்துக் கொண்டான். அவர்கள் அனைவரும் முன்பு இவனுடன் யுத்தத்தில் பணிபுரிந்தவர்கள். அவர்களை, கட்சியில் சேர்ப்பதற்கு, எர்னஸ்ட் ரோம் என்ற ராணுவ தளபதி உதவியாக இருந்தான். இவன் ஹிட்லரின் வளர்ச்சியில் முக்கிய பங்குவகித்தவன்.

அடிக்கடி கூட்டங்கள் ஏற்பாடு செய்யப்பட்டன. மியூனிக்

நகரில் அந்தக் கட்சியின் வளர்ச்சியைப் பார்த்து கம்யூனிஸ்ட்டுகளும் யூதர்களும் கலங்கினர். அவர்களை ஒழிப்பதே தங்கள் வேலை என்று மேடைகளில் பகிரங்கமாக பேசும் ஹிட்லரின் செல்வாக்கை தடுக்க முயன்றனர்.

அன்றைய நிலவரத்தில் ரஷ்யாவைப் போல ஜெர்மனியிலும் புரட்சியை நடத்த கம்யூனிஸ்ட்டுகள் திட்டமிட்டு வேலை செய்து வந்தனர். அவர்கள் கட்சியில் ஏராளமானோர் சேர்ந்தனர். மற்ற கட்சிகளைவிட ஹிட்லரின் கட்சிக்கு ஆள் சேருவதுதான் துரிதமாக நடைபெற்றது.

கம்யூனிஸ்ட்டுகள் புரட்சி செய்தால், அதை எப்படி தடுக்க வேண்டும் என்று ஹிட்லர் தனது கூட்டங்களில் பேசினான். வெர்ஸைல்ஸ் உடன்படிக்கை ஜெர்மனியை அழிப்பதற்கான ஏற்பாடு என்று அதன் ஒவ்வொரு அம்சத்தையும் கிழிகிழியென்று கிழித்தெறிந்தான்.

மக்களுக்கு ஜெர்மனியின் இழிநிலை எளிதில் புரியும்படி செய்தான்.

இது கமயூனிஸ்ட்டுகளை மிகவும் ஆத்திரப்படுத்தியது. ஹிட்லரின் கூட்டங்களில் கலவரங்கள் சகஜமாகின.

இதுவரை பீர்ஹால்களில் மட்டுமே கட்சிக் கூட்டங்கள் நடைபெற்றன. பொது இடத்தில் மிகப்பெரிய கூட்டம் ஒன்றுக்கு ஏற்பாடு செய்ய வேண்டும் என்று ஹிட்லர் யோசனை

எகிப்தில் இருந்து யூதர்களை வழிநடத்தி வந்தார் மோசஸ்

தெரிவித்தான். அந்தக் கூட்டத்தில் கட்சியின் வேலைத் திட்டத்தை அறிவிக்க வேண்டும். நாம் சொல்வதை எப்படி நிறைவேற்றப் போகிறோம் என்பதை மக்கள் அறிந்து கொள்ள வேண்டாமா? என்று கேட்டான்.

"இந்தச் சமயத்தில் இது தேவையில்லை. கம்யூனிஸ்ட்டுகளும், யூதர்களும் தாக்குதல் நடத்தக் கூடும்" என்று பலரும் அச்சம் தெரிவித்தனர்.

"பயப்படுகிறவர்கள் ஒதுங்கிக் கொள்ளுங்கள். எதுவந்தாலும் நானே சந்திக்கிறேன். கம்யூனிஸ்ட்டுகள் எதிர்த்தால் நமக்குத்தானே நல்லது. நம்மை கம்யூனிஸ்ட் எதிர்ப்பாளர்கள் என்று மக்கள் அடையாளப்படுத்துவதற்கு அதைவிட சிறந்த வழி இருக்கிறதா" என்றான் ஹிட்லர்.

கட்சித்தலைமைக்கு இரண்டு நாள் அவகாசம் கொடுத்தான். வேறு வழியின்றி ஒப்புதல் அளித்தனர்.

அவசர அவசரமாக விளம்பரங்களைச் செய்தான். கூட்டம் நடக்கும் இடத்தில் கம்யூனிஸ்ட்டுகளை ஆத்திரப்படுத்தும் வகையில், அவர்களைப் போலவே சிவப்புத் தோரணங்களால் கூட்ட அரங்கை அலங்கரித்தான். மைக் செட்டுகள் ஏற்பாடு செய்யப்பட்டன.

1920 ஆம் ஆண்டு பிப்ரவரி மாதம் 24 ஆம் தேதி இரவு ஏழு மணிக்கு பொதுக்கூட்டம்.

கூட்டத்தில் கலகம் வெடிக்கக் கூடும் என்று எதிர்பார்த்தான். தனது நெருங்கிய நண்பர்களை கூட்டத்தினருக்குள் கலந்திருக்கும்படி செய்தான்.

ஏழேகால் மணிக்கு அரங்கிற்குள் நுழைந்தான் ஹிட்லர். அரங்கம் நிரம்பி வழிந்தது. இரண்டாயிரம் பேர் வந்திருந்தனர்.

அடுத்து என்ன நடக்குமோ என்ற பரபரப்பு நிலவியது. கூட்டத்தில் கம்யூனிஸ்ட் கட்சியினரும் இருந்தனர். ஹிட்லரின் ரவுடித்தனமான போக்கு அவர்களை ஆத்திரமூட்டியிருந்தது. தங்களைப் போல வேஷம் போட்டு ஹிட்லர் அடிக்கும் கூத்துக்கு முடிவு கட்டவேண்டும். அவனுடைய கம்யூனிஸ எதிர்ப்பு, யூத எதிர்ப்பு பேச்சுக்களுக்கு தகுந்த பதிலடி தரவேண்டும் என்று அவர்கள் திட்டமிட்டிருந்தனர்.

வழக்கம்போல, முதலில் ஒருவர் பேசினார். ஹிட்லர் பேச எழுந்ததும், எதிரணியினர் கூச்சலிட்டனர். குழப்பம் பரவத் தொடங்கியது.

எதைப் பற்றியும் கவலைப்படாமல் ஹிட்லர் தனது உரையை தொடங்கினான். கணீரென்ற அவன் குரல், சிறிது நேரம் குழப்பத்தில் எடுபடவில்லை.

ஆனால், தனது கட்சியின் வேலைத்திட்டத்தை அவன் அடுக்கிய விதம் கூட்டத்தினரை அமைதிப் படுத்தியது.

அவர்களுக்கு அது புதுமையாக இருந்தது. கம்யூனிஸ்ட்டுகள் கூட திகைத்துப் போய் அமைதியானார்கள். கூட்டத்தினரின் ஆரவாரம் ஹிட்லரை உற்சாகப் படுத்தியது.

25 வேலைத்திட்டங்களை அவன் அறிவித்தான். எல்லாவற்றையும் கைதட்டி வரவேற்றனர்.

எல்லோரும் தாங்கள் சார்ந்திருக்கும் சமுதாயத்திற்கு உபயோகமானவர்களாக இருக்க வேண்டும். தன்னுடைய சமுதாயத்தோடு சுறுசுறுப்பாக இருக்கிறவன் தேசத்தோடு கலந்துவிடுகிறான்.

தன்னலத்துடன் பொதுநலத்தையும் கருத வேண்டும். சமுதாயத்தின் அனைத்துப் பிரிவினரும் சமமானவர்கள். தொழிலாளிகள்தான் ஆணிவேர் என்றோ, விவசாயிகள்தான் அத்தியாவசியம் என்றோ, நிர்வாக ஊழியர்கள்தான் முக்கியமானவர்கள் என்றோ கருதிவிடக்கூடாது.

தொழிலாளர்களின் முக்கியத்துவத்தை ஊழியர்களும், விவசாயிகளின் முக்கியத்துவத்தை தொழிலாளர்களும் புரியும்படி பிரச்சாரம் செய்ய வேண்டும்.

யாரும் யாரையும் அடக்கியாள வேண்டும் என்று சிந்திக்கக்

குழந்தையை வெட்டி பங்குபோடும்படி உத்தரவிட்டு உண்மைத் தாயை கண்டுபிடித்த சாலோமன் மன்னர், யூதர்களின் தலைவர்

கூடாது.

ஆரிய மேன்மையை உயர்த்திப் பிடிக்க வேண்டும். வந்தேறிகளான யூதர்களை விரட்ட வேண்டும். அவர்களுக்கு ஜெர்மன் குடியுரிமை வழங்கப்படக்கூடாது.

தீ பற்றிவிட்டது. அதன் ஜுவாலைகளில் இருந்து ஜெர்மனியின் சுதந்திரத்தை மீட்டு, ஜெர்மானிய சமுதாயத்திற்கு உயிரூட்டக்கூடிய ஒரு ஆயுதம் உதிக்க வேண்டும் என்று ஆவேசமாக பேசினான் ஹிட்லர்.

இந்தக் கூட்டம் வெற்றி பெற்றது, கட்சிக்காரர்களுக்கு மகிழ்ச்சியாக இருந்தது. அதேசமயம், ஹிட்லரின் வளர்ச்சி கட்சிக்குள் சிலருக்கு பொறாமையையும் ஏற்படுத்தியது.

அவன் எதைப்பற்றியும் சிந்திக்கவில்லை. தன்னை மட்டுமே நம்பினான்.

தனது கட்சியை அடையாளப்படுத்த வேண்டும் என்று சிந்தித்த ஹிட்லர் கட்சிக்கு என்று ஒரு சின்னத்ததை தேர்ந்தெடுத்தான்.

அதுதான் ஸ்வஸ்திக். வட்டமான வெள்ளைக் கோடு, நடுவில் சிவப்பு. சிவப்புக் கலரின் மீது அந்த ஸ்வஸ்திக் பட்டை இருக்கும் வகையில் ஒரு சின்னத்தை வரைந்தான். இந்த ஸ்வஸ்திக் சின்னம் அவன் மனதில் பதிந்த சின்னம்.

சின்னவயதில் லின்ஸ் நகரில் உள்ள கிறிஸ்தவ தேவாலய சுவர்களில் இவன் பார்த்தது.

வெள்ளைக் கோடு ஜெர்மன் தேசியத்தையும், சிவப்பு நிறம் சமூக நலநோக்கங்களையும், ஸ்வஸ்திக் சின்னம் ஆரிய இனத்தின் மேன்மைக்காக பாடுபடும் நோக்கமும்

அடங்கியிருப்பதாக ஹிட்லர் விளக்கமளித்தான்.

இந்த சின்னத்தை கட்சிக்காரர்கள் தங்கள் தோள்பட்டையில் கட்டிக்கொள்வார்கள். எங்கேயிருந்தாலும் இவர்கள் மற்றவர்களிடம் இருந்து தனித்து தெரிவார்கள்.

கட்சியின் பெயர் தேசியவாத சமூகவாத ஜெர்மன் தொழிலாளர் கட்சி என்று மாற்றப்பட்டது. சுருக்கமாக நாஜி என்று அழைக்கப்பட்டது.

கட்சிக்கு நன்கொடை அதிகரித்தது. உறுப்பினர்களின் எண்ணிக்கையும் உயர்ந்துகொண்டே போனது. இந்தக் கட்சியின் மீது தனியாக கவனம் செலுத்தவேண்டும் என்று அதிகாரிகளுக்கு உத்தரவிடப்பட்டது.

ஆரியத்தின் மேன்மைக்கான நோக்கம் என்கிறானே ஹிட்லர். அது என்ன?

ஆரிய இனம் மனித இனத்தின் மூத்த இனம் என்று கற்பிக்கப்பட்டு வருகிறது. பொதுவாக, மனித சமூகம் கறுப்பு நிறத்தவர், மஞ்சள் நிறத்தவர், வெண்மை நிறத்தவர் என்று மூன்றாக பிரிக்கப்பட்டுள்ளது. ஐரோப்பா கண்டத்திலும், ஆசியாவின் தென்மேற்கு பகுதியிலும் குடியேறியவர்கள் வெண்மை நிறத்தவர்களாக கருதப்படுகிறார்கள். இவர்களே ஆரியர்கள் என்று கூறப்படுகிறார்கள். இவர்கள் பேசும் மொழியில் ஒருவித ஒற்றுமை காணப்படுவதாக மொழியியல் வல்லுநர்கள் உறுதிப்படுத்துகின்றனர்.

எனவே, உலகில் நாகரீகத்தைப் பரப்பியவர்கள் ஆரியர்கள்தான் என்றும், அவர்கள் தங்கள் இனத்தின் தூய்மையை காப்பாற்றிக் கொள்ளவேண்டும் என்றும் ஹிட்லர் பிரச்சாரம் செய்தான்.

ஐரோப்பாவில் வசிக்கும் ட்யூட்டானிய சமூகத்தவர்கள்தான் ஆரியர்களின் நேரடி வாரிசு என்றும், ட்யூட்டானிய சமூகத்தின் பிரதிநிதிகளாக ஜெர்மானியர்கள் மாறவேண்டும் என்றும் அவன் அறைகூவல் விடுத்தான்.

தனது கட்சியின் சின்னமாக ஹிட்லர் தேர்ந்தெடுத்த ஸ்வஸ்திக் சின்னத்தை, உலகின் பல்வேறு மதத்தவரும் பயன்படுத்துகின்றனர் என்பதையும், அவர்களும் ஆரிய சமூகத்திலிருந்து பிரிந்தவர்கள் என்றும் ஹிட்லர்

விளக்கமளித்தான்.

யூதர்களை விரட்ட வேண்டும் என்கிறானே ஹிட்லர். அவர்கள் அப்படி என்ன கொடுமை செய்தார்கள்?

இவர்களுடைய வரலாறு கிறிஸ்து பிறப்பதற்கு 2 ஆயிரம் ஆண்டுகளுக்கு முன்பிருந்து தொடங்குவதாக கருதப்படுகிறது.

மெஸபடோமியா நாகரீகம் வளர்ந்த காலத்தில், அங்கிருந்து ஒரு கூட்டமாக பிரிந்த இவர்கள் பாலஸ்தீனத்தில் குடியேறியுள்ளனர். அங்கு சுமார் ஐநூறு ஆண்டுகள் வாழ்ந்த இவர்கள், பல்வேறு துன்பங்களை அனுபவித்த பின்னர், எகிப்துக்கு போனார்கள். அங்கும் இவர்களை யாரும் மனிதர்களாக மதிக்கவில்லை. அடிமைகளாக நடத்தப்பட்டனர்.

மோஸஸ் என்பவர் தலைமையில் இவர்கள் அங்கிருந்து வெளியேறி பல்வேறு இடங்களில் அலைந்துவிட்டு, பாலஸ்தீனத்தில் மிச்சமிருந்த தங்கள் இனத்தவருடன் வந்து சேர்ந்தனர். ஆனால், தங்களுடைய பழைய ஜாதியினரை அடக்கி செல்வாக்குப் பெற்றனர்.

ஜெருசலேம் நகரில் சாலோமன் என்ற மன்னன் பெரிய கோயில் ஒன்றை கட்டினான். அவனுடைய காலத்தில் யூதர்கள் உலகத்தினரால் மதிக்கப்படும் நிலைக்கு உயர்ந்தனர்.

சாலோமன் இறந்ததும் யூத சாம்ராஜ்யம் இரண்டாக பிரிந்தது. இதையடுத்து, இருபிரிவனரும் ரோம சாம்ராஜ்யத்தில் இணைந்தனர். அங்கும் இவர்களுக்கு நிம்மதி இல்லை. டைடஸ் என்ற மன்னன் இவர்களுடைய சச்சரவைத் தாங்கமுடியாமல் விரட்டி விட்டான். அதன்பிறகு, உலகின் பல பகுதிகளுக்கும் இவர்கள் பரவிச் சென்று குடியேறினர்.

எங்கெல்லாம் போனார்களோ அங்கெல்லாம் துன்பத்திற்கு ஆளானார்கள். புத்தி கூர்மையான இவர்கள், அதை தங்களுடைய சுயநலத்திற்காக மட்டுமே பயன்படுத்தினார்கள். தாங்கள் இருக்கிற இடத்தில் எப்படிச் செல்வாக்குப் பெறமுடியும் என்பதை அறிந்து முன்னேறுவார்கள்.

பெரும்பாலும் வட்டிக்கு கடன் கொடுத்து சம்பாதிப்பார்கள். அவர்கள் முக்கியத்துவம் பெறுவதை பூர்வீகமாக குடியிருக்கும் மக்கள் விரும்பாமல் போவதற்கு இது ஒரு காரணமாக இருந்தது.

அமெரிக்காவிலும், இங்கிலாந்திலும் கூட இவர்கள்

மரியாதையைப் பெறவில்லை. இங்கிலாந்தில் 12 ஆம் நூற்றாண்டில் குடியேறிய இவர்களுக்கு 19 ஆம் நூற்றாண்டில்தான் குடியுரிமையே வழங்கப்பட்டது.

பைபிளின் பழைய ஆகமத்தைத் தழுவிய மதத்தைச் சேர்ந்த இவர்களது வழிபாட்டு முறை பல்வேறு சடங்குகளைக் கொண்டது. டோல்முட் என்ற வேதம் இவர்களுடையது. இவர்களுடைய வழிபாட்டுத்தலம் ஸைனகோக் என்று அழைக்கப்படும்.

யூதர்களின் புத்தாண்டு அக்டோபர் மாதத்தில் தொடங்கும். அதன்படி பார்த்தால் 2007 ல் இவர்களுடைய ஆண்டுக்கணக்கு, 5767 ஆகும்.

ஐரோப்பிய யுத்த காலங்களில் இவர்கள் மிகுந்த செல்வாக்குப் பெற்றனர். யுத்த காலங்களில் அந்தந்த நாட்டைச் சேர்ந்தவர்கள் ராணுவத்தில் சேருவார்கள். உயிரை விடுவார்கள். மற்ற அரசுத்துறைகளில் பணியாற்ற ஆள் இருக்காது. இவர்கள் போய் அவற்றை ஆக்கிரமிப்பார்கள்.

யுத்தம் முடிந்தவுடன் சொந்த நாட்டினர் வறுமையில் வாடுவார்கள். இவர்கள் செல்வாக்குடன் இருப்பார்கள். முதல் உலகப்போர் முடிந்தவுடன் ஜெர்மானியர்கள் தோற்றுப்போய் திரும்பி வந்தபோது, யூதர்கள் கொழுத்து செழித்திருந்தனர். ஜெர்மனியில் மொத்தமிருந்த வங்கிகளில் பாதிக்குமேல் யூதர்களுக்குச் சொந்தமாக இருந்தது. நாட்டின் பொருளாதாரத்தில் பாதியளவை இவர்கள் கையாண்டார்கள்.

அரசாங்கத்தின் முக்கிய துறைகள் அனைத்திலும் நூற்றுக்கு 80 சதவீதம் பேர் யூதர்களாக இருந்தனர். வணிக நிறுவனங்கள், செய்தி நிறுவனங்கள் என அனைத்தும் யூதர்கள் வசம் இருந்தன. கம்யூனிஸ்ட்டுகளின் வளர்ச்சிக்கு இவர்கள் ஆதரவு அளித்ததாகவும் ஹிட்லர் நம்பினான்.

அதில் ஓரளவு உண்மையும் இருந்தது. முதல் உலகப்போரில் தோற்றதற்கு யூதர்கள் ஆதரவுடன் கம்யூனிஸ்ட் கட்சி நடத்திய பொதுவேலைநிறுத்தம்தான் முக்கிய காரணம் என்று ஹிட்லரும், ஜெர்மன் தேசியவாதிகளும் நிச்சயமாக நம்பினர்.

பச்சிளம் யூதக்குழந்தைகளையும் விட்டுவைக்காத ஹிட்லர், ஆரிய குழந்தைகளைக் கொஞ்சுகிறார்

யூதர்களுக்கும் கம்யூனிஸ்ட்டுகளுக்கும் எதிராக கடுமையான வார்த்தைகளை மேடைகளில் பேசுவார் ஹிட்லர்

தலைவரானார் ஹிட்லர்

ஹிட்லரின் புகழ் பரவத் தொடங்கியது. அவன் பேச்சைக் கேட்க மக்கள் பெருமளவு திரண்டனர்.

கூட்டங்களுக்கு அதிகாரிகள் மட்டுமே பாதுகாப்பு அளிப்பார்கள் என்று எதிர்பார்க்கக்கூடாது என்று ஹிட்லர் முடிவெடுத்தான். தனக்கு அறிமுகமான முன்னாள் ராணுவ நண்பர்களை கொண்டு தொண்டர் படை அமைத்தான். எந்தச் சூழ்நிலையிலும் அவர்கள் கலவரத்தை அனுமதிக்கக் கூடாது. உயிருக்கு அஞ்சக்கூடாது என்று உத்தரவிட்டான்.

மியூனிக் நகரின் பல பகுதிகளிலும் கூட்டங்கள் ஏற்பாடு செய்யப்பட்டன. அந்தக் கட்சியில் வேறு யாரும் மக்களை ஈர்க்கும் ஆற்றல் பெற்றிருக்கவில்லை. அவர்கள் ஹிட்லர் என்ற தனிமனிதன் செல்வாக்குப் பெறுவதை விரும்பவில்லை.

1920 ஆம் ஆண்டு, யுத்த இழப்பீட்டுத் தொகையை ஜெர்மன் உடனே கொடுக்க வேண்டும் என்று நேச நாடுகள் வற்புறுத்தத் தொடங்கின.

கால அவகாசம் வேண்டும் என்ற ஜெர்மனின் கோரிக்கை நிராகரிக் கப்பட்டது.

இதையடுத்து, 1921 ஆம் ஆண்டு தொடக்கத்தில் 100 கோடி தங்க மார்க்குகளை இழப்பீட்டுத் தொகையா வழங்குவது என்று ஜெர்மன் அரசு முடிவு செய்தது.

இதை எதிர்த்து கூட்டம் நடத்த வேண்டும் என்று ஹிட்லர் முடிவு செய்தான். கட்சியின் அனுமதியைக் கேட்டான். அவர்கள் அஞ்சினர். எதிர்விளைவு மோசமாக இருக்கும் என்று கூறினர்.

இழப்பீட்டு தொகையைத் தருவதற்கு ஜெர்மன் மக்கள் மத்தியில் கடுமையான அதிருப்தி நிலவுகிறது. இதை நமக்குச் சாதகமாக பயன்படுத்த தவறினால் நமக்கு மரியாதை இருக்காது. மற்ற கட்சிகளைக் காட்டிலும் நாம் ஜெர்மன் மீது மிகுந்த பற்று வைத்திருக்கிறோம் என்பதை நிரூபிக்க இதைவிட்டால் நல்ல சந்தர்ப்பம் கிடைக்காது என்று ஹிட்லர் கூறினான்.

1921 ஆம் ஆண்டு பிப்ரவரி மாதம் முதல் தேதி செவ்வாய்க்கிழமை தனக்கு முடிவு கூற வேண்டும் என்று அவகாசம் அளித்தான். அவர்கள் புதன்கிழமை கூறுவதாக தெரிவித்தனர். அன்றும் பகல் வரை அனுமதி கிடைக்கவில்லை.

பொறுமையை இழந்த ஹிட்லர் தனது சொந்தப் பொறுப்பிலேயே ஜெர்மன் அரசைக் கண்டித்து பொதுக்கூட்டம் நடத்துவது என்று ஏற்பாடுகளை செய்ய தொடங்கினான்.

அடுத்தநாளே கூட்டம் என்று தனது நண்பர்களுடன் இணைந்து விளம்பரப் போர்டுகளை எழுதினான். கிரவுன் சர்க்கஸ் என்ற பெரிய கொட்டகையுடன் இணைந்த மைதானத்தில் கூட்டம் நடைபெறும் என்று அறிவிக்கப்பட்டது.

கூட்டத்திற்கான விளம்பர ஏற்பாடுகளையும் திட்டமிட்டுக் கொண்டிருந்தான். கட்சியின் அனுமதி இல்லாமலேயே அனைத்தும் நடந்தது.

அடுத்தநாள் கூட்டம். காலையில் மழை பிடித்துக் கொண்டது. மாலை கூட்டம் தோல்வியடைந்தால் தனது செல்வாக்கு அடியோடு நாசம் என்று உணர்ந்தான். இரண்டு மோட்டார்

லாரிகளை ஏற்பாடு செய்தான். நாஜி கொடிகளையும் கட்டி வண்டிக்கு பதினைந்துபேர் என்று பிரித்து நகரம் முழுவதும் விளம்பரம் செய்தான்.

போகிற வழிதோறும் துண்டுப்பிரசுரங்கள் வினியோகிக்கவும் உத்தரவிட்டான். இதற்கு முன் கம்யூனிஸ்ட் கட்சியினர் மட்டுமே இதுபோன்ற ஏற்பாடுகளைச் செய்வார்கள். மற்ற யாருக்கும் இந்த துணிச்சல் கிடையாது. ஹிடலரின் துணிச்சல் இந்த ஏற்பாட்டில் வெளிப்பட்டது.

கிரவுன் சர்க்கஸ் மைதானத்தில் நடந்தை கூட்டத்திற்கு ஏராளமானோர் வந்திருந்தனர். ஜெர்மனியின் எதிர்கால வாழ்க்கை அல்லது அழிவு என்ற தலைப்பில், இழப்பீடு வழங்கும் அரசின் முடிவை எதிர்த்து இரண்டரை மணிநேரம் பேசினான்.

ஜெர்மன் தரும் இழப்பீட்டுத் தொகையின் அளவு தெரியுமா? 15 மார்க் நோட்டுகளாக அச்சிட்டு, அவற்றை நூலில் கோர்த்தால் அந்த நூலைக்கொண்டு நமது பூமியை ஐம்பது முறை சுற்றிக்கட்ட முடியும் என்று விளக்கமளித்தான். தன்னுடைய கவுரவத்தை காப்பாற்றிக்கொள்ள ஜெர்மானிய சமூகம் எவ்வித துன்பத்தையும் தாங்கிக்கொள்ள தயாராக இருக்கிறது என்று ஆவேசமாக முழங்கினான்.

ஜெர்மனிக்கு புதுவாழ்வளிக்க இதோ ஒருவன் வந்துவிட்டான் என்று அவர்கள் நம்பத்தொடங்கினர். அவனுடைய செல்வாக்கு அதிகரித்தது.

அதே இடத்தில் பிறகு வாரம் ஒருமுறை, சமயத்தில் மூன்றுமுறைகூட பொதுக்கூட்டம் ஏற்பாடு செய்யப்பட்டது. கட்சியினர் உண்டியல் ஏந்தி வசூல் செய்தனர். சில கூட்டங்களுக்கு கட்டணம் வசூலிக்கப்பட்டது.

கட்சியை நிர்வகிக்க நிர்வாகக்குழு ஒன்று அமைக்கப் பட்டிருந்தது. அந்தக் குழுவில் உள்ள தலைவர்கள் ஹிட்லரின் செல்வாக்கைக் மட்டுப்படுத்த வேண்டும் என்று நினைத்தனர். அதற்காக நல்ல பேச்சுத்திறன் வாய்ந்த நபர்களை கட்சிக்குள் கொண்டுவர திட்டமிட்டனர்.

ஆக்ஸ்பர்கில் இயங்கிய சமூகவாத கட்சி குழு ஒன்றை நாஜி கட்சியுடன் இணைக்க பேச்சு நடத்தினர். அந்தக் கட்சி

மிகச்சிறியதுதான். ஆனால், அதில் நன்கு படித்த அறிஞர்கள் பலர் இருந்தனர்.

அவர்கள் வந்துவிட்டால், ஹிட்லரின் கொட்டம் அடங்கிவிடும் என்று தந்திரமாக நினைத்தனர். அவன் பெர்லின் சென்றிருந்த நேரம், மியூனிக்கில் இணைப்பு தொடர்பாக பேச்சு நடைபெற்றது. ஹிட்லரிடம் கலந்து ஆலோசிக்கவில்லை.

தகவல் அவனுக்குக் கிடைத்தது. உடனே மியூனிக்கிற்கு திரும்பினான். கூட்டம் நடக்கும் ஹாலுக்குள் புயலாய் நுழைந்தான்.

“நான் கேள்விப்பட்டது உண்மையா? உண்மையாக இருப்பின் என்னுடைய பணி தேவையில்லை என்று நினைத்து விட்டீர்கள். எனவே, நான் கட்சியிலிருந்து விலகிக்கொள்கிறேன்.”

கட்சித்தலைவரான ஸ்ட்ரெஸ்லருக்கு இது புரியவில்லை. ஹிட்லர் இல்லாமல் கட்சியை நடத்துவது என்ற நினைப்பே அவருக்குள் எழவில்லை. நினைத்தும் பார்க்க முடியவில்லை.

“நீங்கள் இல்லாமல் கட்சியா? பொறுங்கள் நடந்ததற்கு வருத்தம் தெரிவித்துக் கொள்கிறேன். உங்களை எதிர்த்தவர்கள் மீது நடவடிக்கை எடுக்கிறேன்” என்றார்.

நிலைமையின் தீவிரம் ஹிட்லருக்கு புரிந்தது. உடனே அடுத்த காயை நகர்த்தினான்.

“இனி இந்தக் கட்சியில் நீடிக்க வேண்டும் என்றால் தலைவர் பதவியை எனக்குத் தரவேண்டும். முடிவெடுக்கும் அதிகாரம் முழுவதும் எனக்கே இருக்க வேண்டும்.”

ஸ்ட்ரெஸ்லர் பதவி விலகத் தயாராக இருந்தார். ஆனால், முடிவெடுக்கும் அதிகாரம் தொடர்பாக உறுப்பினர்களின் கருத்தை அறிய விரும்பினார்.

தனது லட்சியத்தை ஹிட்லர் விளக்கமாக எடுத்து வைத்தான். கடைசி முறையாக அந்தக் கட்சியின் வாக்கெடுப்பு நடத்தப்பபட்டது. 544 உறுப்பினர்களில் 543 பேர் ஹிட்லரை ஆதரித்தனர். ஒருவர் மட்டுமே எதிர்த்து வாக்களித்தார்.

ஹிட்லர் தலைவராகி விட்டார். அதிரடி ஆட்டத்திற்க வழி திறந்துவிடப்பட்டது.

அதற்கேற்றபடி நாட்டின் அரசியல் நிலவரம் நெருக்கடிக்கு ஆளாகியிருந்தது.

"இனி இந்தக் கட்சியில் நீடிக்க வேண்டும் என்றால் தலைவர் பதவியை எனக்குத் தரவேண்டும்" என்றார் ஹிட்லர்

1921 ஆம் ஆண்டு ஆகஸ்ட் மாதம்.

நேச நாடுகளுக்கு 100 கோடி தங்க மார்க்குகளை இழப்பீட்டு முதல் தவணையாக ஜெர்மன் கொடுத்தது.

அடுத்த தவணைக்கு கால அவகாசம் வேண்டும் என்று ஜெர்மன் கோரியது. பிரிட்டன் இதற்கு ஒப்புக்கொள்ளத் தயாராக இருந்தது. ஆனால், பிரான்ஸ் வன்மத்தை தீர்க்க அவசரம் காட்டியது. ஜெர்மன் கோரிக்கையை அது நிராகரித்து விட்டது.

இழப்பீட்டுக்கு பதிலாக, ஜெர்மனிக்கு சொந்தமான ரூர் பிரதேசத்தை அது ஆக்கிரமித்தது. அங்கு நிலக்கரிச் சுரங்கங்களும் தொழிற்சாலைகளும் அதிகம். பிரான்ஸின் இந்த நடவடிக்கையை எதிர்த்து, சுரங்க முதலாளிகள் கதவடைப்புச் செய்துவிட்டனர். தொழிலாளர்கள் வேலை நிறுத்தத்தில் ஈடுபட்டனர். பிரான்ஸின் அச்சுறுத்தல் எடுபடவில்லை.

இந்நிலையில், நாட்டின் நாணய மதிப்பு கடுமையாக வீழ்ச்சியடைந்தது. ஜெர்மன் மார்க் நோட்டுகள் ஏராளமாக அடித்து புழக்கத்தில் விடப்பட்டன.

மக்களுடைய சேமிப்புகள் அனைத்தும் மதிப்பிழந்தன. வெறும் தாள்கள் என்ற நிலை உருவாகிவிட்டது. 1923 ஆம் ஆண்டு உச்சகட்டத்திற்கு சென்றது. ஒரு துண்டு ரொட்டி

வாங்குவதற்கு லட்சக்கணக்கான மார்க்குகள் செலுத்த வேண்டியிருந்தது.

ரூபாய் நோட்டுகளை எரித்து சமையல் செய்தனர். எரிபொருள் வாங்குவதைக் காட்டிலும் இது எளிதாக இருந்தது.

50 லட்சம் பேர் வேலையிழந்தனர். ஜெர்மன் சமுதாயம் சீரழிவின் உச்சத்தில் இருந்தது. ஜெர்மனியிலிருந்து பவேரியா தனியாக பிரிய வேண்டும் என்ற சிந்தனை மேலோங்கி இருந்தது. பவேரியாவில்தான் ஹிட்லர் அங்குமிங்கும் பறந்து கொண்டிருந்தார்.

அவரை அவதார புருஷனாகவே மக்கள் நினைக்கத் தொடங்கினர்.

ஜெர்மன் தலைமையிலான பிரஷ்ய கூட்டரசில் அங்கம் வகிக்கும் பவேரியாவில், ஆட்சி அதிகாரத்தில் இருந்தவர்களால், பிரிவினைவாதிகளை அடக்க முடியவில்லை. எங்கும் கலவரம் வெடித்தது. தினமும் மோதல்கள். ராணுவமும் காவல்துறையும் கைகட்டி வேடிக்கை பார்த்தது.

பிரதமராக இருந்த வான் நில்லிங் பதவியில் இருந்து விலகினார். வான் கர் என்பவர் தலைமயில் அவசரகால குழு அமைக்கப்பட்டது. பிரதமராக நியமிக்கப்பட்ட வான் கர், எப்படியாவது பவேரியாவின் தலைமைப் பொறுப்பைக் கைப்பற்றி, ஜெர்மனியிலிருந்து பவேரியாவை தனியாக பிரித்துவிட வேண்டும் என்று திட்டமிட்டு வந்தார். பிரிவினை வாதக் குழுக்களுக்கு மறைமுகமாக ஆதரவளித்தார்.

அந்தச் சமயத்தில், ஹிட்லரின் பிரச்சாரம் சூடுபிடித்திருந்தது. தனது கட்சியின் அதிரடிப்படைக்குழுக்களை பல பகுதிகளாக பிரித்தார். பேண்டு வாத்தியக்குழு, பிரச்சாரக்குழு, கலவரத் தடுப்புக்குழு என்று அவர்கள் அவருடன் அணிவகுத்தனர். ஹிட்லர் ஒரு இடத்திற்கு போகிறார் என்றால் பேண்டு வாத்தியக்குழு முன்னால் செல்லும், லாரிகளில் பிரச்சாரக்குழுவினர் பயணம் செய்வார்கள்.

வேடிக்கை பார்க்க சாலையின் இருபுறமும் மக்கள் திரளுவார்கள். அவர்களைப் பார்த்து ஹிட்லர் கையசைப்பார். தலைவர் வாழ்க என்ற தொண்டர் படையினருடன் வேடிக்கை பார்க்கும் மக்களும் முழக்கமிடுவார்கள்.

முன்னாள் ராணுவத்தினரைக் கொண்ட இந்தக் குழுக்கள்

முதல் உலகப்போருக்கான இழப்பீட்டுத் தொகையை கொடுக்க நேர்ந்ததால், பொருளாதார சோர்வு ஏற்பட்டது. ரூபாய் நோட்டுக்களை எரித்து சமைக்கும் பெண்

எதிர்க்கட்சிகளுக்கு பெரிய அச்சுறுத்தலாக இருந்தது.

"நாங்கள் மட்டுமே, ஜெர்மன் தேசத்தை அதன் துயரங்களில் இருந்து மீட்க முடியும். ஜெர்மனியின் தற்போதைய பணவீக்கத்தை தடுக்க முடியும். ஜெர்மானியர்களுக்கு வேலைகளைத் திரும்பவும் வழங்கி, அவர்களுடைய பாதுகாப்பையும், கண்ணியத்தையும் காப்பாற்ற முடியும்"

தினந்தோறும் ஆவேசமான ஹிட்லரின் பேச்சு. அள்ள அள்ளக் குறையாத வாக்குறுதிகள். மக்கள் நம்பத்தொடங்கினர்.

ஜெர்மன் தேசியவாதிகளுக்கு இது இனிப்பாக இருந்தது. யுத்த காலத்தில் மிகப்பிரபலமான ராணுவத் தலைவராக இருந்த ஹெர்மன் கோயரிங் ஹிட்லரைச் சந்தித்து அவருடன் இணைந்து பணிபுரிய விரும்புவதாக தெரிவித்தார். அவருக்கு என்ன கசக்கவா போகிறது. சாதாரண படைவீரனாக இருந்த தனக்குக் கீழ் ராணுவத்தில் முக்கிய தலைவராக இருந்த கோயரிங் வர விரும்பியது நாஜி கட்சியின் வளர்ச்சியைக் காட்டுவதாக பறைசாற்றினார்.

அடுத்து, ஜெர்மனின் மிகப்பெரிய செல்வந்தர்களுள் ஒருவரின் மகனும், ஹிட்லர் இடம்பெற்றிருந்த படைப்பிரிவின் முன்னாள் அதிகாரியுமான ருடால்ப் ஹெஸ் வந்தார். கட்சிக்கென தொடங்கப்பட்ட பத்திரிகையின் ஆசிரியர் பொறுப்பை

ஆல்பிரட் ரோஸன்பெர்க் என்பவர் ஏற்றுக் கொண்டார்.

பத்திரிகையின் விற்பனை 50 ஆயிரம் பிரதிகளாக உயர்ந்தது. மக்கள் செல்வாக்கும், பணஉதவியும் அதிகரித்தது.

பவேரிய அரசு நிர்வாகத்தில் நீதித்துறை, நிர்வாகத்துறை, காவல்துறை, ராணுவம் என எல்லா மட்டத்திலும் ஹிட்லரை ஆதரிக்கும் தேசியவாதிகளின் எண்ணிக்கை கூடிக்கொண்டே போயிற்று.

ஹிட்லரின் இந்தச் செல்வாக்கு எதிர்க்கட்சிகளை கலங்கடித்தது. எதிர்க்கட்சிகளுடைய பிரிவினை எண்ணத்தை அவர் ஏற்கவில்லை.

எங்கும் வறுமை தாண்டவமாடியது. இதைவிட புரட்சி நடத்த வேறு சமயம் வாய்க்காது என்று ஹிட்லரின் ஆதரவாளர்கள் வற்புறுத்தி வந்தனர். உடனடியாக ஏதேனும் செய்தாக வேண்டும் இல்லையேல் தலைவர் என்ற மரியாதை போய்விடும் என்ற இக்கட்டான நிலைக்கு தள்ளப்பட்டார்.

முதல் உலகப்போரில் முக்கியமான தளபதியாக பணியாற்றியவர் லுடன்டார்ப். இவர் ஹிட்லரின் ஜெர்மன் தேசியவாதத்தை ஆதரிப்பவர். ராணுவத்தில் உள்ள ஜெர்மன் தேசியவாதிகள், கம்யூனிஸ்ட் எதிர்ப்பாளர்களின் உதவியோடு ஆட்சியைக் கைப்பற்றிவிடலாம் என்று யோசனை தெரிவித்தார்.

அதற்கு முன்னதாக பவேரிய அரசைக் கவிழ்த்து ஆட்சியைக் கைப்பற்ற வேண்டும். இதற்கு நெருக்கடி நிலைக் குழு தலைவராக உள்ள வான் கர் உதவி செய்வார். அவருக்கு பவேரியாவின் தலைவராக வேண்டும் என்ற ஆசை இருக்கிறது என்பதை லுடன்டார்ப் தெரிவித்தார்.

வான் கர்ரும், ஹிட்லரும் சந்தித்துப் பேச ஏற்பாடு செய்தார். அவர்கள் இருவருடைய நோக்கமுமே வேறுவேறாக இருந்தன. ஆனால், தற்சமயத்திற்கு ஒரு ஏற்பாட்டை செய்துகொள்வோம் என்று நினைத்தனர்.

பெர்லினைக் கைப்பற்றிவிட்டால், வான் கர்ரை தூக்கியெறிந்து விடலாம் என்பது ஹிட்லரின் நினைப்பு.

பவேரியாவைக் கைப்பற்றிவிட்டால், அப்புறம் ஹிட்லரை ஆதரிக்க வேண்டியது அவசியம் இல்லை என்பது வான் கர்ரின் திட்டம்.

முதலில், யுத்தத்தில் ஜெர்மன் சரணடைந்த ஐந்தாம் ஆண்டு

ஹிட்லர் தனது கட்சியை பிரபலப் படுத்த உருவாக்கிய இளைஞர் இசைக்குழு

நிறைவுநாளான நவம்பர் 10 மற்றும் 11 ஆம் தேதிகளில் புரட்சியை நடத்துவது என்றுதான் ஹிட்லர் திட்டமிட்டிருந்தார். எதிர்பாராதவிதமாக அது முன்கூட்டியே நடைபெற வேண்டிய கட்டாயம் ஏற்பட்டுவிட்டது.

பவேரியாவின் எதிர்கால திட்டத்தை வகுப்பதற்காக பவேரியாவில் உள்ள அனைத்துக் கட்சிகளின் கூட்டத்தை கூட்டப்போவதாக வான் கர் அறிவித்தார். அந்தக் கூட்டத்தில் கலந்துகொள்ள வேண்டும் என்று ஹிட்லருக்கும் அழைப்பு அனுப்பினார்.

1923 ஆம் ஆண்டு நவம்பர் மாதம் 8 ஆம் தேதி என்று நாளும் குறித்துவிட்டார்.

பவேரிய அரசு நிர்வாகத்தைக் கைப்பற்ற வேண்டுமென்றால், பிரதமர் வான் கர், ராணுவ தளபதி ஓட்டோ வான் லாஸ்ஸோ, கர்னல் ஹென்ஸ் வான் செய்ஸர் ஆகியோரைக் சிறைப்பிடிக்க வேண்டும் என்று லுடன்டார்ப் யோசனை தெரிவித்தார். பின்னர், பெர்லின் ராணுவத்தின் உதவியோடு மைய அரசைக் கைப்பற்றிவிடலாம் என்பது அவரது திட்டம்.

மியூனிக் நகரின் அனைத்துப் பகுதிகளிலும் ஹிட்லரின் தொண்டர் படையினர் அணிவகுத்து நிற்பாரகள். ஆட்சியைக் கைப்பற்றிய அடுத்தநாள், பொதுமக்கள் உதவியுடன் 9 ஆம் தேதி பெர்லின் நோக்கி அணிவகுப்பு நடைபெறும். மியூனிக் நகரிலிருந்து புறப்படும் பேரணியில் சேரும் லட்சக்கணக்கான மக்கள் துணையுடனும், ராணுவத்தின் உதவியும் சேர்ந்துகொள்ளும்.

திட்டம் பலமாகத்தான் இருந்தது. ஆனால்...

பவேரிய அரசுக்கு எதிராக ஹிட்லர் நடத்திய புரட்சிக்கு ஆதரவாக மியூனிக் நகரில் திரண்ட ராணுவப் பிரிவினர்

கலகமும் கைதும்

அது ஒரு பெரிய மண்டபம். ஆயிரக்கணக்கானோர் அமரும் வசதியுடையது.

பிரதமர் வான் கர், தளபதி லாஸ்ஸோ, கர்னல் செய்ஸர் ஆகியோர் மேடையில் இருந்தனர். முக்கியமான கட்சித்தலைவர்கள் அனைவரும் வந்திருந்தனர்.

ஹிட்லருக்கு அழைப்பு அனுப்பியும் அவர் ஏன் வரவில்லை என்று வான் கர் குழம்பியிருந்தார். அவருடைய திட்டம் வான் கர்ருக்கு தெரிந்திருக்கவில்லை.

அகண்ட ஜெர்மன் அமைக்க வேண்டும் என்பதையே தனது கொள்கையாக வைத்திருப்பவர், பவேரியா ஜெர்மனியிலிருந்து பிரிவதை ஒப்புக்கொள்வார் என்று நம்பியது வான் கர்ரின் தவறு.

மண்டபத்திற்குள் பவேரிய அரசின் மூத்த அதிகாரிகள் அனைவரும் அமர்ந்திருந்தனர். அவர்கள் வான் கர்ரின் அறிக்கையை எதிர்பார்த்து காத்திருந்தனர்.

கோயரிங் தலைமையில் மண்டபத்தைச் சுற்றிலும் சுமார் 600 அதிரடிப்படையினர் ஸ்வஸ்திக் சின்னம் தரித்து, பிரவுன் கலர் சீருடை அணிந்து, காவலுக்கு நிறுத்தப்பட்டிருந்தனர்.

இது, தனது கூட்டத்திற்கு ஹிட்லர் கொடுத்த பாதுகாப்பு என்று வான் கர் கருதினான். இதையடுத்து, அவன் எழுந்து பவேரியாவின் அரசியல் நிலையைப் பற்றி பேசத் தொடங்கினான்.

10 நிமிடங்கள் இருக்கும். அப்போது, பின்வாசல் வழியாக லுடன்டார்ப்புடன் புயல் போல நுழைந்தார் ஹிட்லர்.

விரைந்து வந்த ஹிட்லர், தனது துப்பாக்கியால் மண்டபத்தின் கூரையை நோக்கி சுட்டார். கூட்டம் அதிர்ந்தது. துப்பாக்கியை வான் கர்ரை நோக்கி திருப்பினார்.

“பதற்றப்படாதீர்கள். பவேரியாவில் தேசிய புரட்சி வெற்றி பெற்றுள்ளது. ராணுவமும், காவல்துறையும் இப்போது நாஜிகள் வசம் வந்துவிட்டன. மண்டபத்திற்கு வெளியே 600 வீரர்கள் இயந்திரத் துப்பாக்கிகளுடன் காவல் இருக்கின்றனர்”

ஹிட்லர் எத்தனையோ பொய்களை அவிழ்த்து விட்டுள்ளார். அவற்றில் இதுவும் ஒன்று. இது வான் கர்ருக்கு தெரியும். அவர், இதை நம்ப மறுத்தார். வெளியில் நின்ற ஹிட்லரின் வீரர்களுக்கு குழப்பமாக இருந்தது.

பணிய மறுத்த வான் கர்ரை நோக்கி, துப்பாக்கியை திருப்பினார் ஹிட்லர்.

“நன்றாக கேளுங்கள். இந்தத் துப்பாக்கியில் நான்கு குண்டுகள் உள்ளன. மூன்று உங்களுக்கு. அடுத்த குண்டு எனக்கு. பேசாமல் ஒப்புக்கொள்ளுங்கள்”

அவர்கள் பேச்சு நடத்த சம்மதித்தனர். மண்டபத்தின் மேடைக்கு பின்புறம் உள்ள அறைக்குப் போனார்கள்.

லுடன்டார்ப் அவர்களிடம் பேச்சு நடத்தினார். சிறிது நேரத்தில் அவர்கள் மூவரும் மேடைக்கு வந்தனர்.

“ஹிட்லரை நாங்கள் ஆதரிக்கிறோம்”

அரசுத்தலைவர்களின் இந்த வார்த்தைகள்

கூடியிருந்தவர்களுக்கு உற்சாகத்தை ஏற்படுத்தியது. அவர்கள் "ஹிட்லர் வாழ்க" என்று கோஷம் எழுப்பினர்.

"ஜெர்மனி சரணடைய காரணமான குற்றவாளிகளை அப்புறப்படுத்தி, ஜெர்மானியர்களின் வாழ்க்கையை வளப்படுத்துவதற்கு இந்த வாய்ப்பை பயன்படுத்துவேன்" என்றார் ஹிட்லர்.

பின்னர், சில உத்தரவுகளைப் பிறப்பிப்பதற்காக வெளியே வந்தார். மியூனிக் நகர தலைமையகம் மற்றும் பவேரியாவின் இதர அலுவலகங்களை வசப்படுத்தும்படி சரமாரியாக உத்தரவுகளைப் பிறப்பித்தார்.

ஆனால், ஹிட்லரின் புரட்சிக்கு ராணுவத்தில் இருந்த ஜெர்மன் படைப்பிரிவினர் ஒப்புக் கொள்ளவில்லை. யுத்தக்கால அமைச்சக கட்டிடத்தில் உள்ள, ராணுவ தலைமையகத்தை மட்டுமே ஹிட்லரின் அதிரடிப்படைப்பிரிவு கைப்பற்றியிருந்தது. அங்கு தனது படையினருடன் ஹிட்லரின் தளபதிகளில் ஒருவரான ரோம் இருந்தார்.

மியூனிக் நகர நிர்வாகமே இன்னமும் நாஜிகள் வசம் வரவில்லை. ஆனால், நாஜிகள் தெருக்களில் சுற்றித் திரிந்தனர். அவர்கள் யூதர்களை கொடுமைப்படுத்துவதில் குறியாக இருந்தனர்.

அந்தச் சமயத்தில், லுடன்டார்ப் வசமிருந்த வான் கர்ரும் அவனது கூட்டாளிகளும் வீடுவரை சென்றுவிட்டு வருவதாக கூறினர். லுடன்டார்ப் அவர்களை வெளியே செல்லும்படி அனுமதித்தார்.

ஆனால், அவர்கள் திரும்பவில்லை.

தனது வீரர்களுக்கு உத்தரவுகளைப் பிறப்பித்த ஹிட்லர் திரும்பவும் மண்டபத்திற்கு வந்தார். ஆனால், நடந்த விவரத்தை கேட்டதும், சோர்ந்தார்.

நாளை என்ன செய்வது என்றே திட்டமிடவில்லை. அதற்கான ஏற்பாடுகளை தொடங்குவதற்கு முன் வான் கர் வெளியே சென்றுவிட்டதால், அடுத்து என்ன நடக்கும் என்று யூகிக்க முடியவில்லை.

லுடன்டார்ப் மாற்று திட்டத்தை முன்வைத்தார். அடுத்தநாள் மியூனிக் நகரின் மையத்தில் மிகப்பெரிய ஜனத்திரளைக்

பவேரிய புரட்சிக்கு ஹிட்லருக்கு ஆதரவளித்த ஜெர்மன் ராணுவத்தின் முன்னாள் தலைவர் லுடன்டார்ப், கோயரிங்

கூட்டலாம் என்றார். மொத்தமாக ராணுவ தலைமயகத்தை கைப்பற்றிவிடலாம் என்றார்.

அடுத்தநாள் காலை, தன்னையும் மற்றவர்களையும் அச்சுறுத்தி ஆதரவு பெற்றதாக ஹிட்லர்மீது பழியைப் போட்டார் வான் கர். பெர்லினைத் தொடர்புகொண்டு, தனக்கும் புரட்சிக்கும் தொடர்பில்லை என்று கூறிவிட்டார்.

ஹிட்லரின் கலகத்தை ஒடுக்க தேவையான நடவடிக்கைகளை எடுக்கும்படி ராணுவத்திற்கும் காவல்துறைக்கும் உத்தரவிட்டார். ஆயுதம் தாங்கிய சுமார் நூறு போலீஸார் யுத்த அமைச்சகத்தை நாஜிகளிடமிருந்து விடுவிப்பதற்காக முற்றுகையிட்டனர்.

9 ஆம் தேதி 11 மணிக்கு மியூனிக் நகரின் மையத்தில் சுமார் 3 ஆயிரம் பேர் திரண்டனர். ராணுவ தலைமையகத்தைக் கைப்பற்றும் நோக்கத்தில் தனது வீரர்கள் அணிவகுக்க மக்கள் திரளுடன் வந்தார் ஹிட்லர்.

காவலர்களை சரணடையும்படி உத்தரவிட்டார். அவர்கள் பணியவில்லை. ஆவேசமடைந்த ஹிட்லரின் அதிரடிப்படை வீரர் ஒருவர், அவர்களை நோக்கிச் சுட்டார். உடனே, சண்டை தொடங்கியது.

பிரவுன் கலர் சீருடை அணிந்த ஹிட்லரின் வீரர்கள் 16 பேர் உயிரிழந்தனர். 3 காவல்துறையினர் மடிந்தனர். ஹிட்லரின் தோள்பட்டை இறங்கியது. கீழே சரிந்து விழுந்த ஹிட்லரை நோக்கி காவலர்கள் சுட முயன்றனர். அப்போது, நாஜி வீரர் ஒருவர் குறுக்கே புகுந்த குண்டுகளைத் தாங்கி உயிரிழந்தார்.

அவரது உயிர்த்தியாகம் ஹிட்லரை காப்பாற்றியது.

அப்படியே தவழ்ந்தபடி அருகில் தயாராக நின்ற கார் அருகே சென்றார். அப்போது, கலவரத்தில் காயமடைந்திருந்த சிறுவன் ஒருவனைப் பார்த்தார். ரத்தம் சிந்தியபடி கிடந்த அவனையும் தூக்கி காரில் போட்டு பறந்தார்.

அவரை யாரும் கவனிக்கவில்லை. உஷாராகி பின் தொடர்ந்தபோது அவர் வெகுதூரம் சென்றுவிட்டார். சிறுவனை மருத்துவ மனையில் சேர்த்த அவர், 200 மைல்கள் தாண்டி உள்ள கிராமத்திற்கு சென்றார். அங்கு தனது நண்பரும் சமூகவாத தேசிய கட்சியின் முக்கிய தலைவர்களில் ஒருவருமான ஹேன்ப்ஸ்டாங்கெல் வீட்டில் போய் தங்கினார்.

லுடன்டார்ப் மட்டுமே இறுதிவரை அங்கே இருந்தார். அவர் மக்கள் மத்தியில் செல்வாக்குப் பெற்ற ராணுவத்தலைவராக இருந்தவர் என்பதால் அவரை யாரும் நெருங்கவில்லை. புரட்சி தோற்றுவிட்டதை அறிந்து சட்டம் ஒழுங்கை நிலைநாட்ட உதவினார். இந்தக் கலவரத்தில் கோயரிங்கும் படுகாயமடைந்தார். தொழிலதிபர் ருடால்ப் ஹெஸ் ஜெர்மனியை விட்டு வெளியேறியிருந்தார்.

புரட்சியில் ஈடுபட்டவர்களை செய்யும்படி வான் கர் உத்தரவிட்டார். லுடன்டார்ப், கட்சிப் பத்திரிகையின் ஆசிரியரான ரோஸன் பெர்க் உள்ளிட்டோர் கைதாகினர். இரண்டுநாட்கள் கழித்து ஹிட்லரும் கைது செய்யப்பட்டார்.

மியூனிக் நகரில் நடைபெற்ற புரட்சி ஜெர்மன் பத்திரிகைகள் அனைத்திலும் தலைப்புச் செய்திகளாக வெளிவந்தன. பிரதமர் ஸ்ட்ரெஸ்மேன், நாஜிப் படையினர் பெர்லினுக்கு வருவது சாத்தியமில்லை என்று அறிக்கை வெளியிட்டிருந்தார்.

பிரிட்டன், அமெரிக்கா, பிரான்ஸ் ஆகிய நாடுக கவலை தொற்றியது. வெளிநாட்டுப் பத்திரிகைகள் நாஜி இயக்கத்தையும், ஹிட்லரையும் பற்றிய செய்திகளை வெளியிடத் தொடங்கின.

தீமையிலும் ஒரு நன்மை என்று ஹிட்லர் நினைத்துக் கொண்டார். புரட்சிக்காரர்கள் மீது பொதுவிசாரணை நடத்தப்படும் என்று வான் கர் அரசு அறிவித்தது. ஆனால், முக்கிய குற்றவாளிகள் என்று குற்றம்சாட்டப்பட்டவர்களில் கோயரிங் படுகாயமடைந்து மருத்துவமனையில் இருந்தார். ருடால்ப் ஹெஸ் நாட்டிலேயே இல்லை.

சிறையில் சகல வசதிகளுடனும் ஹிட்லர் கவனித்துக் கொள்ளப்பட்டார்

விசாரணை தொடங்கும் வரை சிறையில் அடைக்கப்பட்டார் ஹிட்லர். மூன்று மாதங்களுக்கு பின்னரே விசாரணை தொடங்கியது.

நீதித்துறை அமைச்சர் பிரென்ஸ் கர்ட்னர் ஹிட்லருக்கு நெருக்கமான நண்பர். ஜெர்மன் தேசியவாதத்தை ஆதரிப்பவர். அப்போதே இந்த விசாரணை நேர்மையாக நடக்காது என்று செய்திகள் வெளிவந்தன. நினைத்தது போலவே, நடந்தது விசாரணை.

ஹிட்லர், ருடன்டார்ப் உள்ளிட்டோர் குற்றவாளிக் கூண்டில் நின்றனர். சாட்சிக் கூண்டில் பிரதமர் வான் கர், லோஸ்ஸோ ஆகியோர் நின்றனர்.

குள்ள உருவமும், சார்லி சாப்ளின் போல டூத் பிரஷ் நுனியைப் போல மீசையுமாக நின்றார் ஹிட்லர். ராணுவ சீருடையுடன் மிடுக்காக நின்றார் ருடன்டார்ப்.

ஆனால், அனைவரின் கவனமும் ஹிட்லர் மீதுதான் இருந்தது.

தனது நிலையை விளக்கிப் பேச அவருக்கு அனுமதி அளித்தனர். சில வாக்கியங்களில் முடிக்க வேண்டிய வாக்குமூலத்தை, நீண்ட வியாக்கியானங்களுடன் விளக்கமாக பேசுவதற்கு அனுமதி அளிக்கப்பட்டது.

இது நீதிபதிகள் வேண்டுமென்றே ஹிட்லருக்கு காட்டிய சலுகையாக கருதப்பட்டது.

நாஜி கட்சியினர் வணக்கம் செலுத்துவதைப் போல, வலது கையை உயர்த்தி அனைவருக்கும் வணக்கம் செலுத்தினார்

ஹிட்லர் அடைக்கப்பட்டிருந்த லேண்ட்ஸ்பெர்க் சீறை

ஹிட்லர். பிறகு பேசத் தொடங்கினார்.

"நடந்து முடிந்த புரட்சிக்கு முழு முதல் காரணகர்த்தா நான் மட்டும்தான். என்னை மட்டும்தான் இந்தக் கூண்டில் நிறுத்தியிருக்க வேண்டும். நான் கிரிமினல் குற்றவாளி இல்லை. நான் புரட்சிக்காரனாக நிற்கிறேன். புரட்சிக்கு எதிரான புரட்சிக்காரனாக நான் நிற்கிறேன். யுத்தத்தில் தோற்பதற்கு காரணமானவர்கள் மீது இதுபோன்ற விசாரணை நடத்தப்படவில்லையே ஏன்? தேசிய சமூக வாதத்திற்காகவே நான் புரட்சி நடத்தினேன். எதிர்காலத்தில் அதை உத்தரவாதப்படுத்த நான் என்னால் இயன்றதைச் செய்திருக்கிறேன்"

நான்கு வாரம் நடைபெற்ற விசாரணை முழுவதையும் ஏராளமான பத்திரிகையாளர்கள் நேரடியாக வந்து கவனித்து செய்திகளை வெளியிட்டனர்.

ஹிட்லரின் பேச்சு நீட்டி முழக்கியதாகத்தான் இருந்தது. சில வரிகளில் வெளியிட வேண்டிய அந்தப் பேச்சை, ஒரு வார்த்தை கூட வெட்டாமல், ஜெர்மன் தேசியவெறியைத் தூண்டும் வகையிலான, அந்த பேச்சு முழுவதையும் அனைத்து ஜெர்மன் நாளிதழ்களும் அப்படியே வெளியிட்டன.

ஜெர்மன் மீது இவ்வளவு பற்றும் பாசமும் வைத்திருக்கும் ஒரு மனிதனா? என்று வியப்புடன் வினா எழுப்பினர் ஜெர்மன் மக்கள். பவேரியாவுக்குள் மட்டுமே ஆட்டம் போட்டுவந்த ஹிட்லர், இப்போது ஜெர்மன் கூட்டரசு முழுவதற்கும் அறிமுகமாகிவிட்டார்.

எல்லாம் முடிந்தது. 1924 ஏப்ரல் முதல் தேதி முட்டாள்கள் தினத்தில் தீர்ப்பு வெளியிடப்பட்டது.

ஆயுள் தண்டனை வரை பெற்றிருக்க வேண்டிய ஹிட்லருக்கு ஐந்து ஆண்டுகள் சிறைத்தண்டனை விதிப்பதாக நீதிபதிகள் அறிவித்தனர்.

அதுகூட சில நீதிபதிகளுக்கு பிடிக்கவில்லை. ஆறுமாதங்களில் பரோலில் வெளிவர அனுமதிக்கலாம் என்ற சலுகையை அறிவித்தனர்.

லுடன்டார்ப்பின் தேசிய சேவையைக் கருதி அவரை விடுவிப்பதாக அறிவித்தனர்.

ஹிட்லரும் அவரது சகாக்களும் லேன்ட்ஸ்பெர்க் சிறையில் அடைக்கப்பட்டனர். அங்கும் அவர் சுதந்திரமாகவே இருந்தார். இரவு நேரத்தில் மட்டுமே அவருடைய அறை பூட்டப்படும்.

அங்கேயே அடைக்கப்பட்டிருந்த அவருடைய சகாக்களைச் சந்திப்பதற்கோ, வெளியிலிருந்து வரும் கட்சிப் பிரமுகர்களைச் சந்திப்பதற்கோ எவ்வித தடையுமில்லை.

சிறைக் கைதிகளுக்கான உடையை மட்டுமே அவர் அணிந்திருந்தார். மற்றபடி எல்லாவித சலுகைகளையும் அவர் அனுபவித்தார். சிறையில் உள்ள மற்ற கைதிகளுடன் நன்றாக உறவாடினார். ஓவியங்கள் வரையவும், எழுதவும் வசதிகள் செய்து தரப்பட்டன.

அங்கு தனது வாழ்க்கை வரலாறை எழுதத் தொடங்கினார் ஹிட்லர். அவருக்கு ருடால்ப் ஹெஸ் உதவியாக இருந்தார். வெளிநாட்டுக்கு தப்பிய ருடால்ப் ஹெஸ் பின்னர் திரும்பி வந்தார். குறுகிய சிறைத்தண்டனை பெற்று ஹிட்லர் அடைக்கப் பட்டிருந்த சிறையிலேயே அடைக்கப்பட்டார்.

(ருடால்ப் ஹெஸ் மீது ஹிட்லர் தனிப்பட்ட பிரியம் வைத்திருந்தார். சிறையில் அவர் எழுதிய மெயின் கேம்ப் என்ற வாழ்க்கை வரலாற்று நூல் 1925ல் வெளியிடப்பட்டபோது 7 ஆயிரம் பிரதிகள் விறறன. ஆனால், அதன்பிறகு அதன் விற்பனை குறைந்தது. ஹிட்லர் ஆட்சிக்கு வந்தவுடன் நாஜிகள் அனைவரும் அந்த நூலை வைத்திருக்க வேண்டும் என்று உத்தரவு பிறப்பிக்கப்பட்டது.

பள்ளிகள், அரசு அலுவலர்கங்கள் அனைத்திலும் வேதப்புத்தகம் போல அது கட்டாயப்படுத்தப்பட்டது.)

ஐந்தாண்டு சிறைத் தண்டனை விதிக்கப்பட்ட ஹிட்லர் 263 நாட்களில் விடுதலை செய்யப்பட்டார்

விடுதலையும் தந்திரமும்

"உங்களுக்கான விடுதலை உத்தரவு வரும். அடுத்த இரண்டு ஆண்டுகள் உங்கள் நடவடிக்கைகள் திருப்தி அளிக்கும் வகையில் நடந்து கொள்ள வேண்டும். மியூனிக் நகருக்கு பயணம் செய்ய அனுமதி உத்தரவு வழங்கப்படும். நாளை காலை எட்டுமணிக்கு சிறையிலிருந்து வெளியேறிவிட வேண்டும்"

1924 ஆம் ஆண்டு கிறிஸ்துமஸ் தினத்திற்கு ஆறு நாட்களுக்கு முன் ராணுவ தலைவரின் அலுவலகத் திலிருந்து ஹிட்லருக்கு அழைப்பு வந்தது. அவர்தான் ஹிட்லரிடம் இப்படிக் கூறினார்.

ஐந்தாண்டு சிறைத்தண்டனை விதிக்கப்பட்டிருந்த ஹிட்லர், 263 நாட்கள்தான் சிறையில் இருந்திருக்கிறார். எதற்காக முன்கூட்டியே அவரை விடுதலை செய்தனர் என்பதற்கான காரணம் எதுவும் கூறப்படவில்லை.

அடுத்தநாள் காலை எட்டுமணி 10 நிமிடம்.

ஹிட்லரும், ருடால்ப் ஹெஸும் சிறையிலிருந்து நீண்ட கோட்டும், தொப்பியும் அணிந்து பேப்பர் கட்டுகளுடன் சிறையிலிருந்து வெளியேறினர். அரை கிலோமீட்டர் தூரம் நடந்து சென்றனர். அங்கே ஹிட்லரின் கட்சி ஆட்கள் மெர்சிடெஸ் கார் ஒன்றுடன் காத்திருந்தனர்.

அந்தக் காரில் இருவரும் மியூனிக் நகருக்கு புறப்பட்டனர். அவர்களுடன் வந்த மூவரில் ஒருவர் ஹிட்லரின் தோழி, இல்ஸே புரோல்.

பின்னர், இவரைத்தான் ருடால்ப் ஹெஸ் திருமணம் செய்துகொண்டார்.

மதியம் மியூனிக் நகருக்கு வந்து சேர்ந்தனர். அவருடைய நண்பர்களுக்கு இது பெரிய வெற்றி. வெற்றியைக் கொண்டாட விருந்துக்கு ஏற்பாடு செய்திருந்தனர். ஹிட்லர் தனது வாழ்க்கையில் முதலும் கடைசியுமாக அன்றுதான் மது அருந்தினார்.

ஹிட்லர் சிறையிலிருந்த போது நாஜி கட்சிக்கு அரசு தடை விதித்திருந்தது. கட்சிப் பத்திரிகையும் மூடப்பட்டது. தலைவர் இல்லாத நேரத்தில் கட்சிக்குள் கோஷ்டிகள் உருவாகி இருந்தன.

ஹிட்லர் சிறையிலிருந்த சமயத்தில் அவருடைய சகோதரி ஏஞ்சலா ஒரு கடிதம் எழுதியிருந்தார். ஹிட்லருடைய தந்தையின் முதல் மனைவியின் மகள் இவர். லின்ஸ் நகரில் இருந்த சமயத்தில்,வீட்டை விட்டு வெளியேறியவர்.

தனது சகோதரன் ஹிட்லர் மிகப்பெரிய தலைவனாக மாறியிருப்பதை ஆஸ்திரிய செய்தித்தாள்களில் பார்த்துத் தெரிந்துகொண்டிருந்தாள்.

புரட்சியையும், அதைத்தொடர்ந்து சிறையில் அடைக்கப்பட்டதையும் அறிந்து அவள் கடிதம் எழுதியிருந்தாள்.

அதற்கு அவர் பட்டும்படாமலும் பதில் எழுதியிருந்தார். அடுத்து அவள் எழுதிய கடிதத்திற்கு பதில் எழுதவில்லை.

சிறையிலிருந்து வெளியேறிய ஹிட்லர் மக்கள் வாழ்க்கை முறை முற்றிலும் மாறியிருப்பதைக் கவனித்தார். அவர்கள்

சந்தோஷமாக இருந்தார்கள். எல்லோரும் வேலைக்கு போய் சம்பாதித்தனர்.

ஹிட்லர் சிறைக்கு போவதற்கு முன் ஒரு தபால் ஸ்டாம்ப் வாங்குவதற்கு ஐந்தாயிரம் கோடி மார்க் தரவேண்டியிருந்த தரித்திர நிலை இப்போது இல்லை.

மார்க் பழைய மதிப்பைப் பெற்றிருந்தது. கிறிஸ்துமஸ் பண்டிகை உற்சாகம் மக்கள் மத்தியில் வெளிப்படையாக தெரிந்தது. தன்னால் மட்டுமே ஜெர்மனியின் பணவீக்கத்தைக் கட்டுப்படுத்த முடியும் என்றும், ஜெர்மானியர்களின் வேலையையும் பாதுகாப்பையும் உத்தரவாதப் படுத்தமுடியும் என்றும் ஹிட்லர் பேசிவந்தது கண்ணெதிரே பொய்யாகிப் போனது எவ்வாறு?

அவருக்கு புரியவில்லை.

“எப்படி... இது எப்படி சாத்தியம்? நான் சிறையில் இருந்த போது என்ன நடந்தது?”

நண்பர் ஹன்ப்ஸ்டாங்கிலிடம் கேட்டார் ஹிட்லர்.

“நீங்கள் அமெரிக்காவுக்குத்தான் நன்றி சொல்ல வேண்டும். ஜெர்மனியின் பணவீக்கத்தைக் கட்டுப்படுத்த அவர்கள்தான் ஏராளமான முதலீட்டைக் கொண்டுவந்து கொட்டியுள்ளனர். வேலையில்லா திண்டாட்டம் 50 சதவீதம் குறைந்துள்ளது. வறுமை பெருமளவு நீங்கிவிட்டது.”

என்றார் ஹன்ப்ஸ்டாங்கில்.

“நமது விவகாரங்களில் அமெரிக்கர்கள் ஏன் மூக்கை நுழைக்க வேண்டும்? இதை நாம் எப்படி திருப்பித் தரவேண்டும் என்று அவர்கள் எதிர்பார்க்கிறார்கள்?”

ஆத்திரமாக கேட்டார் ஹிட்லர்.

ஜெர்மனியால் இதைத் திருப்பித்தர முடியாது என்பது அமெரிக்காவுக்குத் தெரியும். முதல் உலக யுத்தத்தில் ஜெர்மனி தோற்பதற்கு அமெரிக்க யூதர்கள்தான் காரணம் என்று ஜெர்மானியர்கள் இன்னமும் நம்புகிறார்கள். அவர்கள் கொள்ளையடித்த ஜெர்மானிய சொத்துக்களை இப்படி முதலீடு செய்து பரிகாரம் தேடிக்கொள்ள விரும்புகிறார்கள்.

தவிர, யூதர்களை விரட்டுவதே லட்சியமாக கொண்டு தொடங்கப்பட்ட ஒரு கட்சிக்கு பெருகிவரும் மக்கள்

கட்சி உறுப்பினர்கள் முன்னாள் ராணுவத்தினராக இருந்ததால் நேர்த்தியான அணிவகுப்பால் மற்றவர்களை கவர்ந்தனர்

செல்வாக்கை அனுமானிக்க முடியாத அளவுக்கு அமெரிக்கர்கள் முட்டாள்களா என்ன?

ஹிட்லரின் வளர்ச்சியையும், யூதர்கள் மீதான வெறுப்பையும் தணிக்க வேண்டுமெனில், ஜெர்மன் பொருளாதார நிலை மேம்பட்டால்தான் முடியும். தாங்கள் நினைத்தால் எதையும் செய்ய முடியும் என்ற மனநிலையை தோற்றுவிக்க வேண்டும். ஹிட்லரால்தான் முடியும் என்ற எண்ணம் மக்கள் மத்தியிலிருந்து விலக வேண்டும் என்பதே அமெரிக்காவின் நோக்கம்.

வெளிப்படையாக தெரியும் இந்த உண்மையை ஹிட்லரால் இப்போது பேச முடியாது. அவரது கட்சிக்கு தடை விதிக்கப்பட்டுள்ளது.

கட்சிக்குள் பழைய தலைவர்கள் இருந்தாலும் அவர்களுக்குள் ஒற்றுமை குறைந்திருக்கிறது. இவற்றிலிருந்து கட்சியை மீட்க வேண்டும். தனது தலைமையை வலுப்படுத்த வேண்டும்.

நாஜிகள் இன்னும் தங்கள் நிலையில் உறுதியாக

இருக்கிறாரகள் என்பதை கட்சிக்காரர்களுக்கு தெரியப்படுத்த வேண்டும். கட்சியை வழிநடத்த பத்திரிகை வெளிவர வேண்டும். கட்சியின் நிதிநிலை வேறு மோசமாக இருக்கிறது.

என்ன செய்யலாம்?

1925 ஆம் ஆண்டு தொடக்கத்தில் பவேரியாவின் பிரதமரைச் சந்தித்தார். நாட்டின் ஜனநாயக விதிகளுக்கு உட்பட்டு கட்சியை நடத்த விரும்புவதாக அப்போது உத்தரவாதம் அளித்தார்.

அதன் தொடர்ச்சியாக கட்சிக்கும் பத்திரிகைக்கும் விதிக்கப்பட்டிருந்த தடை நீக்கப்பட்டது. பீப்பிள்ஸ் அப்சர்வர் என்ற தனது கட்சிப்பத்திரிகையில் பிப்ரவரி 26 ஆம் தேதி ஒரு தலையங்கம் எழுதினார்.

புதிய தொடக்கம் என்ற தலைப்பில் எழுதப்பட்ட அந்தத் தலையங்கத்தில், அடுத்தநாள் நடைபெறவுள்ள பொதுக்கூட்டம் குறித்து தகவல் வெளியிட்டிருந்தார்.

அதன்படி, 27 ஆம் தேதி நீண்ட இடைவெளிக்கு பிறகு, ஹிட்லர் பேசும் மிகப்பெரிய கூட்டம் மியூனிக் நகரில் நடைபெற்றது. ஆனால், ஹிட்லர் மாறவில்லை.

யூதர்களையும், மார்க்சிஸ்ட்டுகளையும் விட்டு வைக்க மாட்டோம் என்று உணர்ச்சி வயப்பட்டு ஆவேசமாக பேசினார்.

இதையடுத்து, அவர் பொதுக்கூட்டங்களில் பேசுவதற்கு மீண்டும் இரண்டு ஆண்டுகள் தடை விதிக்கப்பட்டது.

கட்சியை ஜெர்மன் முழுவதும் புதிதாக கட்டமைக்கும் வேலையில் ஈடுபடத் தொடங்கினார். அரசாங்க அமைப்பைப் போலவே கட்சியையும் அமைத்தார். கட்சியை இரு பிரிவுகளாக பிரித்தார்.

பிஓ1 என்ற முதல் பிரிவு ஜெர்மனியின் குடியரசைத் தூக்கி எறியும் உத்வேகம் கொண்ட உறுப்பினர்களை உள்ளடக்கியது

பிஓ2 என்ற இரண்டாவது பிரிவு, தற்போதுள்ள குடியரசுச் சட்டங்களுக்கு உட்பட்டு புதிய அரசு அமைக்கும் நோக்கம் கொண்டது. ஆனால், தேவைப்படும்போது, குடியரசை தூக்கி எறிந்துவிடும் வகையில் தயாராக இருக்க வேண்டும்.

இந்த இரண்டாவது பிரிவில், வேளாண்துறை, தொழில்துறை, பொருளாதாரத் துறை, உள்துறை, வெளியுறவுத்துறை, நீதித்துறை, இனம் மற்றும் கலாச்சாரத்துறை, பிரச்சாரத்துறை என பல

சிறையிலிருந்து விடுதலையான ஹிட்லர் தனக்கென தனி பாதுகாப்புப் படையை அமைத்தார்

பிரிவுகள் அமைக்கப்பட்டன. அனைத்தும் நாஜிகளின் கொள்கைகளை எப்படி அமல்படுத்துவது என்று கற்பிக்கப்ட்டடு வளர்க்கப்பட்டன.

ஜெர்மனியை 34 மாவட்டங்களாக பிரித்து அனைத்துக்கும் தலைவர்கள் நியமிக்கப்பட்டனர். பிறகு வட்டங்கள், நகரங்கள், வார்டு கிளைகள், தெருக்கிளைகள் என்று அடிமட்டம் வரை பிரிக்கப்பட்டு அதிகாரம் பலருக்கும் பகிர்ந்து அளிக்கப்பட்டது.

15 முதல் 18 வயதுக்கு இடைப்பட்ட இளைஞர்களுக்கும், 10 முதல் 15 வயது வரையிலான சிறுவர்களுக்கும், டீன் ஏஜ் பெண்களுக்கும், மகளிருக்கும் தனித்தனிப் பிரிவுகள் அமைக்கப்பட்டன.

கட்சியின் சுப்ரீம் லீடராக ஹிட்லர் மாறினார்.

பிரவுன் கலர் சீருடை அணிந்த தனது அதிரடிப்படைப் படையிலிருந்து தேர்ந்தெடுக்கப்பட்ட இளம் உறுப்பினர்களைக் கொண்டு ஹிட்லர் தனக்கான பாதுகாப்புப் படையை அமைத்தார். அவர்களுக்கு கருப்புச் சீருடை வழங்கப்பட்டது. அதன் தலைவராக ஹென்ரிச் ஹிம்லர் நியமிக்கப்பட்டார்.

இவ்வளவு இருந்தும் கட்சி அமைதியாக இருக்க நேர்ந்தது. ஜெர்மனி மீது அமெரிக்காவும், நேசநாடுகளும் கூடுதல் அக்கறை காட்டின. அதன் பொருளாதார நிலையை சீரமைக்காவிட்டால்

நாஜிகளின் கை ஓங்கிவிடும் என்று அவை பயந்தன.

நகராட்சி கட்டிடங்கள், விளையாட்டு மைதானங்கள், நீச்சல்குளங்கள், விமான நிலையங்கள் என்று உள்கட்டமைப்புக்காகவும் அமெரிக்கா நிதியுதவி செய்தது. மக்கள் வாழ்க்கை எளிதாகிப் போனது. முதல் உலகப்போரில் முக்கிய தளகர்த்தராக இருந்த பால் வான் ஹின்டென்பர்க் ஜெரமனியின் புதிய குடியரசுத் தலைவராக தேர்ந்தெடுக்கப்பட்டிருந்தார்.

அமெரிக்காவிடமும், பிரிட்டன், பிரான்ஸ் உள்ளிட்ட நேச நாடுகளிடமும் அவர் ஏராளமான தொகையை கடனாகப் பெற்றார். நாட்டின் பொருளாதார நிலை சீராகியது. நாஜிகள் ஹிட்லர் இல்லாமல், பிரச்சாரத்திற்கு பிரச்சினை இல்லாமல் அமைதியாக இருந்தனர்.

ஆனால், கட்சியின் வருமானம் அதிகரித்தது. உறுப்பினர்கள் எண்ணிக்கை பிரமிக்கத் தக்க வகையில் உயர்ந்தது.

ஜெர்மனி இப்போது கடன் வாங்கிய பணத்தைக் கொண்டு காலத்தை ஓட்டுகிறது. இதுவும் குறிப்பிட்ட காலம் வரைதான் நீடிக்கும். யூதர்கள் மற்றும் மார்க்சிஸ்ட்டுகள் மீதான வன்மம் இன்னமும் மக்கள் மனதில் இருக்கிறது. தற்காலிகமாக இது அடக்கப்பட்டுள்ளது.

விரைவில் நேரம் வரும். அப்போது அதை வெடிக்கச் செய்துவிட முடியும் என்று ஹிட்லர் நம்பினார்.

தனது சகோதரி மகள் ஜெலி மீது ஹிட்லர் காதல் வயப்பட்டார்

ஹிட்லரை மொய்த்த பெண்கள்

பொதுக்கூட்டங்கள் இல்லை. மேடைகள் இல்லை. ஹிட்லரின் வாழ்க்கை போரடிக்கத் தொடங்கியது.

புகைப் பிடிக்க மாட்டார். மது அருந்த மாட்டார். பெண்கள் சகவாசமும் இல்லை. தன்னை தேவதூதனாக பாவித்து வாழ்ந்ததால் இந்த பழக்கமெல்லாம் அந்த இமேஜை நொறுக்கி விடும் என்று கருதியிருந்தார்.

எந்நேரமும் மக்கள் கூட்டத்தில் வாழ்க முழக்கங்களை கேட்டபடி வாழ்ந்து பழகிவிட்ட ஹிட்லர் முதன்முறையாக அமைதியான வாழ்க்கை முறைக்குத் திரும்ப வேண்டியிருந்தது.

அவருடைய நண்பர் ஹன்ப்ஸ்டாங்கில் பெருமளவு பண உதவி செய்தார். அவரை பெரிய பணக்காரர்களுக்கு அறிமுகப்படுத்தி வைத்தார். அத்தனை பேரும் ஹிட்லருக்கு நிதியுதவி அளித்தனர்.

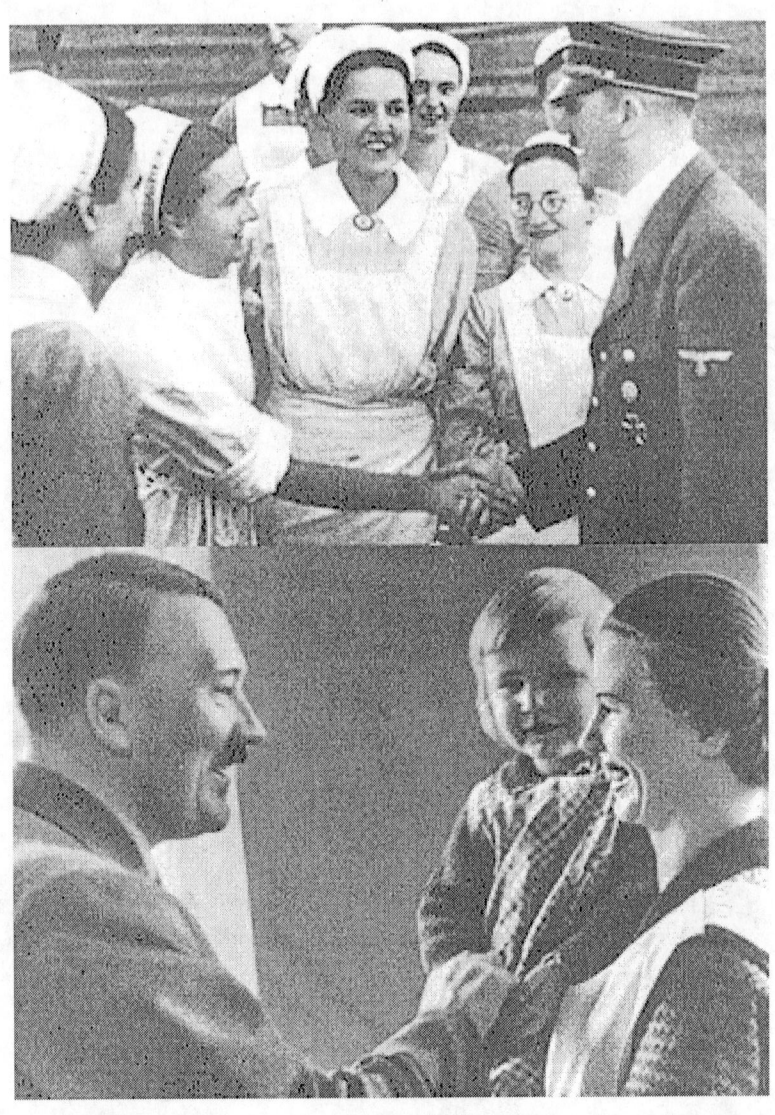

இயல்பாக பழகும் தன்மையுடைய ஹிட்லரை அனைத்துத் தரப்பு பெண்களுக்கும் பிடித்திருந்தது. ஹிட்லரின் இமேஜை உயர்த்திப் பிடிக்கும் வகையில் நடைபெற்ற பிரச்சாரத்தில் இத்தகைய படங்கள் முக்கிய இடத்தை பெற்றிருந்தன.

தனது தந்தையின் மூத்த தாரத்தின் மகள் ஏஞ்சலாவுடன்

1925 பிப்ரவரியில் நாஜி கட்சியில் சந்தா செலுத்தும் உறுப்பினர்களாக 35 ஆயிரம் பேர் இருந்தனர்.

ஹிட்லர் தனது செலவுக்கு என்ன செய்தார்? என்ற கேள்வி அவ்வப்போது எழும்.

ராணுவத்தில் இருந்து ஓய்வு பெற்றபின்னர் அவர் எப்படி தனது வாழ்க்கையை ஓட்டினார்?

ஹிட்லர் மிகவும் சிக்கனமானவர். ராணுவத்தில் வேலை செய்யும்போது, அநாவசியமான செலவுகளைக் குறைத்து, வாரம் 25 மார்க்குகள் வரை சேமித்து வந்தார். அந்தச் சேமிப்புத் தொகையை அவர் சிறைக்குச் செல்லும்வரை தொடவே இல்லை என்று மியூனிக் நகர வங்கி அதிகாரி ஒருவர் தெரிவித்தார்.

கட்சி நிதிக்காக டிரெக்ஸ்லர், எக்கார்ட் ஸ்லிப்மேன், ஹிட்லர் ஆகியோர் இணைந்து கூட்டுக் கணக்கு தொடங்கப்பட்டிருந்தது. பின்னர் டிரெக்ஸ்லரை நீக்கிவிட்டு ஹிட்லரும் எக்கார்ட்டும் மட்டுமே கையெழுத்திட்டனர்.

1925 ஆம் ஆண்டு மார்ச் மாதம் எக்கார்ட் பொறுப்பில் விட்டு விட்டார். நிதிக் கையிருப்பு அதிகரிக்கத் தொடங்கியது.

1926 ஆம் ஆண்டு பிப்ரவரி மாதம் ஜோஸப் கோயபல்ஸ் என்பவர் ஹிட்லரைச் சந்தித்தார்.

உலக அரசியல் வரலாற்றில் கோயபல்ஸுக்கு தனி இடம்

உண்டு. தொடக்கத்தில் 1922 ஆம் ஆண்டுவரை கம்யூனிஸ்ட் கட்சியில்தான் இருந்தார்.

இளம்பிள்ளை வாதத்தால் வலது கால் பாதிக்கப்பட்டவர். ஆனால், இலக்கியத்தில் பி.எச்டி., பட்டம் பெற்றவர். தனது திறமையைப் பயன்படுத்துவதற்கான வாய்ப்பைத் தேடி அலைந்து கொண்டிருந்தார்.

மக்களை தட்டி எழுப்பக்கூடிய உணர்ச்சிமிகு உரைகளைத் தயாரிப்பதில் திறமை மிக்கவர். பிரச்சாரத்திற்கு பயன்படக்கூடிய விஷயங்களை நல்ல முறையில் தொகுக்கும் ஆற்றலுடையவர்.

ஹிட்லருக்கு அவரை பிடித்துவிட்டது. வெற்றிக்காக எதையும் செய்யலாம். பொய்யை திரும்பத் திரும்பக் கூறினால் அதை உண்மையென்று மக்கள் நம்பிவிடுவார்கள். பிறகு அதை பொய் என்று நாமே சொன்னால்கூட நம்ப மாட்டார்கள் என்பதுதான் கோயபல்ஸின் கோட்பாடு.

1926 ஆம் ஆண்டு கோயபல்ஸை பெர்லினுக்கு அனுப்பினார் ஹிட்லர். பெர்லின் மாவட்டத்தின் நாஜி கட்சி தலைவராக கோயபல்ஸ் பொறுப்பேற்றிருந்தார்.

ஜெர்மனை மீட்க வந்த இறைத்தூதர் ஹிட்லர் என்று முதன்முதலில் தனது பிரச்சாரத்தை தொடங்கினார். அப்போதிருந்து ஹிட்லரின் இமேஜ் இப்படியே உருவகப்படுத்தப்பட்டது. கட்சியின் நிர்வாகம் முழுவதும் ஒழுங்கமைக்கப்பட்டது. ஹிட்லர் தனது தலைமையை நிலைநாட்டிக் கொண்டார்.

மலைகளை ஒட்டி அமைந்துள்ள பெர்ச்டெஸ்காடன் என்ற கிராமத்தில், இயற்கை அழகை ரசிக்கும் வகையிலான அமைதிநிறைந்த வீடு ஒன்றை ஹிட்லர் வாங்கினார். அங்கிருந்து எதிர்கால திட்டங்களை வகுக்கத் தொடங்கினார்.

தனது நண்பரான ருடால்ப் ஹெஸ்ஸிடம் மெயின் கேம்ப் புத்தகத்தின் இரண்டாம் பாகத்தை வாய்மொழியாக சொல்லத்தொடங்கினார்.

அந்தச் சமயத்தில்தான், தனக்கென ஒரு பெண் துணை வேண்டும் என்று ஹிட்லருக்கு தோன்றியது.

ஆனால், வயதில் இளைய, மேதாவியாக இல்லாத, அப்பாவி பெண்களை மட்டுமே ஹிட்லருக்கு பிடிக்கும். ஹிட்லரை தேவதூதனாக, அவர் சொல்வதை எதிர்க்கேள்வி கேட்காமல்

ஜெலியுடன் இருக்கும்போது டீன் ஏஜ் பையனாக மாறிவிடுவார்

கடைப்பிடிக்கக் கூடிய பெண்களைத்தான் அவருக்கு பிடிக்கும்.

அவர் பிரபலம் அடைந்திருந்ததால் அவருடன் பல பெண்கள் நட்பு கொள்ள விரும்பினர். ஹிட்லருடன் இணைந்து விருந்துக்குச் செல்லவும், சினிமாவுக்கு போகவும், தெருவில் நடக்கவும் ஏராளமான பெண்கள் போட்டியிட்டனர்.

அரசியலில் வேலை இல்லாமல் போனதால், தனது இமேஜை தக்கவைத்துக் கொள்வதற்காக பெண்களின் பின்னால் ஹிட்லர் அலைந்தார் என்று, சிலர் வதந்திகளைப் பரப்பினர்.

நிஜத்தில் பெண்கள்தான் அவருடைய நட்பை விரும்பித் தேடிவந்தனர்.

ஹிட்லர் புதிதாக வாங்கிக் குடியேறிய வீட்டில் அவரைக் கவனித்துக் கொள்ள பெண்துணை தேவை என்று யோசித்தார். இதுகுறித்து, தனது நண்பரும் பண உதவி செய்பவருமான ஹன்ப்ஸ்டாங்கிலுடன் பேசிக்கொண்டிருந்தார்.

அவரோ தனது சகோதரியை ஹிட்லருக்கு திருமணம் செய்து வைத்துவிடலாம் என்று நினைத்தார். எப்படியிருந்தாலும், எதிர்காலத்தில் ஜெர்மனியின் முக்கியமான தலைவராகப் போகிறவர் என்ற எண்ணம் அவருக்குள் இருந்தது.

ஹன்ப்ஸ்டாங்கிலின் தந்தை ஜெர்மானியர். தாய் அமெரிக்காவைச் சேர்ந்தவர். ஹிட்லரின் கட்சிச் சொத்துக்கள்

வளர்ச்சியடைய முக்கிய காரணமாக இருந்தவர். சொத்துக்களின் மதிப்பையும் அறிந்து வைத்திருந்தவர்.

சிறையில் இருந்த போது தனது சகோதரி ஏஞ்சலாவிடம் இருந்து வந்த கடிதத்திற்கு பதில் எழுதாத ஹிட்லர், சிறையில் இருந்து வெளியே வந்தவுடன், மியூனிக் நகரில் தனது புதிய முகவரியைத் தெரிவித்து கடிதம் எழுதியிருந்தார்.

அதற்கு ஏஞ்சலா பதில் அனுப்பியிருந்தார்.

"எனது கணவர் இறந்துவிட்டார். ஜெலி ராப்பல் என்ற 17 வயது மகளுடனும், பிரீடில் என்ற 14 வயது மகள்களுடன் வசிக்கிறேன். இருவருடைய படிப்புச் செலவுக்கும் மிகுந்த சிரமப்படுகிறேன்"

என்று தனது கடிதத்தில் ஏஞ்சலா குறிப்பிட்டு இருந்தார். ஆனால், தற்போதைக்கு அவளுக்கு எவ்விதமான உதவியும் செய்ய இயலாத நிலையில் இருப்பதாகவும் ஹிட்லர் பதில் எழுதியிருந்தார்.

அதன்பிறகு, 1927 ஆம் ஆண்டுதான், மீண்டும் ஒரு கடிதம் எழுதியிருந்தார். தனது மகள்களுடன் வியன்னாவுக்கு வந்துவிட்டதாகவும், அங்கு மிக மோசமான வாடகைக் குடியிருப்பில் வசிப்பதாகவும் தெரிவித்திருந்தார்.

அந்த ஆண்டு நாஜி கட்சிக்கு மிக முக்கியமான ஆண்டு. பெர்லினில் கோயபல்ஸின் கைங்கர்யம் நன்றாக வேலை செய்யத் தொடங்கியிருந்தது.

கட்சிக்கு ஒரு பத்திரிகை தொடங்கியிருந்தார். சுற்றுப்புறங்களில் எல்லாம் கட்சிப் பிரச்சார போஸ்டர்கள் ஒட்டப்பட்டன. மார்க்சிஸ்ட்டுகளை ஆத்திரப்படுத்தும் வகையில் கருத்துகளை வெளியிடுவார். ஊர்வலங்கள் பொதுக்கூட்டங்கள் என்று அமர்க்களப்பட்டது. கட்சியின் உறுப்பினர்கள் எண்ணிக்கை வியக்கவைக்கும் அளவுக்கு அதிகரித்தது.

ஒரு பேரணியில் கோயபல்ஸை கேள்வி கேட்ட மார்க்சிஸ்ட் ஒருவரை நாஜிக் கட்சியினர் அடித்து நொறுக்கினர். இதையடுத்து பெர்லினுக்குள்ளும் பிரஷ்ய மாநிலம் முழுவதும் தடை செய்யப்பட்டது.

அந்தத் தடை சிறிது காலம்தான் நீடித்தது. பின்னர் அது விலக்கிக் கொள்ளப்பட்டது.

தன் மீது இவ்வளவு அன்பு வைத்திருக்கும் ஹிட்லர், ஏன் இப்படி டார்ச்சர் செய்கிறார் என்று ஜெலிக்கு புரியவில்லை

1927 மே மாதம் பெர்லினில் ஹிட்லர் பங்கேற்கும் கூட்டத்திற்கு ஏற்பாடு செய்யப்பட்டது. ஆயிரக்கணக்கானோர் பங்கேற்ற அந்தக் கூட்டம் ஹிட்லரை மிகவும் உற்சாகப்படுத்தியது.

அதைத் தொடர்ந்து அறிவிக்கப்பட்ட ஜெர்மன் நாடாளுமன்றத் தேர்தலில் நாஜி கட்சி போட்டியிட்டது. ஆனால் 12 இடங்களை மட்டுமே கைப்பற்றியிருந்தது. கோயபல்ஸ் நாடாளுமன்ற உறுப்பினராக வெற்றிபெற்றிருந்தார்.

நாஜிக் கட்சியின் உறுப்பினர்கள் எண்ணிக்கை மளமளவென்று உயர்ந்தது. 1928 ஆம் ஆண்டு கட்சியின் சந்தா வருவாய் ஆண்டுக்கு 10 லட்சம் மார்க்குகள் என்ற நிலையை எட்டியது.

மலைப்பகுதி வீடு தவிர, மியூனிக் நகரின் செல்வந்தர்கள் வசிக்கும் தெருவில், ஐந்து அறைகள் கொண்ட ஆடம்பரமான வீடு வாங்கப்பட்டது. அவருடைய உபயோகத்திற்காக சக்திவாய்ந்த புதிய மெர்சிடெஸ் கார் வாங்கித்தரப்பட்டது.

எல்லாம் சரி. வீட்டைக் கவனித்துக் கொள்வது யார்?

ஹிட்லர் எத்தனையோ ரகசியங்களை மறைத்து வாழ்கிறவர். தன்னைச் சுற்றிலும் போலியான இமேஜை உருவாக்கி வைத்திருப்பவர். தனது ரகசியங்கள் வெளியேறிவிடாமல் இருக்கும் வகையில் நம்பிக்கையான பெண் துணை தேவை.

ஏன் நமது சகோதரி ஏஞ்சலாவை அழைக்கக் கூடாது? அழைக்கலாம்.

“உனது மகள்களை அழைத்துக் கொண்டு உடனே மியூனிக்

வந்துவிடு. அவர்களுடைய படிப்புச் செலவுகளை நான் பார்த்துக் கொள்கிறேன்."

மலையோர கிராமத்து வீட்டை ஏஞ்சலா பார்த்துக் கொள்ள வேண்டும். மியூனிக் நகர வீட்டு வேலைகளை பராமரிக்க விதவைப் பெண் ஒருவர் நியமிக்கப்பட்டார். ஏஞ்சலாவின் இருமகள்களும் தங்கிப் படிப்பதற்கு மியூனிக் வீட்டின் மேல் மாடியில் இரு அறைகள் ஒதுக்கப்பட்டன.

ஏஞ்சலாவின் மூத்த மகள் ஜெலி ராபெல்லுக்கு அப்போது வயது 21. இசைக் கல்லூரியில் படிக்க வேண்டும் என்றாள். ஹிட்லர் ஓ.கே. சொன்னார்.

இருவரில் ஜெலி மீது ஹிட்லர் கூடுதல் அக்கறை செலுத்தினார். அவள் இசைக் கல்லூரிக்கு போகும்போது அவளுடன் 7 பாதுகாப்பு வீரர்களை அனுப்பி வைப்பார்.

தனது மாமாவின் செல்வாக்கு, அவரை வழிபடும் மக்கள் கூட்டம் இதெல்லாம் ஜெலிக்கு பெருமையாக இருக்கும். அவளும் அவள் மீது காதல் கொண்டாள்.

வார விடுமுறை நாட்களில் இரண்டு பெண்களையும் அழைத்துக் கொண்டு கிராமத்து வீட்டுக்கு வருவார். ஜெலியை நீச்சல் குளத்திற்கு அழைத்துப் போவார்.

ஆனால், விரைவிலேயே ஹிட்லர் மீது ஜெலிக்கு எரிச்சல் அதிகரித்தது. அவர் இல்லாத சமயங்களில் அவள் யாருடனும் பேசக்கூடாது என்று கட்டளையிட்டிருந்தார். எந்நேரமும் அவளைச் சுற்றிலும் பாதுகாப்பு வீரர்கள் இருப்பார்கள். நண்பர்களுடன் கூட தனிமையில் பேச முடியாது.

அந்த அளவுக்கு பொஸஸிவ் ஆக இருந்தார் ஹிட்லர்.

தன் மீது இவ்வளவு அன்பு வைத்திருக்கும் ஹிட்லர், ஏன் இப்படி டார்ச்சர் செய்கிறார் என்று ஜெலிக்கு புரியவில்லை. ஹிட்லர் அவளுடன் பாலியல் உறவு வைத்துக் கொண்டதே இல்லை. அவளுக்கு உடல் தேவைகள் இருந்தன.

மியூனிக் வந்திருக்கவே கூடாதோ என்ற கவலை, அவளைத் தொற்றிக் கொண்டது.

1930 ஆம் ஆண்டு தேர்தலில், நாஜி கட்சிக்கு ஜெர்மன் நாடாளுமன்றத்தில் 107 இடங்கள் கிடைத்திருந்தன. ஹிட்லர் முக்கியமான தலைவராகிவிட்டார். ஜெர்மன் தனது கைக்கு வரும் காலம் நெருங்கிவிட்டதாகவே ஹிட்லர் கருதினார்.

ஒழுங்கும் நேர்த்தியும் ஹிட்லரை இறைத்தூதராக மாற்றியது

வெற்றியும் தோல்வியும்

நாடாளுமன்றத்தில் நாஜிக் கட்சிக்கு இவ்வளவு இடங்கள் சும்மா கிடைத்துவிடவில்லை.

அவ்வளவும் பொய்களை விதைத்து கைப்பற்றியவை. மக்கள் மத்தியில் இனவெறியை விதைத்து அறுவடை செய்தவை.

இதில் கோயபல்சுக்கு முக்கிய பங்கு உண்டு. இல்லை, அவனுக்குத்தான் முக்கிய பங்கு.

ஹிட்லரின் பேச்சுக்களை தயாரித்துக் கொடுத்தவன் அவன்தான். பிரச்சாரக் கூட்டங்களை ஏற்பாடு செய்தவன் அவன்தான். இறைத்தூதர் போன்ற இமேஜை உருவாக்கியவன் அவன்தான்.

யூதர்களை தாக்குவதும், கம்யூனிஸ்ட்டுகளை கலவரத்திற்கு தூண்டுவதும், நாட்டின் பொருளாதார நிலை குறித்து மக்கள் மத்தியில் பீதியை கிளப்புவதும் அவனது அன்றாட வேலையாக இருந்தது. அதில் அவன் வெற்றி பெற்றான்.

நாடாளுமன்றத் தேர்தல் முடிந்து இரண்டே ஆண்டுகளில் மீண்டும் ஒரு பொதுத்தேர்தலை நடத்துவதற்கு காரணமாக இருந்தவனே அவன்தான்.

ஜெர்மனின் தேசிய வங்கி திவாலாகப் போகிறது என்று, தினந்தோறும் எழுதியும் பேசியுமே, நன்றாக இயங்கிய அந்த வங்கியை திவாலாக்கியவன்.

அமெரிக்காவின் பங்குச் சந்தை வீழ்ச்சியை ஆதாரமாக வைத்து, அவன் புனைந்து வெளியிட்ட கதைகள் பீதியூட்டக் கூடிய வகையில் இருந்தன.

நாட்டின் சரிந்து வரும் பொருளாதாரத்தை சீரமைக்க முடியாமல் அரசு திணறியது. குடியரசுத்தலைவராக இருந்த ஹின்டன்பர்க் வேறு வழியின்றி புருனிங் என்பவரை பிரதமராக்கினார். கத்தோலிக்க ஜனநாயக கட்சியைச் சேர்ந்த அவர் பொருளாதார நிபுணர். அவரும் செய்வதறியாது கையைப் பிசைந்துகொண்டு நின்றார். நாடாளுமன்றத்தில் பெரும்பான்மை இல்லை.

ஒவ்வொரு கட்சியும் தங்கள் திசையில் பிரதமரை இழுக்க முயன்றால் அவர் எந்தப்பக்கம்தான் போவார்?

வேறு வழியில்லாமல், நாடாளுமன்றத்தைக் கலைத்துவிட்டு தேர்தல் நடத்தும்படி குடியரசுத்தலைவருக்கு வேண்டுகோள் விடுத்தார்.

எல்லாம் கோயபல்ஸ் கைங்கர்யம்தான்.

1930 ஆம் ஆண்டு நாடாளுமன்றத் தேர்தலில் ஹிட்லரின் பிரச்சாரத்தைக் கேட்க மக்கள் கூட்டம் அலைபாய்ந்தது. நீண்ட நேரம் காத்திருந்தார்கள். மேடையில் ஏறியவுடன் விரக்தியுடன் பேச்சைத் தொடங்குவார். கொஞ்சமாக குரலை உயர்த்துவார். திடீரென ஆவேசப்படுவார். ஜெர்மனியைக் காப்பாற்ற தன்னால் மட்டுமே முடியும் என்று இரண்டு கைகளையும் விரித்து வானைப் பார்த்துக் கத்துவார். கூட்டம் பரவசமடையும். கரகோஷம் செவிப்பறையை கிழிக்கும்.

சமூகத்தின் அனைத்துத் தரப்பினருக்கும் வாக்குறுதிகள் வைத்திருப்பார். மாணவர்கள், இளைஞர்கள், தொழிலாளர்கள், நடுத்தர மக்கள், வியாபாரிகள், தொழிலதிபர்கள், பெண்கள், விவசாயிகள் என்று பாரபட்சமில்லாமல் அனைவருடைய வாழ்க்கையையும் வளப்படுத்த தன்னிடம் திட்டங்கள்

நாஜி கட்சியின் நாடாளுமன்றக் குழுத் தலைவராக நியமிக்கப்பட்ட கோயரிங்கிற்கு வாழ்த்து

இருப்பதாக பட்டியலிடுவார்.

ஜெர்மனியை என் கையில் ஒப்படைத்தால், பாலாறும் தேனாறும் தெருக்களில் பெருக்கெடுத்து ஓடும் என்று அடித்துக் கூறுவார்.

அந்த வாக்குறுதிகள் ஓரளவு பலன் கொடுத்தன. முதன் முறையாக ஜெர்மன் நாடாளுமன்றத்தில் நாஜிக் கட்சி 107 இடங்களைப் பெற்றது. ஹிட்லர் பெருமிதமடைந்தார். தனது எண்ணம் ஈடேறப்போகிறது என்று நம்பத் தொடங்கினார்.

பத்திரிகைகள் தேடி வந்து பேட்டி கண்டன. மக்கள் அவருடன் கைகுலுக்கக் காத்திருந்தனர். எங்கே திரும்பினாலும் புகழ் வெளிச்சம் அவர்மீதே படர்ந்தது.

அக்டோபர் மாதம் நாடாளுமன்றத்திற்கு நாஜிகள் வந்தனர். பிரவுன் கலர் சீருடையில் அவர்கள் வந்து ஹிட்லர் வாழ்க என்று ஆஜர் படுத்திக் கொண்டனர்.

முதல் சிறிய வெற்றியே நாஜிக் கட்சியின் அதிரடிப்படை மற்றும் இளைஞர் அணியினரை ஆட்டம்போட வைத்தது. அவர்கள் யூதர்களின் கடைகள், உணவு விடுதிகளை அடித்து நொறுக்கினர். எனவே, அந்த அமைப்புகளுக்கு தடை விதிக்கப்பட்டிருந்தது. ஆனால், அந்தக் கட்சியின் நாடாளுமன்ற உறுப்பினர்கள் அதிரடிப்படையினரின் சீருடையில் வந்தனர்.

புதிய அரசுக்கு எவ்வித ஒத்துழைப்பும் வழங்கப்போவதில்லை என்பதை அவர்கள் சூசகமாக

தனது சகோதரி மகளான ஜெலி
தற்கொலை செய்து கொள்வதற்கு காரணமான
ஈவா பிரவுன் ஹிட்லருடன் கடைசிவரை வாழ்ந்தார்

ஈவா பிரவுனின் கையில் முத்தமிடுகிறார் ஹிட்லர்

தெரிவித்தனர்.

அந்தத் தேர்தலுக்குப் பின் ஜெர்மன் தொழிலதிபர்கள் ஹிட்லர்மீது போட்டி போட்டு பணத்தை வாரிக் கொட்டினர். அடுத்து நாஜிகள்தான் ஜெர்மன் ஆட்சியைப் பிடிக்கப் போகிறார்கள் என்று அவர்கள் முடிவே செய்து விட்டார்கள்.

ராணுவத்தில் பணிபுரியும் ஊழியர்கள் மற்றும் அதிகாரிகளின் ஆதரவும் ஹிட்லருக்கு கிடைக்கக் கூடிய சந்தர்ப்பம் ஏற்பட்டது.

ஜெர்மன் ராணுவத்தில் நாஜிக் கொள்கைகளை புகுத்த முயன்றதாக மூன்று இளம் வீரர்கள் மீது குற்றம்சாட்டப்பட்டது. அவர்கள் மீதான விசாரணையில் சாட்சியம் அளிப்பதற்காக ஹிட்லர் ராணுவ நீதிமன்றத்திற்கு வந்தார்.

இப்போதுள்ள ராணுவத்தை அகற்றும் எண்ணமே நாஜிக் கட்சிக்கு இல்லை. ஆனால், நாங்கள் ஆட்சிக்கு வந்தால்

தனது பிரத்தியேக கேமிரா மேனின் உதவியாளராக அறிமுகமான ஈவாபிரவுனுக்கு போஸ் தருகிறார் ஹிட்லர்

ஜெர்மனின் ராணுவம் நவீனப்படுத்தப்படும். உலகின் எங்குமில்லாத வலிமையுடன் பொலிவு பெறும். வெர்சைல்ஸ் உடன்படிக்கையில் விதிக்கப்பட்டுள்ள கட்டுப்பாடுகள் மறுபரிசீலனை செய்யப்படும் என்று உறுதியளித்தார்.

ஹிட்லரின் வாக்குமூலம் அதிகாரிகளுக்கு நிம்மதி அளித்தது. இதைத்தான் அவர்கள் எதிர்பார்த்திருந்தார்கள்.

அப்போது ஹிட்லருக்கு 39 வயதுதான் ஆகியிருந்தது. தனது போராட்டத்திற்கு பலன் கிடைக்கும் என்ற நம்பிக்கை மனதில் நிறைந்தவுடன், இன்னும் இளைஞனாக மாறிவிட்டார்.

அதிலும் ஜெலியை பார்க்கும் போதெல்லாம் அவர் டீன் ஏஜ் பையன் மாதிரி ஆகிவிடுகிறார். அவளுடன் ஊர்சுற்றுவதை விரும்பினார். அவளும் சக்தி வாய்ந்த மனிதராக போற்றப்படும் ஹிட்லரின் விருப்பத்துக்கு உரியவளாக இருப்பதை பெருமையாக நினைத்தாள்.

இருவரும் போகும் போது ஹிட்லரிடம் கோரிக்கை மனுக்களை கொடுப்பார்கள். ஆட்டோகிராப் புக்கில் கையெழுத்துக் கேட்பார்கள். எப்போதும் அவரது ஏவலுக்கு

காத்திருக்கும் தொண்டர்கள். பணிவான சேவகம் என்று எல்லாமே ஜெலியை கவர்ந்திருந்தன.

ஆனால், தன்னைவிட வயதில் மூத்த ஹிட்லரைக் கவர்ந்தது போலவே, ஏராளமான இளைஞர்களும் ஜெலியை ரசித்தனர். அவளுக்கும் அதுபோன்ற இளைஞர்களுடன் பழக வேண்டும் என்ற ஆசை இருந்தது. அதற்கு ஹிட்லர் அனுமதிக்க மாட்டார்.

அவளுக்கு பாதுகாப்பாக நியமிக்கப்பட்ட எமில் மௌரிஸ் என்ற இளைஞனுடன் சில நாட்கள் தொடர்பு வைத்திருந்தாள். ஆனால், ஒருநாள் அவன் சுடப்பட்டு மருத்துவமனையில் அனுமதிக்கப்பட்டிருந்தான்.

யார் அவனைச் சுட்டது என்பதே அவளுக்குத் தெரியவில்லை.

ஜெலியை யாரும் பார்க்கக் கூடாது என்று பொறாமைப் படும் அளவுக்கு சென்ற ஹிட்லர், தான் மட்டும், தனது அந்தரங்க புகைப்படக்காராகப் பணிபுரிந்த ஹெய்ன்ரிச் ஹாப்மேனின் உதவியாளரான 17 வயது ஈவா பிரவுன் என்ற பெண்மீது மையல் கொண்டிருந்தார்.

1931 ஆம் ஆண்டு செப்டம்பர் மாதம் 16 ஆம் தேதி, ஈவா பிரவுனை சினிமா தியேட்டருக்கு அழைத்துச் சென்றார். அத்தனை பார்வையாளர்கள் மத்தியில், தனது நெருக்கமான கட்சித்தலைவர்களின் குடும்பத்தினர் அருகிருக்க, ஈவா பிரவுனுடன் அவர் சினிமா பார்த்தார்.

“இதுபோன்ற அடுத்த சந்திப்புக்காக நான் காத்திருக்கிறேன்”

என்று அவள் ஹிட்லருக்கு குறிப்பு அனுப்பியிருந்தாள்.

ஹிட்லரின் இந்தத் திசைமாற்றம் ஜெலிக்கு வெறுப்பூட்டியது. அவரும் தொடுவதில்லை. பிறருடனும் பழக விடுவதில்லை. தன்னை அடிமையைப் போல நடத்துகிறார் என்று கருதினாள்.

ஈவா பிரவுன் எழுதிய கடிதம் ஜெலியின் கைக்குக் கிடைத்தது. கடுமையான ஆத்திரமடைந்தாள். தனது அடிமைத்தனத்துக்கு முடிவு கட்ட வேண்டும் என்று தீர்மானித்துக் கொண்டாள்.

அடுத்த நாள் இருவருக்கும் கடுமையான வாக்குவாதம் எழுந்தது.

“எனக்கு இங்கிருக்க பிடிக்கவில்லை. நான் வியன்னாவுக்கே போய்விடுகிறேன். எனக்கு அனுமதி கொடுங்கள்.”

ஜெலி மறைவுக்கு பிறகு ஹிட்லர் முன்பு போல இல்லை என்றார் கோயரிங்

"நான் உன் பாதுகாவலன். உனக்கு எது நல்லது என்பது எனக்குத் தெரியும். நீ வியன்னாவுக்கு போகக் கூடாது"

"அப்படியானால், அடுத்த பெண்களுடன் தொடர்பு வைத்திருக்கும் நீங்கள், எனக்கு ஏதேனும் ஒரு முடிவைச் சொல்லுங்கள்"

"அதுதான் சொல்லிவிட்டேனே. நீ வியன்னாவுக்கு போகக்கூடாது"

ஹிட்லர் வேகமாகக் கிளம்பி கீழே வந்து காரில் ஏறினார். மாடியின் ஜன்னல் வழியே ஜெலி எட்டிப் பார்த்தாள்.

"முடிவாய் என்ன சொல்கிறீர்கள்?"

"போகக்கூடாது"

ஹிட்லர் காரில் போய்விட்டார். மியூனிக் நகரிலிருந்து புறப்பட்ட ஹிட்லர், அடுத்தநாள் காலை ஹாம்பர்க் நகரை நோக்கி சென்று கொண்டிருந்தார். இடையில் ஒரு டாக்ஸி அவரது காரை வழி மறித்தது. ஹிட்லரின் நண்பர் ருடால்ப் ஹெஸ் தொலைபேசியில் இருப்பதாக தகவல் சொல்லப்பட்டது.

அருகில் இருந்த ஹோட்டல் ஒன்றுக்கு விரைந்த ஹிட்லர் தொலைபேசியை எடுத்தார்.

"ஜெலி தன்னைத்தானே துப்பாக்கியால் சுட்டு தற்கொலை செய்து கொண்டாள்"

ருடால்ப் ஹெஸ் தெரிவித்த தகவல் ஹிட்லரை

"ஜெலி துப்பாக்கியால் சுட்டு தற்கொலை செய்து கொண்டாள்"

அதிர்ச்சியடையச் செய்தது. அவருடைய காதல் தோற்றுவிட்டது. முதல்முதலாய் தான் நேசித்த பெண் செத்துவிட்டாள் என்ற செய்தி அவரை பெரிய அளவில் பாதித்தது.

அதன் பிறகு அவர் முன்பு போல இல்லை என்று ஹெர்மன் கோயரிங் கூறுவார்.

அது நிஜம்தான். ஹிட்லர் ஜெலியை மறக்கவே இல்லை. அவளது பிறந்தநாள் மற்றும் இறந்தநாளில் அவளுடைய புகைப்படத்திற்கு மலர் அலங்காரம் செய்து சோகமாக இருப்பதை வழக்கமாக வைத்திருந்தார்.

ஆனால், ஜெலி இறந்தபோது, அவளை ஹிட்லர்தான் சுட்டுக் கொன்றுவிட்டதாக சில செய்தித்தாள்கள் வதந்தியைப் பரப்பின.

ஜெலி தற்கொலை செய்து கொண்டபோது, அருகில் இருந்த டேபிளில் ஈவா பிரவுன் ஹிட்லருக்கு எழுதிய குறிப்பு சுக்கலாகக் கிழிக்கப்பட்டுக் கிடந்தது மட்டுமே, ஹிட்லர் மீதான குற்றச்சாட்டை பொய்யாக்க உதவியது.

எங்கு சென்றாலும் ஹிட்லருக்கு ஆரவார வரவேற்புதான்

பதவிவெறி பதற்றம்

எதற்கெடுத்தாலும் எதிர்ப்பு. கூச்சல் குழப்பம். நாடாளுமன்றம் தினமும் அமளி துமளிப்பட்டது. அரசு இயந்திரத்தை முடக்குவதே நாஜிகளின் நோக்கமாகி விட்டது.

70 லட்சம் பேருக்கு வேலையில்லை. ஆயிரக்கணக்கான சிறுதொழில்கள் மூடப்பட்டன. பொருளாதார மந்தம் ஏற்பட்டு இரண்டு ஆண்டுகளாகி விட்டன. ஒவ்வொரு வீட்டிலும் பசி அழையா விருந்தாளியாகப் படுத்திருந்தது.

வெளியே மக்கள் வறுமையில் சிக்கி, நொந்து நூலாகிக் கொண்டிருந்தனர். வேலையில்லா திண்டாட்டம் வாழ்க்கையை மூச்சுத் திணறவைத்தது. யார் முகத்திலும் தெளிச்சியில்லை. எங்கும் சோர்வு. பதற்றம். கம்யூனிஸ்ட்டுகளுடன் மோதுவதே நாஜிகளின் வேலையாகி விட்டது.

தெருக்களில் எப்போது சண்டை வெடிக்கும். எத்தனை பேர் சாவார்கள் என்பது நிச்சயமில்லாமல் ஒவ்வொரு நாளும் கழிந்தது.

மக்களுக்கு நல்லது செய்யும் எந்த முயற்சியையும் அவர்கள் நிறைவேற்ற அனுமதிப்பதில்லை. ஆபாசமாகவும், ரவுடித்தனமாகவும் அவையை ஸ்தம்பிக்கச் செய்வதே வேலையாகி விட்டது.

ஜனநாயகம் கேலிக்கூத்தாகிவிட்டது. அவர்களுடைய நோக்கமே குடியரசை சீர்குலைப்பதுதான் என்பது வெட்ட வெளிச்சமாகி விட்டது.

இந்தக் கூத்துகள் ஒருபக்கம் நடந்து கொண்டிருக்க, மறுபக்கம் குடியரசுத் தலைவருக்கான தேர்தலை நடத்த வேண்டிய நேரம் நெருங்கிக் கொணடிருந்தது.

மன்னராட்சிக் காலத்தில் ராணுவ தளபதியாக இருந்த ஹிண்டன்பர்க் குடியரசுத்தலைவராக தேர்ந்தெடுக்கப் பட்டிருந்தார். அவரது பதவிக்காலம் 1932ல் முடிவுக்கு வருகிறது. இப்போதே, அவருக்கு வயது 84 ஆகி விட்டது. இன்னொரு முறை பதவிக்கு வந்தால் அவருடைய பதவிக்காலம் முடியும் போது, அவருக்கு 92 வயதாகிவிடும்.

ஏற்கெனவே அவர் உடல்நிலை சரியில்லை. துடிப்பாக செயல்படவும் முடியவில்லை. நாட்டின் நெருக்கடி அவரை பாடாய் படுத்தி வந்தது. மீண்டும் அவர் தேர்தலில் நிற்க விரும்பவில்லை. ஆனால், அவருக்குப் பதிலாக வேறு யார் நின்றாலும் குழப்பம்தான் மிச்சமாகும் என்று பிரதமர் புரூனிங் கூறினார்.

நாஜிகளின் செல்வாக்கு நாளுக்குநாள் அதிகரித்து வந்தது. ஹிட்லரின் ஆதரவு இருந்தால், ஹிண்டன்பர்கின் பதவிக்காலத்தை நீடித்துவிடலாம் என்பது புரூனிங்கின் திட்டம்.

1931 ஆம் ஆண்டு அக்டோபர் மாதம் ஹிண்டன்பர்க்கை சந்தித்தார் ஹிட்லர். அவருடைய நம்பிக்கையைப் பெற்று பிரதமராவது அவரது எண்ணம். தன்னுடைய எண்ணத்தை... இல்லையில்லை... ஆசையை, ஹிண்டன்பர்கிடம் தெரிவித்தார் ஹிட்லர்.

ஆனால், ஹிண்டன்பர்கிற்கு ஹிட்லரைப் பிடிக்கவில்லை.

அவருடைய செயல்பாடுகள், குடியரசுத் தத்துவங்களுக்கு மாறாக இருப்பதை அனுபவரீதியாக அவர் தெரிந்து வைத்திருந்தார்.

ஹிட்லரை பிரதமராக நியமிக்க முடியாது என்று கூறிவிட்டார். மக்கள் நலனில் அக்கறை இருப்பது உண்மையானால், நாடாளுமன்றத்திலும், வெளியிலும் அவருடடையை கட்சியினரைக் கட்டுப்பாடாக நடந்துகொள்ளும்படி செய்ய வேண்டும் என்று அறிவுரை வேறு சொன்னார்.

ஹிட்லர் வெளியேறிவிட்டார். பின்னர், அங்கிருந்தவர்களிடம் ஹிண்டன்பர்க் இப்படிச் சொன்னார்...

"போஸ்ட் மாஸ்ட்டருக்குத்தான் இவர் லாயக்கு"

ஆனால், நிலைமையின் தீவிரத்தை அவர் யோசிக்கவில்லை. ஹிண்டன்பர்க் குடியரசுத்தலைவர் தேர்தலில் போட்டியிடாவிட்டால், நாட்டில் குழப்பம்தான் மிஞ்சும் என்பது புரூனிங்கிற்கு தெரிந்தது.

எனவே, ஹிட்லரை சமாதானம் பேச வரும்படி அழைக்க முடிவு செய்தார்.

1932 ஜனவரி மாதம் பிரதமர் புரூனிங்கிடமிருந்து ஹிட்லருக்கு ஒரு தந்தி வந்தது. குடியரசுத்தலைவர் தேர்தல் தொடர்பாக விவாதிக்க வேண்டும் என்று அதில் கூறப்பட்டிருந்தது.

"இப்போது அவர்கள் என் பாக்கெட்டில். தங்கள் பேச்சுவார்த்தையில் என்னையும் கூட்டாளியாக அங்கீகரிக்க வேண்டிய நிர்ப்பந்தம் ஏற்பட்டுவிட்டது"

ருடால்ப் ஹெஸ்ஸிடம் கூறினார் ஹிட்லர்.

ஆனால், பேச்சுவார்த்தை சுமூகமாக இல்லை. பிரதமர் பதவியைத் தரமுடியாது. ஜெர்மன் குடியுரிமை இல்லாத ஹிட்லர் குடியரசுத்தலைவர் தேர்தலில் போட்டியிட முடியாது என்று ஹிண்டன்பர்க் உறுதியாக கூறிவிட்டார்.

ஹிட்லர் தடுமாறிவிட்டார். ஏதேனும் செய்ய வேண்டும். நான்கு ஆண்டுகள் ஜெர்மன் ராணுவத்தில் சேர்ந்து, உயிரை துச்சமாக நினைத்து போர்க்களத்தில் போராடிய எனக்கு ஜெர்மன் குடியுரிமை இலலையா? ஜெர்மானிய தேவதை இதைப் பொறுத்துக் கொள்ளமாட்டாள். குமுறினார் ஹிட்லர்.

ஆனால், நல்லவேளையாக புரூன்ஸ்விக் மாநிலம் நாஜிக்

குடியரசுத்தலைவர் தேர்தலில் ஹிட்லரை ஆதரித்து ஊர்வலம்

கட்சியின் கையில் இருந்தது. அந்த மாநில அரசு ஹிட்லரை ஜெர்மன் குடிமகனாக அங்கீகரித்து விட்டது.

இனி குடியரசுத் தலைவர் தேர்தலில் போட்டியிட எந்தத் தடையும் இல்லை.

ஹிண்டன்பர்க்கிற்கு மக்கள் செல்வாக்கு இருந்தது. நாடாளுமன்றத்தின் அனைத்துக் கட்சிகளும் அவரை ஆதரிப்பதாக உறுதியளித்தன. ஹிட்லரின் வளர்ந்துவரும் செல்வாக்கு அவருக்கு எதிராக எல்லோரையும் திருப்பியிருந்தது. அவர் வேறு யாரிடமும் உதவி கேட்பதாக இல்லை. தன்மீது மட்டும் நம்பிக்கை வைத்து எத்தனை பேர் வாக்களிக்கிறார்கள் என்பதைப் பார்த்துவிட அவர் முடிவு செய்திருந்தார்.

எதிர்க்கட்சிகள் வற்புறுத்தியதால் ஹிண்டன்பர்க் தேர்தலில் நிற்க ஒப்புக்கொண்டார்.

தேர்தல் பிரச்சாரம் தொடங்கியது.

ஜெர்மன் அதுவரை கண்டிராத வகையிலான பிரச்சார யுக்திகள். நாடுமுழுவதும் நாஜிகள் சூறாவளியாக சுழன்றனர். எங்கு நோக்கினாலும் ஹிட்லரின் படங்கள்தான். பிரமாண்டமான

"போஸ்ட் மாஸ்ட்டருக்குத்தான் இவர் லாயக்கு" என்றார் குடியரசுத்தலைவர் ஹிண்டன்பர்க்

ஊர்வலங்கள். நாடுமுழுவதும் தினந்தோறும் ஆயிரக்கணக்கான இடங்களில் ஆரவாரமான ஊர்வலங்கள்.

ஒரேநாளில் ஏழெட்டு இடங்களில் ஹிட்லர் பேசினார். ஆனால், அவருக்கு ஹிண்டன்பர்க்கை தோற்கடிக்க முடியும் என்ற நம்பிக்கை இல்லை. தனது கட்சியின் தளத்தை விரிவுபடுத்துவதற்கு இதை வாய்ப்பாக பயன்படுத்திக் கொள்ளவே அவர் விரும்பினார்.

கோயபல்ஸுக்கு வெற்றிபெற்று விடலாம் என்ற நம்பிக்கை இருந்தது. அவர் புதிய புதிய பிரச்சார யுக்திகளை கடைப்பிடித்தார். ஹிட்லரின் பொதுக்கூட்ட பேச்சுகள் செய்திப்படங்களாக ஒளிப்பதிவு செய்யப்பட்டு உள்ளடங்கிய கிராமங்களில் பொதுமக்களுக்கு திரையிட்டுக் காட்டப்பட்டன. இது அப்போது புதிது. ஏராளமானோர் அந்த படங்களைப் பார்த்தனர்.

ஆனால், 1932 மார்ச் மாதம் நடைபெற்ற வாக்கு எண்ணிக்கையில், இருவருக்குமே பாதிக்கு மேற்பட்ட வாக்குகள் கிடைக்கவில்லை. ஜெர்மன் குடியரசுத்தலைவர் தேர்தலில், மொத்தம் பதிவான வாக்குகளில் பாதிக்கு மேல் பெற்ற வேட்பாளர்தான் வெற்றி பெற்றவராக கருதப்படுவார்.

ஹிண்டன் பர்கிற்கு 49 சதவீத வாக்குகளும், ஹிட்லருக்கு 30 சதவீத வாக்குகளும் கிடைத்திருந்தன. பதிவான வாக்குகளில் ஹிட்லருக்கு 1 கோடியே 13 லட்சம் வாக்குகளும்,

ஹிண்டன்பர்கிற்கு 1 கோடியே 85 லட்சம் வாக்குகளும் கிடைத்தன.

எனவே, இரண்டாவது சுற்றுத் தேர்தல் நடைபெற்றது. மீண்டும் பிரச்சாரம் தொடங்கியது. ஹிட்லருக்கு பெரிய பெரிய தொழில் அதிபர்கள் பண உதவி செய்தனர். யூத தொழில் அதிபர்களும் இதில் இருந்தனர்.

ஜெர்மன் தேர்தல் வரலாற்றில் முதன்முறையாக விமானத்தில் பறந்து சென்று பிரச்சாரத்தில் ஈடுபட்ட தலைவர் ஹிட்லர்தான்.

நாட்டின் எந்த மூலையில் பொதுக்கூட்டம் ஏற்பாடு செய்தாலும் அங்கு விமானத்தில் பறந்து சென்று பேசினார். வாக்குறுதிகள்...வாக்குறுதிகள்...வாக்குறுதிகள்.

கொஞ்சம் கூட சளைக்காத பொய்கள். வாக்குறுதிகளை எப்படி நிறைவேற்றப்போகிறார் என்ற ரகசியத்தை மட்டும் அவர் சொல்வதே இல்லை. ஆனால், கம்யூனிஸ்ட்டுகளுக்கும், யூதர்களுக்கும் நன்றாகவே புரிந்திருந்தது.

என்னிடம் ஜெர்மனியைத் தாருங்கள். உலகிலேயே மிகவும் கவுரவமிக்க நாடாக மாற்றிக் காட்டுகிறேன் என்று ஹிட்லர் பேசுவதன் உள்ளர்த்தம் அவர்களுக்கு மட்டுமே புரிந்தது.

இரண்டாவது சுற்றுத் தேர்தல் முடிவில் ஹிண்டன்பர்க் 53 சதவீத வாக்குகளைப் பெற்றார். ஹிட்லர் 36 சதவீத வாக்குளைப் பெற்றார். ஹிண்டன் பர்கிற்கு 1 கோடியே 93 லட்சம் வாக்குகளும், ஹிட்லருக்கு 1 கோடியே 34 லட்சம் வாக்குகளும் கிடைத்திருந்தன.

பெரிய சாதனைதான் இது. இந்தத் தேர்தலில் ஒரு உண்மையை ஹிட்லர் தெளிவாகத் தெரிந்து கொண்டார். தனக்கு வாக்களித்தவர்கள் அனைவரும் ஜெர்மன் தேசியவாதிகள் என்றும் தனக்கு வாக்களிக்காதவர்கள் யூதர்களும், கம்யூனிஸ்ட்டுகளும், குடியரசு ஆதரவாளர்களும் என்பதை புரிந்துகொண்டார்.

இவர்களை எப்படித் திருத்துவது? முதலில் எப்படியாவது அதிகாரத்தைக் கைப்பற்ற வேண்டும்.

ஆனால், குடியரசுத்தலைவர் தேர்தல் முடிந்தவுடனேயே நாஜிகள் வழக்கம்போல் தங்கள் வெறியாட்டத்தை கட்டவிழ்த்துவிட்டனர்.

பிரதமர் புரூனிங், அரசியல் சட்டத்தின் 48 வது பிரிவைப்

பயன்படுத்தி, அவசரச் சட்டங்களால் ஆட்சியை நடத்தத் தொடங்கினார். முதலில் அவர், நாஜிக் கட்சியின் அதிரடிப்படைக்கும் இளைஞர் படைக்கும் தடைவிதித்தார்.

அவர்கள் பொங்கினர். உடனடியாக தடையை எதிர்த்து போராட வேண்டும் என்று ஹிட்லரை வற்புறுத்தினார்கள்.

ஹிட்லர் அனுபவப் பட்டிருந்தார். ஜெர்மன் ராணுவம், சக்திவாய்ந்த தொழில் அதிபர்களின் துணையின்றி எதுவும் செய்யமுடியாது என்பதைத் தெரிந்து வைத்திருந்தார். அவர்கள், நாஜிக்கட்சியின் அதிரடிப்படையை வேறு கண்ணோட்டத்தில் பார்க்கிறாரகள். அல்லது அதைக் கண்டு பயப்படுகிறாரகள் என்பது அவருக்குத் தெரிந்திருந்தது.

எப்படிப்பார்த்தாலும் குடியரசின் ஆயுள், கடைசி காலத்தை நெருங்கிக் கொண்டிருக்கிறது என்பது மட்டும் உறுதியாகிவிட்டது. காலம் வரட்டும். பொறுத்திருப்போம் என்று காத்திருந்தார் ஹிட்லர்.

ரொம்ப நாள் காத்திருக்க வேண்டியிருக்கவில்லை.

அடுத்த மாதத்திலேயே, ராணுவத்தில் செல்வாக்குப் பெற்ற உயரதிகாரியான, ஸ்லெய்ச்சர் வழியாக சந்தர்ப்பம் வந்தது.

வெர்செய்ல்ஸ் ஒப்பந்தப்படி ஜெர்மன் ராணுவத்தல் ஒரு லட்சம் வீரர்கள் மட்டுமே இடம்பெற்றிருக்க வேண்டும்.

ஆனால், ஹிட்லரின் அதிரடிப்படையில் ஆயுதம் ஏந்திய 4 லட்சம் வீரர்கள் இடம்பெற்றிருந்தனர். அந்தப் படைக்கு எர்னஸ்ட் ரோம் என்பவன் தலைவராக இருந்தான். மியூனிக் புரட்சியின்போது, பவேரியாவின் ராணுவ தலைமையகத்தை கைப்பற்றியிருந்தவன் இவன்தான்.

நாட்டின் பொருளாதாரம் சீர்குலைந்து கிடந்தது. அதைச் சீரமைக்க ஒத்துழைப்புக் கொடுத்தால் மக்கள் நிம்மதியாக அவர்களுடைய வேலையைப் பார்க்கப் போய்விடுவார்கள். அவர்களுடைய வெறுப்புத் தீயில் குளிர்காய முடியாது என்பது ஹிட்லருக்குத் தெரியும்.

அதேசமயம், தனது தலைமையின் கீழ் உள்ள அதிரடிப்படையை முடக்கிய அரசு உத்தரவை எதிர்த்து வன்முறைப் போராட்டத்தில் இறங்கி, வீதிகளில் ரத்த ஆறு ஓடும்படி செய்ய வேண்டும் என்று ரோம் நினைத்தான்.

நாஜிக் கட்சி ஆதரவுடன் பிரதமரான வான் பாப்பென்

ஹிட்லரின் அனுமதியை வேண்டி நின்றான்.

ஹிட்லர் பொறுமையாக இருக்கும்படி கேட்டுக்கொண்டார்.

அந்தச் சமயத்தில்தான், ஜெர்மனி ராணுவத்தின் செல்வாக்குப் பெற்ற உயர் அதிகாரியான ஸ்லெய்ச்சர், ஹிட்லரைச் சந்திக்க விரும்பினான். வரட்டும் பேசிப்பார்க்கலாம். வருகிற எந்த வாய்ப்பையும் தட்டிக்கழித்து விடக்கூடாது என்று ஹிட்லர் திட்டமிட்டார்.

"கன்சர்வேடிவ் தேசிய அரசு அமைவதற்கு நாஜிக் கட்சி உறுப்பினர்கள் ஆதரவளிக்க வேண்டும். அப்படி ஆதரவளித்தால், அதிரடிப்படைக்கும், இளைஞர் அணிக்கும் விதிக்கப்பட்டுள்ள தடை நீக்கப்படும். பிரதமர் புருனிங் தூக்கியெறியப்படுவார். நாடாளுமன்றத்தைக் கலைத்துவிட்டு மறு தேர்தலுக்கு உத்தரவிடப்படும்"

இதுதான் ஸ்லெய்ச்சரின் பேரம்.

ஹிட்லர் ஒப்புக்கொண்டார். முதலில் ராணுவ தளபதி குரோனரை டிஸ்மிஸ் பதவி விலக்க வேண்டும் என்று நிபந்தனை விதித்தார்.

"அதற்கென்ன செய்துவிட்டால் போச்சு"

ஹிட்லரை அவன் குறைவாக எடைபோட்டு விட்டான். ஸ்லெய்ச்சரின் ஆதரவாளர்களும், நாஜிக் கட்சியினரும் ராணுவ தளபதி குரோனருக்கு எதிராக பகிரங்கமாக குற்றச்சாட்டுகளை வீசினர். நாடாளுமன்றத்தில் கடும் அமளி ஏற்பட்டது. நாட்டின்

அரசியல் நெருக்கடியைச் சமாளிக்கும் ஆற்றல் இல்லாதவர் என்றும் குரோனர் பதவி விலக வேண்டும் என்றும், ஒற்றைக்காலில் நின்றனர்.

குரோனர், குடியரசுத்தலைவர் ஹிண்டன்பர்கிற்கு நம்பகமானவர். நாட்டின் ஜனநாயகத்தைக் காப்பாற்ற வேண்டும் என்ற எண்ணம் கொண்டவர்.

ஆனாலும் என்ன செய்வது? எதிர்ப்பு வலுத்த நிலையில் அவரைப் பதவி விலகும்படி குடியரசுத்தலைவர் கேட்டுக்கொண்டார்.

நாஜிக் கட்சிக்கு முதல் வெற்றி. அடுத்த குறி பிரதமர் புரூனிங்.

தேர்தல் முடிந்த இரண்டு ஆண்டுகள் முடிந்தும் கூட பிரதமராக அவர் சாதித்தது என்ன? என்ற கேள்வி மக்கள் மத்தியில் வலுவாக எழுந்திருந்தது. அல்லது அத்தகைய கேள்வியை எழுப்பி அதை நிலை நிறுத்துவதில் நாஜிக் கட்சியினர் வெற்றி பெற்றிருந்தனர்.

குடியரசுத்தலைவர் ஹிண்டன்பர்க்கும் புரூனிங் மீது அதிருப்தி அடைந்திருந்தார்.

புரூனிங் தன்னை ஒரு மார்க்சிஸ்ட் அளவுக்கு மாற்றிக் கொண்டிருந்தார். அரசுக்கு செலுத்த வேண்டிய கடனைச் செலுத்தாமல் மேட்டுக்குடியினர் பலர், திவால் நோட்டீஸ் அளித்திருந்தனர். அவர்களுக்குச் சொந்தமான நிலங்களைப் பறிமுதல் செய்து, அவற்றை கிராமப்புற விவசாயிகளுக்கு பகிரந்தளிக்கும் திட்டத்தை அவர் பரிந்துரை செய்திருந்தார்.

இந்நிலையில், மேட்டுக்குடியினரும், தொழிலதிபர்களும் இணைந்து, பெருமளவு பணம் போட்டு, குடியரசுத்தலைவர் ஹிண்டன்பர்கிற்கு அழகிய பண்ணை ஒன்றை வாங்கிக் கொடுத்தனர். அந்தப் பண்ணையில் ஈஸ்டர் விடுமுறையைக் கழிக்கப் போயிருந்த அவர், நிலச்சுவான்தார்கள் மற்றும் தொழில் அதிபர்களுக்கு விருந்து அளித்தார்.

புரூனிங்கின் செயல்பாடுகள் குறித்து தங்கள் குமுறலை அவர்கள் கொட்டித் தீர்த்தனர்.

மே மாதம் 29 ஆம் தேதி புரூனிங்கை அழைத்தார் ஹிண்டன்பர்க்.

“தயவுசெய்து உங்கள் ராஜினாமா கடிதத்தை தருகிறீர்களா?”

ஜெர்மனியில் முதன் முறையாக விமானத்தில் பிரச்சாரம்

மறுவார்த்தை பேசாமல், தலைவலி தீர்ந்தது என்று புருனிங் பதவி விலகினார்.

ஹிட்லரும், ஸ்லெய்ச்சரும் சந்தித்த 20 நாட்களில் இத்தனை அதிரடி மாற்றங்கள் அடுத்தடுத்து நிகழ்ந்தன.

இப்போது, அரசின் முழுக்கட்டுப்பாடும் ஸ்லெய்ச்சரின் கையில்.

சரி, அடுத்த பிரதமர் யார்?

பிரென்ஸ் வான் பாப்பென் என்ற மேட்டுக்குடி முதலாளியை பிரதமராக நியமித்தார் ஹிண்டன்பர்க். அவருக்கு எதுவும் தெரியாது. தன்னைப்போன்ற மேட்டுக்குடியினர் சிலரை அமைச்சரவையில் சேர்த்துக்கொண்டார்.

"பாப்பெனுக்கு நீங்கள் ஆதரவு அளிக்கிறீர்களா ஹிட்லர்?"

"ஆம்"

பிரதமராக பொறுப்பேற்றவுடன், ஜீூன் மாதம் 4 ஆம் தேதி நாடாளுமன்றம் கலைக்கப்பட்டது. 15 ஆம் தேதி நாஜிக் கட்சியின் அதிரடிப்படை மற்றும் இளைஞர் அணிக்கு விதிக்கப்பட்ட தடையை நீக்கி, ஸ்லெய்ச்சர் உத்தரவிட்டார்.

ஆம். ஹிட்லருக்கு அவர் கொடுத்த வாக்குறுதியை நிறைவேற்றிவிட்டார்.

ரத்த ஆறு பெருக்கெடுத்து ஓடத் தொடங்கியது.

“ரத்த ஆறு ஓடட்டும். ரத்த ஆறு ஓடட்டும்.

குண்டாந்தடிகள் தாக்கினாலும்

எதிர்கொள்வோம், எதிர்கொள்வோம்

ஜெர்மன் குடியரசைத் தகர்ப்போம்”

இப்படி பாட்டுப்பாடி கோஷமிட்டு வன்முறையைக் கட்டவிழ்த்து விட்டனர் நாஜிகள்.

அவர்களுடன் மோதிப்பார்த்துவிட கம்யூனிஸ்ட்டுகள் தயாராக இருந்தனர். நாஜிகளின் அதிரடிப்படையினருக்கு ஜெர்மன் காவல்துறை பாதுகாப்பு அளித்தது.

கம்யூனிஸ்ட்டுகளின் பலத்தை மட்டுப்படுத்துவதற்கு குடியரசுத்தலைவர் ஹிண்டன்பர்கின் துணையும் இருந்தது.

ஜூலை 17 ஆம் தேதி ஞாயிற்றுக்கிழமை.

பிரஷ்யா மாநிலத்தில் உள்ள ஹம்பர்க் நகரில் நாஜிகள் மிகப்பெரிய ஊர்வலத்தை நடத்தினர்.

அந்த மாநிலம் கம்யூனிஸ்ட்டுகளின் கோட்டையாக இருந்தது. நாஜிகளுக்கு காவல்துறை பக்கபலமாக இருந்தது. ஊர்வலத்தை தடுக்க முயன்ற கம்யூனிஸ்ட்டுகளை நாஜிகள் கண்மூடித்தனமாக சுட்டனர். 19 பேர் உயிரிழந்தனர். 300 பேர் காயமடைந்தனர். ரத்த ஞாயிறு என்று இந்தச் சம்பவத்தை குறிப்பிட்டனர்.

நிலைமையைத் தனக்கு சாதகமாகப் பயன்படுத்தினார் பிரதமர் பாப்பென்.

48 வது பிரிவைப் பயன்படுத்தி ராணுவச் சட்டத்தை அமல்படுத்தினார். பிரஷ்யாவையும் சேர்த்து நெருக்கடி நிலை கமிஷனராக தன்னைப் பிரகடனப் படுத்திக்கொண்டார்.

உங்கள் முடிவு தற்காலிகமானதுதான். எனது கட்சியின் செல்வாக்கு உங்களை விழுங்கிவிடும். நீங்களே முன்வந்து என்னை பிரதமராக்கும் காலம் வந்துவிட்டது என்றார் ஹிட்லர்.

ஜூலை தேர்தல் பிரச்சாரத்தில் முன்னெப்போதும் காணாத மக்கள் எழுச்சியை ஹிட்லர் பார்த்தார். இறைத்தூதர் இமேஜ் அதிகரித்திருந்தது. அவருடைய பொதுக்கூட்டங்களில் லட்சம்

பேர் பங்கேற்பது சாதாரண விஷயமாகிவிட்டது.

தேர்தல் முடிந்தபோது, மொத்தமுள்ள 543 இடங்களில் 230 இடங்களை நாஜிக் கட்சியினர் கைப்பற்றியிருந்தனர். அதாவது, அவர்களுடைய ஆதரவு இல்லாமல் யாரும் அரசு அமைக்க முடியாது.

உற்சாகத்தில் துள்ளிக் குதித்தார் ஹிட்லர். இதோ தனது கனவு நனவாகப் போகிறது. அடுத்து பிரதமர் தான்தான். அப்படியே அந்தக் கிழட்டு குடியரசுத்தலைவரை ஓரங்கட்டிவிட்டு அதிகாரம் முழுவதையும் எடுத்துக் கொள்ளலாம் என்று குதியாட்டம் போட்டார்.

நாஜிகளின் வெறியாட்டம் கட்டுக்கடங்காமல் போயிற்று. ஜெர்மனியின் அத்தனை மூலை முடுக்குகளிலும் அவர்களின் அட்டூழியம் தலைவிரித்தாடியது. ராணுவமும், காவல்துறையும் அவர்களுக்கு பணிந்துவிட்டது. யாரும் எதிர்த்துப் பேச பயந்தார்கள்.

யூதர்களுக்கும் கம்யூனிஸ்ட்டுகளுக்கும் அடிவயிற்றிலிருந்து பயப்பந்து உருண்டு புரண்டு தொண்டையை அடைத்துக் கொண்டது.

புதிய அரசு அமைப்பது தொடர்பாக பேசுவதற்கு ஸ்லெய்ச்சர் வந்தார். ஹிட்லரிடம் இறுமாப்பு கூடியிருந்தது.

"என்னை பிரதமராக்க வேண்டும். அவசரச் சட்டங்களின் கீழ் ஆட்சி நடத்த அனுமதிக்க வேண்டும். அமைச்சரவையில் மூன்று இடங்கள் வேண்டும். அதாவது, பிரச்சாரத்துறை அமைச்சகம் ஒன்றை புதிதாக உருவாக்கி அதை நாஜிக் கட்சிக்கு வழங்க வேண்டும். உள்துறை அமைச்சகத்தின் கட்டுப்பாடு, பிரஷ்யாவைக் கட்டுப்பாட்டில் கொண்டுவரும் அமைச்சகம் ஆகியவையும் ஒதுக்கப்பட வேண்டும்"

ஸ்லெய்ச்சர் ஏதும் பேசாமல் போனார். ஹிண்டன்பர்க் அதிர்ந்து விட்டார்.

ஆட்சிக்கு வருவதற்கு முன்னரே இப்படி வெறியாட்டம் போடுகிறவர்கள், பதவிக்கு வந்துவிட்டால், என்னவெல்லாம் செய்வார்களோ என்று அஞ்சினார். ஹிட்லரிடம் பிரதமர் பதவியைத் தருவதற்கு அவர் தயாராக இல்லை.

"இந்த முறை என்ன வந்தாலும் சரி. நமக்கு பதவி இல்லையென்றால் நாடாளுமன்றம் நடக்கக் கூடாது"

மிரட்டல் தர்பார்

"என்ன விளையாடுறீங்களா?"

வெறி பிடித்தவர்போல் கத்தினார் ஹிட்லர்.

"நான் சொன்னதை ஏற்காவிட்டால், மூன்றே நாளில் ஜெர்மனியை முடக்கிவிட முடியும். அதிரடிப்படையிடம் ஜாடை காட்டினால் ஜெர்மனி நாசமாகிவிடும்"

மிரட்டினார் ஹிட்லர்.

நிஜமாகவே ஸ்லெய்ச்சரும், பாப்பெனும் மிரண்டு விட்டார்கள். தனிப்பட்ட விதத்தில் மரியாதையானவர் ஹிட்லர். எல்லோரிடமும் பணிவாகவும், அன்பாகவும்தான் பேசிப் பார்த்திருக்கிறார்கள். சாத்தான் புகுந்தது போல் மேடையில்தான் பேசிப் பார்த்திருக்கிறார்கள்.

அப்படி என்னதான் நடந்தது?

ஹிட்லரின் நிபந்தனைகளை ஏற்க முடியாது. வேண்டுமென்றால் துணை பிரதமராக நியமிக்கலாம். பிரஷ்யாவுக்கான உள்துறை அமைச்சர் பதவியை விட்டுத்தரலாம் என்று ஹிண்டன்பர்க் கூறியதாக ஹிட்லரிடம் வந்து ஸ்லெய்ச்சரும், பாப்பெனும் தெரிவித்தனர்.

அதற்குத்தான் இந்த ஆர்ப்பாட்டம். நாடாளுமன்றத்தில் தனிப்பெரும் கட்சி. 230 இடங்களை கையில் வைத்திருக்கும் கட்சி. அதன் தலைவருக்கு துணை பிரதமர் பதவிதான் தரமுடியும் என்றால், ஹிட்லர் ஆவேசப்பட மாட்டாரா?

அவர் அதிகாரத்திற்கு வருவார். நமக்குக் காரியங்களை சாதகமாக முடித்துத் தருவார் என்று தொழிலதிபர்கள் அவர் மீது ஏராளமான முதலீடு செய்துள்ளனர். மூன்று ஆண்டுகளில், அடுத்தடுத்து நான்கு தேர்தல்களைச் சந்திக்க முடிந்திருக்கிறது என்றால் சும்மாவா?

இப்போதும் தனது பதவிக்கனவு தகர்ந்து போவதை ஹிட்லரால் தாங்கிக் கொள்ள முடியவில்லை.

ஸ்லெய்ச்சரும், பாப்பெனும் சென்றுவிட்டனர். ஹிட்லர் வேர்த்துப் போயிருந்தார். அவரது கட்சித் தலைவர்கள் மவுனமாக இருந்தனர். எழுந்து, அறையின் குறுக்கும் நெடுக்குமாக நடந்தார்.

"இந்த முறை என்ன வந்தாலும் சரி. நமக்கு பதவி இல்லையென்றால் நாடாளுமன்றம் நடக்கக் கூடாது"

டேபிளில் ஓங்கிக் குத்தினார்.

அதே நாள் மாலையில் குடியரசுத்தலைவர் ஹிண்டன்பர்க் ஹிட்லருக்கு அழைப்பு விடுத்தார். அந்தச் சந்திப்பு காரசாரமாக இருந்தது.

"உங்கள் நடவடிக்கை சரியில்லை. மிரட்டல் வேலையெல்லாம் வைத்துக் கொள்ளாதீர்கள். உங்கள் வன்மம் நாட்டுக்கு நல்லதல்ல. அதிரடிப்படையினரின் நடவடிக்கைகள் எல்லை தாண்டிச் சென்று கொண்டிருக்கிறது. எல்லோரையும் அனுசரித்துப் போகும் பக்குவமான மனநிலைக்கு வரப்பாருங்கள். இப்போதைக்கு எனது விருப்பப்படி துணை பிரதமராகி, அரசு செயல்பட ஒத்துழைப்புத் தாருங்கள்"

86 வயது முதியவர் ஹிண்டன்பர்க் அறிவுரை கூறினார்.

"முடியாது. பாப்பென் அரசுக்கு ஆதரவு அளிக்க முடியாது.

(மேலே) ஈவா பிரவுனின் அருகிலேயே இருந்தார் ஹிட்லர்.
(வலது) ஹிட்லர் வரைந்த ஈவா பிரவுனின் ஓவியம்

ஹிட்லரைக் கவரும் தனது முயற்சி நிறைவேறாததால், தற்கொலைக்கு முயன்றாள் ஈவா பிரவுன்

எனக்கு பிரதமர் பதவி அல்லது மீண்டும் தேர்தல்"

44 வயது ஹிட்லர் அழிச்சாட்டியமாக பேசிவிட்டு அறையிலிருந்து வெளியேறினார்.

செப்டம்பர் மாதம் 12 ஆம் தேதி நாஜிக் கட்சியின் நாடாளுமன்றக்குழுத் தலைவர் கோயரிங் எழுந்து, பாப்பென் அரசுக்கு எதிராக நம்பிக்கையில்லா தீர்மானம் கொண்டுவருவதாக அறிவித்தார்.

அதற்கு அவசியமில்லை என்றார் பிரதமர் பாப்பென். நாடாளுமன்றம் கலைக்கப்படுவதாகவும், மீண்டும் தேர்தல் நடைபெறும் என்றும் அவர் அறிவித்தார்.

போச்சுடா.

1928ல் தேர்தல். அப்புறம் 1930ல் ஒரு தேர்தல். 1932ல் அடுத்தடுத்து இரண்டு சுற்று குடியரசுத்தலைவர் தேர்தல். மீண்டும் அதே ஆண்டு ஜீலையில் நாடாளுமன்றத்திற்கு மீண்டும் தேர்தல். இப்போது தேர்தல் முடிந்து இரண்டே மாதங்களில் மீண்டும் தேர்தல்.

மக்கள் அலுத்துப் போனார்கள். தேர்தல் என்றாலே வெறுத்துப் போனார்கள். கோயபல்ஸ் புதிய வாக்குறுதிகளைத்

தயாரிக்க முடியாமல் பொய்களைத் தேடிப்பிடிக்க வேண்டியிருந்தது.

நாஜிக் கட்சியினரை உசுப்பிவிட முடியாமல் திணறினார். முன்புபோல பிரச்சாரத்தில் உக்கிரம் இல்லை.

பிரச்சாரம் நடந்து கொண்டிருக்கும்போதே ஹிட்லருக்கு மீண்டும் ஒரு அதிர்ச்சித் தகவல்.

அவரை மிகவும் நேசித்த ஈவா பிரவுன் தற்கொலை முயற்சியில் ஈடுபட்டு, மருத்துவமனையில் அனுமதிக்கப்பட்டார்.

மருத்துவமனைக்கு விரைந்தார் ஹிட்லர். ஈவா பிரவுனின் அருகிலேயே இருந்தார். தேர்தல் பிரச்சாரம் மந்தமாகியது.

ஈவா பிரவுனின் இந்த முடிவுக்கு காரணம் என்ன?

ஜெலி மரணத்திற்கு பின்னர் ஹிட்லர் மாறியிருந்தார். பார்க்கிற ஆளிடமெல்லாம் தனது அன்புக்குரிய ஜெலி இறந்துவிட்டதைப் பற்றியே பேசினார். அவளைப் பற்றி பேச்சு வந்தாலே, ஹிட்லரின் கண்கள் கசிந்துவிடும்.

ஜெலி உயிரோடு இருக்கும்போது, ஈவா பிரவுனுடன் உல்லாசமாக சினிமாவுக்குப் போன ஹிட்லர், அவளுடைய மரணத்திற்கு பின்னர் அரசியலில் தீவிரமாகிவிட்டார். அனேகமாக மறந்தே விட்டார். அவளைப் பார்த்தாலும் லேசான புன்னகையுடன் விலகிவிடுவார்.

தனியே சந்திப்பதில்லை. ஹிட்லரைக் கவரும் தனது முயற்சி நிறைவேறாததால், தற்கொலைக்கு முயன்றாள். ஹிட்லரின் காதல் மனம் அப்போது வெளிப்பட்டது. தனது எதிர்காலமே இந்தத் தேர்தலில்தான் இருக்கிறது என்றபோதும், அவர் ஈவா பிரவுனின் அருகிலேயே இருந்தார்.

தேர்தல் முடிவு நாஜிகளுக்கு இழப்புதான். சென்ற தேர்தலைக் காட்டிலும் 20 லட்சம் வாக்குகள் குறைவு. 34 இடங்கள் பறிபோயிருந்தன.

ஆனால், இப்போதும் 196 இடங்களுடன் அதுதான் பெரிய கட்சியாக இருந்தது. ஆட்சி அமைக்கும் நாடகம் மீண்டும் தொடங்கியது.

பாப்பென் ஓய்ந்துபோனார். அவரால், நாடாளுமன்றத்தில் பெரும்பான்மையினரின் ஆதரவைப் பெறமுடியவில்லை.

“ஸாரி பிரசிடென்ட். என்னால் முடியவில்லை. வேறு ஏதாவது

ஹிட்லரை பிரதமராக நியமித்தார் ஹிண்டென்பர்க்

ஏற்பாடு செய்யலாமா என்று பாருங்கள்"

எதிர்பார்த்தது போலவே ஹிட்லரை அழைத்தார் ஹிண்டன்பர்க்.

மீண்டும் தன்னைப் பிரதமராக்கும்படி கேட்டார் ஹிட்லர். மீண்டும் அவரது கோரிக்கையை மறுத்தார் ஹிண்டன்பர்க்.

ஆனால், இந்தமுறை நட்புரிமையோடு பேசினார். கூட்டணி அரசு அமைக்க ஒத்துழைப்பு தரவேண்டும் என்றார். எல்லாவகையிலும் அவருக்கு உரிய பங்கு வழங்கப்படும் என்றார்.

"நோ"

நிர்த்தாட்சண்யமாக மறுத்துவிட்டு வந்தார் ஹிட்லர்.

இரண்டுநாட்கள் கழித்து மீண்டும் ஒரு அறிக்கையுடன் போய் ஹிண்டன்பர்க்கைப் பார்த்தார் ஹிட்லர்.

"நாடாளுமன்ற ஜனநாயகம் தோற்றுவிட்டது. அமைச்சரவைக் குழுவின் தலைவராக என்ன நியமியுங்கள். நாட்டில் வேகமாக கம்யூனிஸம் பரவி வருகிறது. அதைத் தடுத்து நிறுத்த நாஜிகளால்தான் முடியும்"

அறிக்கையின் சுருக்கம் இதுதான்.

ஆனால், ஹிண்டன்பர்க் இதற்கும் மறுத்துவிட்டார். முந்தைய நிலையிலேயே உறுதியாக நின்றார்.

அரசு இயந்திரம் முடங்கிப்போய் கிடந்தது.

இந்தச் சமயத்தில் நாட்டின் மிக முக்கியமான தொழில் அதிபர்களும், வங்கி உரிமையாளர்களும், நிலச்சுவான்தார்களும் வர்த்தகர்களும் ஹிண்டன்பர்க்கைச் சந்தித்தனர்.

"ஹிட்லரை பிரதமராக்குங்கள். வியாபாரத்திற்கு அவர் நல்லது செய்வார் என்ற நம்பிக்கை எங்களுக்கு இருக்கிறது"

அவர்களது கோரிக்கை ஹிண்டன்பர்க்கை மீண்டும் குழப்பியது.

ஸ்லெய்ச்சரையும், பாப்பெனையும் அழைத்தார்.

"என்ன செய்யலாம் சொல்லுங்கள்"

"நாடாளுமன்றத்தைக் கலைத்துவிடலாம். அவசர சட்டங்கள் மூலம் ஆட்சியை நடத்தலாம். ராணுவத்தையும் காவல்துறையையும் வைத்துக் கொண்டு அரசியல் கட்சிகளை ஒடுக்கிவிடலாம். மன்னராட்சிக் காலத்தைப்போல மேட்டுக்குடியினரையும் தொழில் அதிபர்களையும் வைத்துக்கொண்டு ஆட்சியை நடத்தலாம்"

"இதைத்தானே ஹிட்லர் வேறு பாணியில் சொல்கிறார். இதெல்லாம் சாத்தியமில்லை. எனக்கு வயதாகிவிட்டது. இந்தக் கேடுகெட்ட வேலை பெரிய தொல்லையாக இருக்கிறது"

நொந்துபோய் சொன்னார் ஹிண்டன்பர்க்.

"நான் ஒப்புக்கொள்ள மாட்டேன்"

திடீரென்று குண்டைத் தூக்கிப்போட்டார் ஸ்லெய்ச்சர். பாப்பெனுக்கு வியப்பு.

"பாப்பெனுடைய திட்டத்தை ஏற்க முடியாது. கிரிகோர் ஸ்ட்ராஸர் தலைமையில், நாஜிக் கட்சியைப் பிளந்து பெரும்பான்மை ஆதரவுடன் நான் ஆட்சி அமைக்கிறேன். எனக்கு வாய்ப்பு அளியுங்கள்"

ஹிண்டன்பர்க் காதில் வாங்கவில்லை. அவர் பாப்பெனுக்கு ஆதரவாக இருந்தார்.

"நீங்கள் அரசு அமைக்கும் முயற்சியைத் தொடங்குங்கள்"

ஹிண்டன்பர்க் அறையிலிருந்து வெளியேறினார். பாப்பெனுடன் ஸ்லெய்ச்சர் கடுமையாக வாக்குவாதம் செய்தார் ஸ்லெய்ச்சர்.

அடுத்தநாள் அமைச்சரவைக் கூட்டம் நடைபெற்றது. பாப்பெனுக்கு ராணுவம் ஒத்துழைப்பு வழங்காது என்று அறிவித்தார் ஸ்லெய்ச்சர். பாப்பென் ஆடிப்போய் விட்டார்.

மீண்டும் ஹிண்டன்பர்கிடம் ஓடிவந்தார். கன்னங்களில் கண்ணீர் வழிய நின்றார்.

"என் அன்பான பாப்பென். இப்போதைய நிலையில்

பிரதமராக நியமிக்கப்பட்ட ஹிட்லர் மக்களைப் பார்த்து கையசைக்கிறார்

உள்நாட்டுப் போர் உருவானால் அதற்கு பொறுப்பேற்கும் நிலையில் என் வயது இல்லை. ஸ்லெய்ச்சரின் அதிர்ஷ்டத்தையும் ஒருமுறை பார்த்துவிடலாம்"

என்று ஆறுதல் கூறினார் ஹிண்டன்பர்க்.

டிசம்பர் 2 ஆம் தேதி ஸ்லெய்ச்சர் பிரதமரானார். அதைத் தொடர்ந்து அதிரடி திருப்பங்கள் அரங்கேறத் தொடங்கின.

கிரிகோர் ஸ்ட்ராஸரை ரகசியமாக சந்தித்தார் ஸ்லெய்ச்சர். துணை பிரதமர் பதவி, பிரஷ்யாவின் உள்துறை அமைச்சர் பதவி ஆகியவற்றை விட்டுத்தருவதாக உறுதியளித்தார்.

திரைமறைவில் என்ன நடக்கிறது என்பதை பாப்பென் மூலம் தெரிந்துகொண்டார் ஹிட்லர். ஸ்ட்ராஸர் கட்சியின் நிறுவன தலைவர்களில் ஒருவர். அவரா இப்படிச் செய்தார். ஹிட்லரால் நம்ப முடியவில்லை.

உடனே அவருக்கு அழைப்பு அனுப்பப்பட்டது. கட்சியின் முக்கிய தலைவர்களும் வந்திருந்தனர்.

"இதோ பாருங்கள். உங்கள் வீம்பு, பிடிவாதம் ஆகியவற்றால் கட்சிக்குத்தான் இழப்பு. மூன்றே மாதங்களில் 20 லட்சம் வாக்குகளை இழந்திருக்கிறோம். 34 இடங்களை பறிகொடுத்திருக்கிறோம். குறைந்தபட்சம் புதிய அரசுக்கு ஒத்துழைப்பாவது தருவதுதான் நல்லது"

ஸ்ட்ராஸரா இப்படிப் பேசுவது?

அவருடைய கருத்துக்கு கோயரிங்கும், கோயபல்சும் கடுமையாக எதிர்ப்புத் தெரிவித்தனர். அவர்களை ஹிட்லர் ஆதரித்தார். ஸ்ட்ராஸர் தனது அத்தனை பொறுப்புகளையும் ராஜினாமா செய்வதாக கடிதம் கொடுத்து விட்டார்.

இதை அவர் எதிர்பார்க்கவில்லை. ஆடிப்போய் விட்டார். தன்னைத்தானே சுட்டுக்கொள்ளப் போவதாக வெறிபிடித்தவர் போல துப்பாக்கியை எடுத்தார். மற்றவர்கள் சாந்தப்படுத்தினர்.

ஸ்ட்ராஸரின் ஆதரவு ஸ்லெய்ச்சருக்கு கிடைக்கவில்லை. அவர் ஏமாந்துவிட்டார். ஸ்ட்ராஸர் இத்தாலிக்குச் சென்றுவிட்டார்.

“ஜெர்மனி ஒரு ஆஸ்திரிய நாட்டவரின் கைகளுக்குப் போகப்போகிறது. அதுவும் கடைந்தெடுத்த பொய்யரிடம் சிக்கப்போகிறது”

என்று எழுதினார் ஸ்ட்ராஸர்.

“கோயரிங்கிற்கு ஏதேனும் கிடைத்தால் போதும். வாயை மூடிக்கொள்வார்” இதுவும் ஸ்ட்ராஸரின் கருத்துதான்.

ஆனால், ஸ்ட்ராஸர் “செத்துப்போன சடலம்” என்று கோயபல்ஸ் எழுதினார்.

ஸ்ட்ராஸரின் பொறுப்புகளை தனது நண்பர் ருடால்ப் ஹெஸரிடம் ஒப்படைத்தார் ஹிட்லர்.

அதன்பிறகு அமைதியாகிவிட்டார். ஸ்லெய்ச்சரின் அரசுக்கு இப்போதைக்கு ஆபத்தில்லை என்றுதான் எல்லோரும் கருதினர்.

ஆனால், ஜனவரியில் மீண்டும் ஜெர்மன் தொழிலதிபர்கள் ஹிண்டன்பர்க்கை சந்தித்து ஹிட்லரை பிரதமராக்குங்கள் என்று வற்புறுத்தினர்.

அதைத் தொடர்ந்து பாப்பெனும் ஹிட்லரை ரகசியமாகச் சந்திக்க விரும்பினார். அந்தச் சந்திப்பின்போது, ஸ்லெய்ச்சரை பதவியிலிருந்து விரட்ட ஹிட்லருடன் ஒத்துழைப்பதாக தெரிவித்தார். ஹிட்லருக்கும் பாப்பெனுக்கும் சம மரியாதை இருக்கும் வகையிலான அரசு அமைக்கலாம் என்றார்.

இந்த யோசனையை ஏற்றுக்கொண்ட ஹிட்லர், தனக்குத்தான் முக்கியத்துவம் இருக்க வேண்டும் என்பதை வலியுறுத்தினார்.

இதைத் தெரிந்துகொண்டவுடன் ஹிண்டன்பர்கிடம் ஓடிவந்தார் ஸ்லெய்ச்சர். பாப்பென் நம்பிக்கைத் துரோகம் செய்துவிட்டதாக புலம்பினார். அவரை யாரும் நம்பவில்லை.

யாருடைய ஆதரவையும் பெற முடியவில்லை.

பாப்பெனை அழைத்துப் பேசினார். நடந்தவற்றை அறிந்தவுடன், மேற்கொண்டு பேசி முடிவுக்கு வரும்படி கூறினார்.

நாடாளுமன்றத்தைக் கலைக்கும்படி ஹிண்டன்பர்கிடம் மன்றாடினார் ஸ்லெய்ச்சர். அவர் மறுத்துவிட்டார்.

"வேறு வேலையில்லையா?"

இது ஒருபுறம் நடந்துகொண்டிருக்க, லிப்பி என்ற சிறிய மாநிலத்தில் தேர்தல் நடைபெற்றது. அந்தத் தேர்தலில் நாஜிக் கட்சியினர் தீவிரமாக கவனம் செலுத்தினர். நாட்டின் பல்வேறு பகுதிகளிலும் இருந்து அங்கு குவிந்த நாஜிக் கட்சியினரின் தீவிரமான பிரச்சாரம் காரணமாக, கடந்த தேர்தலைக் காட்டிலும் கூடுதல் வாக்குகளைப் பெற்றனர்.

இதை நாஜிகள் ஊதிப்பெரிதாக்கினர். தங்கள் செல்வாக்கு அதிகரிப்பதாக பறைசாற்றினர்.

1933 ஜனவரி மாதம் 22 ஆம் தேதி ஹிண்டன்பர்கின் மகன் ஆஸ்கரும், பாப்பெனும் வங்கி உரிமையாளர் ஒருவரின் வீட்டில் சந்தித்தனர். அப்போது நடந்த பேச்சுவார்த்தையில், ஆஸ்கர் ஹிட்லரின் வாக்குறுதிகள் திருப்தி அளிப்பதாக தெரிவித்தார்.

இதற்குள் ஸ்லெய்ச்சர் தன்னால் முடிந்தவரை ஆதரவு கோரி அலைபாய்ந்தார். முடியவில்லை. கடைசியாக ஹிண்டன்பர்கிடம் வந்த அவர் மீண்டும் ஒருமுறை நாடாளுமன்றத்தைக் கலைக்கும்படி வேண்டினார்.

அவர் மறுத்துவிட்டார்.

ஜனவரி 30 ஆம் தேதி ஹிட்லரை வரவழைத்தார் ஹிண்டன்பர்க். பிரதமர் பதவியை அளிப்பது என்று முடிவு செய்திருந்தார். அப்போது கடைசி நிமிட முட்டுக்கட்டை விழுந்தது. கன்சர்வேடிவ் கட்சியின் தலவைர் ஹியூஜென்பர்க், ஹிட்லருக்கு எதிர்ப்புத் தெரிவித்தார். நாடாளுமன்றத்தைக் கலைக்க வேண்டும் என்று கோரிக்கை விடுத்தார்.

"அவசரப்படாதீர்கள். ஹிண்டன்பர்க் தனது முடிவைத் தெரிவிக்கும் வரையாவது பொறுமையாக இருங்கள்."

ஹிட்லர் சாந்தமாகப் பேசினார்.

குடியரசுத்தலைவர் மாளிகைக்கு வெளியே பல்லாயிரக்கணக்கான மக்கள் கூட்டம். ஹிண்டன்பர்க் தனது

அறையிலிருந்து வெளியே எட்டிப்பார்த்தார். உடனே, ஹிண்டன்பர்க் வாழ்க என்று முழக்கமிட்டது கூட்டம்.

முக்கிய தலைவர்கள் ஹிண்டன்பர்க்கின் அறைக்கு வெளியே காத்திருந்தனர்.

வெளியே வந்த ஹிண்டன்பர்க்,

“உங்களை பிரதமராக நியமிக்கிறேன்” என்றார்.

மதியம் பதவி ஏற்பு நிகழ்ச்சி எளிமையாக நடைபெற்றது.

“ஜெர்மானியர்களின் நலன்களுக்காக எனது சக்தியை பயன்படுத்தி உழைப்பேன். ஜெர்மனியின் அரசியல் சட்டத்தையும், மக்கள் நலச்சட்டங்களயும் பாதுகாப்பேன். அனைத்துக் குடிமக்களின் உரிமைகளையும் அவர்களுக்குரிய நீதியையும் நிலைநாட்டுவேன்”

இந்த வாசகங்களைக் கூறி பதவிப்பிரமாணம் எடுத்துக்கொண்டார்.

ஹிட்லரின் கண்களில் ஆனந்தக் கண்ணீர்.

“நாம் சாதித்துவிட்டோம்”

உணர்ச்சி கொப்புளிக்க கூறினார் ஹிட்லர். வெளியே காத்திருந்த மக்கள் திரள் “ஹிட்லர் வாழ்க” என்று கோஷமிட்டது.

பதவியேற்றவுடன் ஆட்சியைக் கலைக்க முடிவு

அதிரடி சதிகள் ஆரம்பம்

"கம்யூனிஸ்ட்டுகள் ஆதரவோடு ஆட்சியை நடத்துவது இயலாத காரியம்"

பிரதமரானவுடன் ஹிட்லர் மனதில் ஒடிய முதல் சிந்தனை இதுதான்.

பாப்பென் மற்றும் கன்சர்வேடிவ் கட்சிகளின் ஆதரவு மொத்தமாக 43 சதவீதம்தான் இருந்தது. கம்யூனிஸ்ட்டுகள் கையில் 100 பேர் இருந்தனர். 608 பேர் கொண்ட நாடாளுமன்றத்தில் பெரும்பான்மை ஆதரவுக்காக ஒவ்வொரு முறையும் கையேந்திக் கொண்டிருக்க முடியாது.

கம்யூனிஸ்ட்டுகளை ஒடுக்க வேண்டும். உடனடியாக நாடாளுமன்றத்திற்கு தேர்தல் நடத்த வேண்டும். பதவியேற்ற மறுநாளே ஹிண்டன்பர்கிடம் வந்தார் ஹிட்லர். நாடாளுமன்றத்தைக் கலைத்துவிட்டு 1933 மார்ச் 5 ஆம் தேதி தேர்தல் என்ற அறிக்கையை தயாரித்து எடுத்துவந்தார்.

"இதில் கையெழுத்திடுங்கள்"

ஹிண்டன்பர்கிற்கு விருப்பமில்லை. ஆனால், ஹிட்லரின் அதட்டலான, மிடுக்கான உத்தரவை எதிர்த்துப் பேச அவரால் முடியவில்லை.

கம்யூனிஸ்ட்டுகளுக்கு அதிர்ச்சி. என்ன நடக்கிறது என்பதை யூகிக்கக் கூட அவர்களுக்கு அவகாசம் அளிக்கப்படவில்லை.

ஜெர்மனியின் தலைநகர் பெர்லினை உள்ளடக்கிய பிரஷ்யாதான் இருப்பதிலேயே பெரிய மாநிலம். அதன் நிர்வாகப் பொறுப்பை துணை பிரதமர் பாப்பென் கையில் கொடுத்தார் ஹிட்லர். அதேசமயம், அந்த மாநிலத்தின் காவல்துறையை தனது நம்பிக்கைக்குரிய கோயரிங்கிடம் கொடுத்தார்.

அடுத்து ராணுவ தளபதிகள் அனைவரையும் அழைத்தார்.

“எந்தக் காரணத்தைக் கொண்டும் இப்போதுள்ள ராணுவத்தில் மாற்றம் இருக்காது. அவரவர் பொறுப்புகள் அப்படியே நீடிக்கும். வெர்சைல்ஸ் உடன்படிக்கையை அமல்படுத்த முடியாது. நவீன கடற்படையும், விமானப்படையும் அவசியம் தேவை. அப்போதுதான் ஜெர்மனி ராணுவத்தை உலகின் மிகப்பலம் பொருந்திய ராணுவமாக மாற்றமுடியும்”

ஹிட்லரின் பேச்சு, ராணுவ தளபதிகளின் வயிற்றில் பாலை வார்த்தது. காதில் தேனாக இனித்தது. நாஜிக் கட்சியின் அதிரடிப்படையில் இடம் பெற்றுள்ளவர்கள் ராணுவத்திற்கு மாற்றப்படுவார்கள் என்று அவர்கள் பயந்துபோய் இருந்தனர். இப்போது அந்தப் பயம் போய்விட்டது. ஹிட்லர் அரசுக்கு முழு ஆதரவு அளிக்க அவர்கள் ஒப்புக் கொண்டனர்.

ராணுவத்தைத் திருப்தி செய்தாயிற்று. முதலாளிகளின் ஆதரவு முக்கியம். கூப்பிடு அவர்களை.

குருப்ஸ், ஐ.ஜி. பார்பென், யுனைடெட் ஸ்டீல், நாட்டின் மிக முக்கியமான மூன்று வங்கிகளின் தலைவர்கள், பிரபலமான கோடீஸ்வரரும், தலைசிறந்த ரசாயன மேதையுமான கார்ல் போஸ்ச், ஹிட்லருக்கு பண உதவி செய்ய மறுத்த வான் தைஸன் என எல்லோருக்கும் அழைப்பு பறந்தது. டாக்டர் ஜல்மர் ஸ்சாச் ஹிட்லரின் நிதி ஆலோசகராக நியமிக்கப்பட்டார்.

அவரிடம் 30 லட்சம் மார்க்குகளை உடனடியாக கொடுத்தனர்.

“இனி ஜனநாயகம் இருக்காது. அதுதான் அனைத்து தனியார்

ஆட்சிப் பொறுப்புக்கு வந்தவுடன் தினம் ஒரு பொய் சொல்லும் கோயபல்ஸ்

துறை நிறுவனங்களுக்கும் பெரிய அச்சுறுத்தலாக இருக்கிறது. தொழிற்சங்கங்கள் உற்பத்திக்கு அச்சுறுத்தலாக இருக்கின்றன. ஜெர்மனியின் ஆயுத பலத்தை பெருக்க வேண்டும்"

முதலாளிகளுக்கு வேறு என்ன உறுதி வேண்டும். அதுவும் ஆயுதபலத்தை பெருக்க முடிவு செய்துவிட்டால், குருப்ஸ் உள்ளிட்ட கனரக தொழிற்சாலைகளுக்கு கொண்டாட்டம்தான். சந்தோஷமாக ஆதரவு தெரிவித்துவிட்டு கலைந்தனர்.

அடுத்து என்ன? ஆட்டத்தை ஆரம்பிக்க வேண்டியதுதான் பாக்கி.

"தேர்தலில் நாஜிக்கட்சி பெரும்பான்மை இடங்களைக் கைப்பற்ற வேண்டும். அதற்கு கம்யூனிஸ்ட்டுகளை நாசம் செய்ய வேண்டும்"

பிப்ரவரி 22 ஆம் தேதி பிரஷ்யாவின் காவல்துறையில் 50 பேர் புதிதாக நியமிக்கப்பட்டனர். அத்தனைபேரும் ஹிட்லரின் அதிரடிப் படை மற்றும் இளைஞர் அணியினர். கொஞ்சம் கூட நாகரீகமற்ற, பகையுணர்வுடன் வளர்க்கப்பட்ட, கொலைக்கு அஞ்சாத அவர்களிடம் இப்போது சட்டப்பூர்வ அதிகாரம் கொடுக்கப்பட்டு விட்டது.

நாடாளுமன்றத்தேர்தலுக்கு முன் புரட்சி நடத்த கம்யூனிஸ்ட்டுகள் திட்டமிட்டுள்ளதாக கோயபல்ஸ் பிரச்சாரத்தை அவிழ்த்து விட்டார். தினமும் இந்தப் பிரச்சாரம் உச்சக் கட்டத்திற்கு சென்றது.

மார்க்சிஸ்ட்டுகளுக்கு தங்களைச் சுற்றி நடப்பது புரியத்

தொடங்கியது.

ஆனால், அவர்கள் சுதாரிப்பதற்குள் நாடுமுழுவதும் கம்யூனிஸ்ட் அலுவலகங்களுக்குள் ஜெர்மன் காவல்துறையினர் புகுந்தனர். சோதனையிட்டனர். அங்கு தேர்தல் பிரச்சாரத்திற்காக அச்சிட்டு வைத்திருந்த நோட்டீஸ்கள், போஸ்ட்டர்களைக் கைப்பற்றினர்.

"நாளை இப்போது நம் கையில்"

"வெற்றியை நோக்கி முன்னேறுவோம்"

இதுதான் அவர்கள் கைப்பற்றிய நோட்டீஸ்களில் காணப்பட்ட வாசகம்.

தேர்தல் பிரச்சார வாசகங்கள்தான். ஆனால், புரட்சிக்கான சதிக்கு இதை ஆதாரமாகக் காட்டி குற்றம்சாட்டினர்.

தெருவில் போன கம்யூனிஸ்ட்டுகளை கைது செய்து சிறையில் அடைத்தனர். சுமார் 4 ஆயிரம் பேர் கைதாகினர். அவர்களில் பலர் என்ன ஆனார்கள் என்றே தெரியவில்லை.

அப்போதும் கம்யூனிஸ்ட்டுகளின் பிரச்சாரம் ஓயவில்லை. அவர்களுக்கு அனுதாபம் இருக்கத்தான் செய்தது.

நாடாளுமன்றத் தேர்தலில் எப்படியும் பெரும்பான்மை இடங்களைக் கைப்பற்ற வேண்டும். எதைச் செய்தேனும் கம்யூனிஸ்ட்டுகளை நுழைய விடக்கூடாது. நாஜிகளுக்கு இடப்பட்டிருந்த உத்தரவு இது.

மார்ச் 5 ஆம் தேதி வாக்குப்பதிவு நடைபெறப்போகிறது.

பிப்ரவரி 27 ஆம் தேதி இரவு பத்துமணிக்கு, பிரஷ்ய காவல்துறை அமைச்சர் கோயரிங்கிற்கு ஒரு டெலிபோன் வந்தது.

பேசியவர், ஹிட்லரின் நண்பர் ஹன்ப்ஸ்டாங்கில்.

"நாடாளுமன்றக் கட்டிடமான ரெய்ச்ஸ்டக்கில் இருந்து புகை வருவதாகச் சொல்கிறார்கள். என்னவென்று பாருங்கள்"

ஆம், பழமைவாய்ந்த ஜெர்மன் நாடாளுமன்றக் கட்டிடம் பற்றி எரிந்துகொண்டிருந்தது. உடனே, ஹிண்டன்பர்கிற்கு தகவல் பறந்தது. துணைபிரதமர் பாப்பெனுடன் அங்கு விரைந்தார். ஹிட்லர் வந்தார். முக்கியத் தலைவர்கள் அனைவரும் வந்தனர்.

"கம்யூனிஸ்ட்டுகள் நாடாளுமன்றக் கட்டிடத்தை

நாடாளுமன்றக் கட்டிடத்திற்கு தீ வைத்துவிட்டு கம்யூனிஸ்ட்டுகள் மீது பழி

கொளுத்திவிட்டார்கள்"

நாஜிகள் பிரச்சாரத்தை முடுக்கிவிட்டனர்.

எவ்வித ஆதாரமும் இல்லாமலேயே பிரச்சாரத்தை தீவிரப்படுத்தினர். மக்கள் பதைபதைத்தனர். பலரால் நம்பவே முடியவில்லை.

"நாஜிகளின் அட்டூழியம் இதுதான். இப்படித்தான் இருக்கும். தங்களுடைய வெற்றிக்காக நாட்டையே அழிக்கக் கூட அவர்கள் தயங்கமாட்டார்கள் என்று கம்யூனிஸ்ட்டுகள் விளக்கம் அளித்தனர்"

நாடாளுமன்றத்தின் மையத்தில் உள்ள வெப்பம் வெளியேற்றும் சுரங்கப்பாதை வழியாக உள்ளே நுழைந்த நாஜிகள் மிகச் சாமர்த்தியமாக இந்த சதியை நிறைவேற்றியுள்ளதாக கூறப்பட்டது. ஹிட்லரின் நண்பர் ஹன்ப்ஸ்டாங்கில்தான் இந்தக் காரியத்தை திட்டமிட்டு நடத்தினார் என்று பரவலான பேச்சு அடிபட்டது.

ஆனால், ஹாலந்து நாட்டைச் சேர்ந்த கம்யூனிஸ்ட் ஒருவர், இரண்டு நாட்களுக்கு முன் மதுவிடுதி ஒன்றில், ஜெர்மன் நாடாளுமன்றத்தை தீவைத்துக் கொளுத்தப்போவதாக

குடிபோதையில் உளறினார் என்று காவல்துறைக்கு தகவல் கிடைத்திருப்பதாக கோயரிங் கூறினார்.

வான் டெர் லுப்பே என்ற அந்த இளைஞரை போலீஸார் கைது செய்து விசாரித்தபோது, நாடாளுமன்றத்திற்கு தீவைத்தது தான்தான் என்பதை ஒப்புக் கொண்டிருப்பதாக போலீஸார் தெரிவித்தனர்.

இத்தனை சதிகளுக்கு அப்புறம் வாக்குப்பதிவு நடந்து, தேர்தல் முடிவுகள் அறிவிக்கப்பட்டன.

அப்போதும் நாஜிகளுக்கு 288 இடங்கள்தான் கிடைத்திருந்தன. பாப்பெனின் தேசியவாத கட்சி 52 இடங்களில் வெற்றி பெற்றிருந்தது. கம்யூனிஸ்ட்டுகள் 81 இடங்களைக் கைப்பற்றியிருந்தனர்.

பாப்பெனின் ஆதரவு இருந்தால், பெரும்பான்மையைக் காட்டிலும் 16 இடங்களே கூடுதலாக இருந்தது.

“இது போதாது. மேலும் பாப்பெனை எப்போதும் நம்பிக்கொண்டிருக்க முடியாது. பிறர் சொல்வதை எல்லாம் கேட்டு ஆட்சி நடத்த முடியாது. நான் என்ன நினைக்கிறேனோ அது நடக்க வேண்டும்”

மே மாதத்தில் மீண்டும் தேர்தல் நடத்திவிடலாம் என்று முதலில் திட்டமிட்டார். ஆனால், அதை மாற்றிக்கொண்டார்.

எளிதான காரியம் என்ன? தனக்கு எதிரான கம்யூனிஸ்ட் உறுப்பினர்கள் 81 பேரை நாடாளுமன்றத்திற்குள் வரவிடாமல் செய்வதுதான் என்று முடிவு செய்தார்.

கோயரிங்கை அழைத்தார் ஹிட்லர். அடுத்து செய்ய வேண்டியது என்ன என்று ஆலோசனை நடத்தினார்.

மார்ச் 15 ஆம் தேதி அமைச்சரவைக் கூட்டத்திற்கு அழைப்பு விடப்பட்டது. கோயபல்ஸ் பிரச்சாரத்துறை அமைச்சராக நியமிக்கப்பட்டிருந்தார்.

அதற்கு முன் விரிவான அறிக்கை ஒன்றை ஹிட்லர் தயாரித்திருந்தார். அது என்ன?

நாடாளுமன்றத்தின் மூலம் நிறைவேற்ற வேண்டிய சட்டங்கள் அனைத்தும் ஹிட்லரே கவனித்துக் கொள்வார். பட்ஜெட் தயாரிப்பது, வெளிநாடுகளுடன் ஒப்பந்தங்களை ஏற்படுத்துவது என எல்லாவற்றுக்கும் நாடாளுமன்றத்தின் ஒப்புதலைப் பெற்றுக் கொண்டிருக்க வேண்டிய அவசியமில்லை. எல்லாவற்றையும்

தேர்தலில் மீண்டும் வென்று பதவியேற்ற பின் பணிவுடன் ஹிண்டன்பர்க்குடன் கைகுலுக்கும் ஹிட்லர்

ஹிட்லரே முடிவு செய்வார்.

அமைச்சரவை இதற்கு ஒப்புதலை அளித்தது. உடனே அந்த அறிக்கை ஹிண்டன்பர்கிடம் சமர்ப்பிக்கப்பட்டது. வேறு பேச்சே இல்லை. அவர் கையெழுத்திட்டார்.

மார்ச் 21 ஆம் தேதி பதவி ஏற்புவிழா. போஸ்ட்டாம் என்ற இடத்தில் உள்ள காரிஸான் தேவாலயத்தில் ஏற்பாடு செய்யப்பட்டது.

இங்குதான் மகா பிரடெரிக் மன்னர் புதைக்கப்பட்டார். மகா பிரடெரிக் காலத்தைய ஜெர்மன் ஏகாதிபத்தியத்தை மீண்டும் நிறுவுவதுதான் ஹிட்லரின் லட்சியமாக இருந்தது.

ஹிண்டன்பர்க் வந்தார். வெளிநாட்டு பிரமுகர்கள் வந்திருந்தனர். ஏராளமான வெளிநாட்டு பத்திரிகையாளர்கள் குவிந்திருந்தனர். ஹிட்லரின் குழுவினர் கொள்ளைக் கூட்டத்தினர் போல சீருடையில் ஸ்வஸ்திக் சின்னம் தரித்து வந்திருந்தனர்.

கெய்ஸர் மன்னரின் ராணுவ சீருடையில், தாங்கள் பெற்ற பதக்கங்களுடன் முன்னாள் ராணுவத்தினர் ஏராளமானோர் ஆஜராகி இருந்தனர்.

ஜெர்மன் தேசிய கொடியில் நாஜிகளின் ஸ்வஸ்திக் சின்னம் இடம்பெற்றிருந்தது. குடியரசுத்தலைவர் ஹிண்டன்பர்கை பாராட்டி ஹிட்லர் பேசினார். மிகுந்த மரியாதையுடன் அவர் பேச்சு அமைந்திருந்தது.

பேசி முடித்தவுடன் ஹிண்டன்பர்கின் கைகளைப் பிடித்து புகைப்படத்திற்கு போஸ் கொடுத்தார். அது திரைப்படமாகவும் படம்பிடிக்கப்பட்டது.

எல்லாம் ஹிண்டன்பர்கின் விருப்பத்தில்தான் நடக்கிறது என்ற தோற்றத்தை உருவாக்குவதில் ஹிட்லர் வெற்றி பெற்றார்.

நிகழ்ச்சி முடிந்தவுடன் ஹிண்டன்பர்க் கையெழுத்துடன் இரண்டு அவசரச் சட்டங்கள் வெளியிடப்பட்டன.

முதல் சட்டம்.

முந்தைய ஆட்சிக்காலத்தில் கொலை, கொள்ளை, துன்புறுத்தல் போன்ற குற்றங்களில் ஈடுபட்டு கைதாகி, சிறையில் அடைக்கப்பட்டிருந்த நாஜிகள் அனைவரும் நிபந்தனையின்றி விடுவிக்கப்படுகின்றனர்.

இரண்டாவது சட்டம்.

அரசாங்கத்திற்கு எதிராகவோ, நாடாளுமன்றத்திற்கு எதிராகவோ கருத்துத் தெரிவிப்பவர்கள் உடனே கைது செய்யப்படுவார்கள்.

மூன்றாவது சட்டம் ஒன்றும் வெளியிடப்பட்டது. அதில் ஹிட்லரும், பாப்பெனும் மட்டுமே கையெழுத்திட்டிருந்தனர்.

ஏனென்றால் அது அவ்வளவு பயங்கரமான சட்டம்.

ஆம். அரசில் குற்றவாளிகளை விசாரிக்க தனி நீதிமன்றங்கள் அமைக்கப்படும். அவை ராணுவ நீதிமன்றங்களைப் போல இயங்கும். குற்றம் சாட்டப்பட்டவர்கள் சார்பில் வழக்கறிஞர்கள் அனுமதிக்கப்பட மாட்டார்கள்.

மார்ச் 23 ஆம் தேதி ஓபரா ஹவுஸ் என்ற கட்டிடத்தில் நாடாளுமன்றக் கூட்டம் கூடியது. ஜெர்மானியர்களை தற்போதைய சிரமங்களில் இருந்து மீட்பதற்கான சட்ட முன்வரைவு என்ற பேரில் இந்த மூன்று அவசரச்சட்டங்களையும் அவையின் ஒப்புதலுக்காக தாக்கல் செய்தார் ஹிட்லர்.

மசோதா நிறைவேற வேண்டுமெனில், மூன்றில் இரண்டுபங்கு ஆதரவு வேண்டும். ஹிட்லருக்கு தற்போது உள்ள ஆதரவுடன் மேலும் 31 பேரின் ஆதரவு அவசியம். கத்தோலிக்க சென்ரிக் கட்சிக்கு பொய்யான சில வாக்குறுதிகளை அளித்து சரிக்கட்டி வைத்திருந்தார்.

அதையும் மீறி மசோதா தோற்றுவிட்டால்?

அந்த பயமும் இருந்தது. அதற்காகத்தான் கோயபல்ஸ் தந்திரமாக ஒரு திட்டத்தைத் தயாரித்திருந்தார். நாஜிப்படையினரை கூட்டம் நடக்கும் இடத்தில் பெருமளவுக்கு திரட்டி நிற்கவைத்திருந்தார்.

"எங்களுக்கு முழு அதிகாரம் வேண்டும். இல்லையேல் சுடுவோம். கொல்வோம்"

நாஜிகள் உரக்க முழங்கிக் கொண்டிருந்தனர்.

மசோதாவைத் தாக்கல் செய்த ஹிட்லர் மிகவும் சாதுவைப் போல பேசினார்.

"இந்தச் சட்டங்களைப் பார்த்து யாரும் அச்சப்படத் தேவையில்லை. அவசியப்பட்டால் மட்டுமே பயன்படுத்தப்படும். எங்கள் கவனம் முழுவதும் நாட்டின் வேலையில்லா திண்டாட்டத்தை ஒழிப்பதில்தான் இருக்கும். பிரான்ஸ், பிரிட்டன், சோவியத் யூனியன் உள்ளிட்ட நாடுகளுடன் பகையுணர்வுடன் நடந்துகொள்ள மாட்டோம்"

ஹிட்லர் பேசி முடித்தவுடன், சமூகவாதக் கட்சி சார்பில் ஓட்டோ வெல்ஸ் என்பவர் எழுந்தார். இந்த கொடூரமான சட்டங்களை நாங்கள் எதிர்க்கிறோம் என்றார்.

துள்ளி எழுந்தார் ஹிட்லர்.

"உங்கள் ஆதரவு தேவையில்லை. சாகப்போகிறவனின் ஆதரவு தேவையில்லை"

ஆவேசம் கொப்புளித்தது. கண்களில் அனல் பறந்தது.

வாக்கெடுப்பு நடைபெற்றது. 441 பேர் ஆதரவு தெரிவித்திருந்தனர். 84 பேர் எதிர்ப்பு தெரிவித்திருந்தனர்.

ஹிட்லரிடம் அதிகாரம் ஒப்படைக்கப்பட்டது. 14 ஆண்டு ஜெர்மன் குடியரசு முடிவுக்கு வந்தது. நாஜிகளின் கையில் ஜெர்மன் சிக்கியது.

நாஜிகளின் மிரட்டலுக்கு அஞ்சி வெளியேறும் யூதர்கள்

அட்டூழியம் ஆரம்பம்

நாஜிகள் ஆட்சிக்கு வந்தால் சுபிட்சம் நிச்சயம் என்றார்களே...

அப்படியெல்லாம் எதுவும் கண்ணுக்குத் தெரியவில்லை.

ஹிட்லர் சர்வாதிகாரி ஆன கையோடு, அட்டூழியம்தான் ஆரம்பமாகியது. எங்கும் பிரவுன் சீருடை அணிந்த நாஜி அதிரடிப்படையின் ராஜ்ஜியம்தான். அவர்கள் வைத்ததுதான் சட்டம்.

ஹிட்லருக்கு முதல் குறி கம்யூனிஸ்ட்டுகள்தான்.

அந்தக் கட்சிக்கு தடைவிதித்தார் ஹிட்லர். ஜெர்மனியின் முக்கியமான அரசியல் சக்தியாக அந்தக் கட்சியை தடை செய்தது மட்டுமல்ல, கம்யூனிஸ்ட் என்று யாரும் தன்னை சொலிக்கொள்ளக் கூடாது.

மீறிச் சொன்னால், கைது, சிறை, சித்திரவதை என்று – மிரட்டல் விடுத்தார்.

உயர்மட்டத் தலைவர்கள் பலரை கைது செய்து சிறையில் அடைத்தார். மற்றவர்கள் அரண்டுவிட்டனர்.

தனது அவசர சட்ட மசோதாவை எதிர்த்து வாக்களித்த சமூக ஜனநாயக கட்சிக்கும் தடை.

அரசியல் சதுரங்கத்தில் இஷ்டப்படி தனது எதிரிகள் என்று நினைப்பவர்களை எல்லாம் வரிசையாக ஒழிக்கும் வேலையில் அவர் தீவிரமாக இருந்தார்.

அதேசமயம் நாஜிகள் தங்கள் நெடுங்கால வன்மத்தை தீர்த்துக் கொண்டிருந்தார்கள். யூதர்களின் கடைகள், வர்த்தக நிறுவனங்களுக்குள் புகுந்து கொள்ளையடித்தனர். எதிர்த்து பேசுகிறவர்களை நடுத்தெருவில் அடித்துத் துன்புறுத்தினர். கொலையும் செய்தனர்.

முதியவர்கள், பெண்கள், குழந்தைகள் என்று பாரபட்சமில்லாமல் தாக்கினர். கற்பழித்தனர். கொன்று குவித்தனர்.

அவர்களுக்கு எதிராக எந்த புகார் கொடுத்தாலும், அது கொடுத்தவர் மீதே பதிவு செய்யப்பட்டது.

இதைப்பற்றியெல்லாம் ஹிட்லருக்கு கவலையில்லை. அதிகாரம் முழுவதையும் தன்வசம் கொண்டுவர என்னவெல்லாம் செய்ய வேண்டுமோ, அதிலேயே கவனமாக இருந்தார்.

பவேரியன் கத்தோலிக்க கட்சி, கிறிஸ்தவ ஜனநாயக கட்சி, மக்கள் கட்சி என்று வரிசையாக அனைத்துக் கட்சிகளுக்கும் தடை விதிக்கப்பட்டது.

நாஜிக் கட்சி மட்டுமே இருக்க வேண்டும். ஹிட்லர் மட்டுமே தலைவராக மதிக்கப்பட வேண்டும்.

மிச்சமிருந்தது தொழிற்சங்கங்கள் மட்டும்தான். அவற்றுக்கும் தடை விதிக்க வேண்டும். ஆனால், பக்குவமாக கையாள வேண்டும். தொழிலாளர்களை பகைத்துக் கொள்ளக் கூடாது. அதற்கான நேரம் வந்தது.

மே தினம் வந்தது. தொழிலாளர்களின் தலைவராக தன்னை பிரகடனப்படுத்திக் கொண்டார். ஜெர்மானிய தேவதையின் குழந்தைகள் என்று தொழிலாளர்களை வர்ணித்தார்.

"மூளை வேலை செய்வோர், தொழிலாளர், விவசாயிகள் ஆகிய மூவரும், சமூகத்தின் அறிவு, ஆன்மா, தேகம்

போன்றவர்கள். மெய்வருந்தி உழைப்பது இழிவானதல்ல. தனக்கிட்ட வேலையை உண்மையாகவும், மனப்பூர்வமாகவும் செய்கிறவருக்கு கூடுதல் கவுரவம்தான் கிடைக்கும்.

தொழில் தொண்டர் படை ஒன்று உருவாக்கப்படும். இனி தொழிலாளர்கள் அனைவரும் தங்கள் குறைகளை அந்த அமைப்பிடமே முறையிடலாம்.

ஜெர்மனியில் பிறந்தவர் யாராக இருந்தாலும், சமுதாயத்தின் எந்தப் பிரிவினராக இருந்தாலும், குறைந்த காலமாவது கைத் தொழிலாளியாக பயிற்சி பெற்றிருக்க வேண்டும். அப்போதுதான் மற்றவர்களை வேலை வாங்கும் ஆற்றலைப் பெறமுடியும்"

ஹிட்லரின் மே தின உரை தொழிலாளர்களுக்கு மகிழ்ச்சி அளித்தது.

அடுத்த நாள், தொழிற்சங்கங்கள் அனைத்தும் தடை செய்யப்படுவதாக அறிவித்தார். யாரும் மூச்சு விடவில்லை.

முதலாளிகளுக்கு கொடுத்த வாக்குறுதிகள் அனைத்தையும் நிறைவேற்றிவிட்டார். மக்களுக்குக் கொடுத்த வாக்குறுதிகளை நிறைவேற்ற வழியின்றித் தவித்தார். வேலையில்லாத் திண்டாட்டம் அப்படியே இருந்தது. நாஜிகளின் அட்டூழியம் தவிர, வேறு எதையும் மக்கள் அனுபவிக்கவில்லை.

ஆயுதத்தடுப்பு ஒப்பந்தத்தில் இருந்த விலகுவதாக ஹிட்லர் அறிவித்திருந்ததால், கனரக தொழிற்சாலைகள் ஆயுத உற்பத்தியைத் தொடங்கியிருந்தன.

மக்களுக்கு வேலை கொடுக்க என்ன செய்வது? அவர்களுடைய அதிருப்தியை முதலில் போக்க வேண்டுமே...

"யூதர்கள் ஜெர்மானியர்கள் அல்ல"

நாடாளுமன்றத்தில் பகிரங்கமாக அறிவித்தார் ஹிட்லர். மூன்று தலைமுறையைச் சேர்ந்தவர்களின் கணக்கைச் சேகரியுங்கள். அதில் யாரேனும் ஒருவர் யூதராக இருந்தால் நாட்டைவிட்டு ஓடிவிட வேண்டும். இல்லையென்றால் உயிரை விட வேண்டும்.

"எவ்வளவு காலம் அவர்களைப் பொறுத்துக் கொள்ள வேண்டுமோ, அவ்வளவு காலம் பொறுத்துக் கொண்டோம். ஆனால், அவர்கள் மாறவே இல்லை. அவர்களுடைய விதி விரைவில் முடிவு செய்யப்படும்" என்றார்.

அணிவகுப்பிலேயே அச்சுறுத்தும் நாஜிக் கட்சியின் அதிரடிப்படையினர்

யூதர்கள் நடத்தும் கடைகளை மற்றவர்கள் அனவரும் புறக்கணிக்க வேண்டும். ஆரியர் எனப்படும் ஜெர்மானியரின் வளாகத்திற்குள் யூதர் எவரேனும் இருந்தால் உடனடியாக கைது செய்யப்பட்டு கான்ஸன்ட்ரேஷன் முகாமுக்கு அனுப்பப்படுவார்கள்.

அங்கு போய்விட்டால் அப்புறம் என்னவானார் என்பதே வெளியே தெரியாது. யூதக் குடியிருப்பில்தான் யூதர்கள் வசிக்க வேண்டும் வெளியே தலை காட்டக் கூடாது.

நடக்கப்போவதை முன்கூட்டியே யூகித்த பல்லாயிரக்கணக்கான யூதர்கள் வேறு நாடுகளுக்கு தப்பி ஓடிவிட்டனர்.

மிகச்சிறந்த கலைஞர்கள், எழுத்தாளர்கள், இசை மேதைகள், தொழில் அதிபர்கள், விஞ்ஞானிகள் என எல்லோரும் ஓடிவிட்டனர்.

யூதர்கள் தங்களுடைய இஸ்ரேல் முத்திரையை உடையில் அணிய வேண்டும் என்று கட்டளையிடப்பட்டது. நாஜி அதிரடிப்படையினர் எளிதில் அடையாளம் கண்டுகொள்ள வசதியாக இந்த உத்தரவு பிறப்பிக்கப்பட்டது.

ஜெர்மனியின் இந்த கொடூரமான இனவெறி உத்தரவு, பக்கத்து நாடுகளை ஆவேசப்படுத்தியது. ஆனாலும், அவை வேடிக்கைதான் பார்த்துக் கொண்டிருந்தன.

வெளியேறும் யூதர்களுக்கு அமெரிக்காவும், பிரிட்டனும்தான் அடைக்கலமாக இருந்தன. ஆனால், அவர்களுக்கு பரிந்து ஜெர்மனியை கண்டிக்கக்கூட அவை முன்வரவில்லை.

ஆயிரக்கணக்கான யூதர்களின் கதி என்னாயிற்று என்றே தெரியவில்லை. கான்சென்ட்ரேஷன் முகாம் என்று அழைக்கப்பட்ட சித்திரவதை முகாமுக்கு கொண்டு செல்லப்பட்டவர்கள் அங்கேயே கொல்லப்பட்டு, அடையாளமே தெரியாமல் அழிக்கப்பட்டு விட்டனர்.

யூதர்களுக்கு எதிரான இந்த நடவடிக்கை எல்ல ாமட்டத்திலும் விரிவடைந்தது. ராணுவத்தில் இடம்பெற்றிருந்த யூதர்கள் முதலில் வெளியேற்றப்பட்டிருந்தனர்.

அரசு வேலைகளில் இருந்தவர்கள், தொழிற்சாலை களில் வேலை பார்த்தவர்கள், வங்கிகளில், வர்த்தக நிறுவனங்களில் என எல்லா இடங்களிலும் யூதர்கள் வெளியேற்றப்பட்டனர்.

அவர்களுடைய இடங்களில் ஜெர்மானியர்களர் நியமிக்கப்பட்டனர்.

இதுதான், வேலையில்லாத் திண்டாட்டத்தை ஹிட்லர் போக்கிய லட்சணம்.

யூதர் ஒருவர் கடை நடத்தினால், அந்தக் கடையை நாஜிக் கட்சியின் செல்வாக்குப் பெற்ற யாரேனும் ஒருவர் அபகரித்துக் கொள்ளமுடியும்.

அவர்கள் நடத்திய வங்கிகள், தொழிற்சாலைகள், அவர்களுடைய சொத்துக்கள் அனைத்தும் அரசு அபகரித்துக் கொண்டது.

இந்தக் கொடுமை நடந்து கொண்டிருக்கும்போதே, ஜூலை மாதம் 20 ஆம் தேதி, ரோம் நிர்வாகத்துடன் ஹிட்லர் ஒரு ஒப்பந்தம் செய்தார். ஜெர்மனியில் வாழும் கத்தோலிக்கர்களுக்கு எந்த ஆபத்தும் ஏற்படுத்த மாட்டோம் என்று உறுதி அளித்திருந்தார் ஹிட்லர்.

ஆனால், வாக்குறுதியெல்லாம் ஹிட்லருக்கு எம்மாத்திரம்.

கிறிஸ்தவர்களுக்கு ஆதரவானராக காட்டிக்கொள்ள நாடகம்

ஐந்தே நாளில் அதைக் காற்றில் பறக்கவிட்டார். கத்தோலிக்க இளைஞர் கழகம் சட்டவிரோதமானது என்று அறிவித்தார். ஒழுக்கக் கேடாக நடந்துகொண்டனர் என்று குற்றம்சாட்டி, கத்தோலிக்க கன்னிமாரையும், பாதிரியார்களையும் கைது செய்தனர். அரசுக்கு எதிராக சதி செய்ததாகவும் அவர்கள் மீது குற்றம்சாட்டப் பட்டது.

மார்ட்டின் லூதர் கிங் மீது ஹிட்லருக்கு மிகுந்த பற்று உண்டு. கிறிஸ்தவ மதத்தில் புரட்சியை ஏற்படுத்தியவர் என்று கூறுவார். ஆனால், புராட்டஸ்ட்ன்ட்டுகளும் அவரிடமிருந்து தப்ப முடியவில்லை.

ஜெர்மன் தேசிய தலைமைத் தேவாலயம் ஒன்றை அமைக்க வேண்டும். அங்கு ஏசு படங்களோ, சிலுவை களோ இருக்கக் கூடாது. பாதிரியார்களுக்கு பதிலாக தனது கட்சியின் சொற்பொழிவாளர்கள் ஹிட்லர் வேதம் போதிப்பார்கள். பைபிளுக்கு பதிலாக ஹிட்லரின் வாழ்க்கை வரலாற்று நூலான மெயின் கேம்ப் வாசிக்கப் படும்.

ஹிட்லரின் கேலிக்குரிய இந்த ஆசையை, அவரை தொடக்கத்தில் ஆதரித்த கிறிஸ்தவ மதத் தலைவர்களையும் எதிரியாக்கியது.

இது ஒருபுறமிருக்க, வேலையில்லாத் திண்டாட்டத்தை ஒழிப்பதற்கு, புதிய புதிய திட்டங்களை அறிவித்தார். ஜெர்மனி முழுவதும் மிக அகலமான நெடுஞ்சாலைகளை அமைக்க உத்தரவிட்டார்.

ஆனால், தொடக்கத்திலிருந்தே ராணுவத்தில் குழப்பம் நீடித்து வந்தது.

ராணுவத்தில் உள்ள யூதர்களை நீக்க வேண்டும் என்று ஹிட்லரின் அதிரடிப்படைத் தலைவர் எர்னஸ்ட் ரோம் வற்புறுத்திவந்தார். அவருடைய நிர்ப்பந்தத்தை முதலில் ஏற்க மறுத்த ராணுவத் தலைவர்கள், பிறகு ஒப்புக் கொண்டனர். இதன் காரணமாக திறமை வாய்ந்த யூத ராணுவ தலைவர்கள் உள்பட பலர் வெளியேற்றப்பட்டனர்.

அதைத் தொடர்ந்து, அதிரடிப்படையினரை ராணுவத் தில் சேர்க்க வேண்டும் என்று வற்புறுத்தினார் ரோம். ராணுவத்தலைவர்கள் இதை ஏற்க மறுத்தனர். ஹிட்லரும் அவர்கள் முடிவுதான் சரி என்று ரோமிடம் கூறினார்.

இது ரோமுக்கு ஆத்திரமூட்டியது. ராணுவத்தின் உதவியோடு ஹிட்லரை கவிழ்த்துவிட்டு, ஆட்சியைப் பிடிக்க திட்டமிட்டான். அவனுடைய விருப்பத்திற்கு ஏற்றபடி மக்கள் மத்தியில் அதிருப்தி நிலவியது. அத்தோடு, முன்னாள் பிரதமர் வான் ஸ்லெய்ச்சர், வான் பாப்பென், இவர்களுடன் வான் போஸ் என்பவனும் இணைந்து சதித்திட்டத்தை தீட்டினர்.

பேச்சுரிமை மறுக்கப்பட்டிருப்பதாக வெளிப்படை யாக குறைகூறத் தொடங்கியிருந்தனர். அமைச்சரவை மாற்றி அமைக்கப்பட வேண்டும் என்று கருத்துத் தெரி வித்தனர். ஹிட்லர் இதை பெரிதாக எடுத்துக் கொள்ள வில்லை.

ஆனால், ஹிட்லரின் நண்பரான ருடால்ப் ஹெஸ் முன்கூட்டியே யூகித்தான். ஹிட்லரின் அந்தரங்கச் செயலாளராக செயல்பட்டு வந்த அவன், இப்போது துணைத்தலைவராக இருந்தான்.

கட்சிக்குள் ஹிட்லருக்கு நெருக்கமானவர்கள் சேர்ந்து நடத்தும் சதி குறித்து அவனுக்கு தெரியவந்தது. ஹிட்லரிடம்

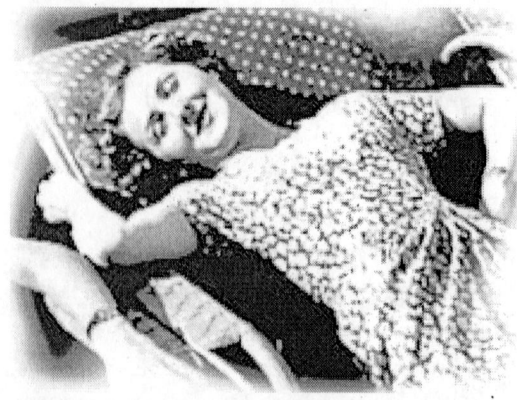

தனக்கு எதிராக தனது நண்பர்களே சதி செய்ததை அறிந்த ஹிட்லர் ஈவா பிரவுனின் மார்பில் முகம் புதைத்து அழுதார்

இதுகுறித்து விவாதித்தான்.

கோயரிங், கோயபல்ஸ் ஆகியோரிடம், சதியில் ஈடுபடுகிறவர்களின் பட்டியலைத் தயாரிக்கும்படி உத்தரவிட்டான்.

மே மாதம் அந்தப் பட்டியல் கைக்கு கிடைத்தது. அதைக் கொண்டுபோய் ஹிட்லரிடம் கொடுத்தான் ஹெஸ். பட்டியலை வாங்கிப்பார்த்த ஹிட்லர், மறு வார்த்தை பேசாமல், ஈவா பிரவுன் இருந்த அறைக்குள் போனார்.

துரோகிகள் என்றோ, முதுகில் குத்தி விட்டார்கள் என்றோ கத்துவதுதான் ஹிட்லரின் வழக்கம். ஆனால், இந்த முறை, ஈவா பிரவுனின் மார்பில் முகம் புதைத்து குலுங்கிக் குலுங்கி அழுதார்.

அடுத்தநாள், அவர்கள் அனைவரையும் நீதிமன்றத்தில் நிறுத்தி விசாரிக்க வேண்டும் என்று யோசனை தெரிவித்தார் ஹிட்லர்.

அதை ருடால்ப் ஹெஸ் ஏற்கவில்லை. கோயரிங்கும், கோயபல்ஸும் இந்த விவாதத்தில் கலந்து கொண்டனர். ஜூன் 30 ஆம் தேதிவரை இந்த இழுபறி நீடித்தது. சதிகாரர்கள் மீது எடுக்கப்படும் எந்த நடவடிக்கையையும், தான் ஆதரிப்பதாக ஹிண்டன்பர்க் தெரிவித்து விட்டார்.

மிகக் கொடூரமான தண்டனை. விசாரணையே இல்லாமல் கொல்லப்பட்டனர். முன்னாள் பிரதமர் ஸ்லெய்ச்சர், தனது

வலதுகரமாக அதிரடிப்படையை தலைமையேற்று நடத்திய ரோம், வான் போஸ் உள்பட 77 பேர் கொல்லப்பட்டதாக ஹிட்லர் கூறினார். இந்தப் படுபாதகச் செயலுக்கு தானே பொறுப்பேற்பதாக உருக்கமாக தெரிவித்தார்.

சதித்திட்டத்தில் பங்குபெற்ற வான் பாப்பென் மட்டுமே கருணை அடிப்படையில் உயிர்தப்பி ஓடினார்.

இந்தச் சதி தொடர்பாக கொல்லப்பட்டவர்கள் எண்ணிக்கை 287 முதல் 401 வரை இருக்கலாம் என்று கூறப்பட்டது. ஆனால், 1957ல் யுத்தக்குற்றவாளிகளிடம் நடத்திய விசாரணையில் ஆயிரம்பேருக்கு மேல் கொல்லப்பட்டதாக குறிப்பிடப்பட்டது.

(இரண்டாம் உலக யுத்தம் முடிவுக்குப் பிறகு, இந்தப் படுகொலை தொடர்பாக கைது செய்யப்பட்டு, ஸ்பாண்டவ் சிறையில் அடைக்கப்பட்ட ஒரே குற்றவாளி ருடால்ப் ஹெஸ் மட்டுமே. அவரே இந்தத் தகவலைத் தெரிவித்திருக்கலாம் என்று கருதப்படுகிறது)

ரத்தத்தின் ருசியை ஒருமுறை சுவைத்து விட்டால், பின்னர், ரத்தவெறி பிடித்து அலைவார்கள் என்று கூறப்படுவதுண்டு.

ஆனால், ஹிட்லர் அப்படிப்பட்ட இயல்பு இல்லாதவர். அவருடன் நெருங்கிப்பழகிய பெண்கள், அவரை மிகவும் நல்லவர் என்றே கூறுகிறார்கள்.

மியூனிக் புரட்சியின் போதுகூட வன்முறைக்கு வன்முறை என்ற கோட்பாட்டில் நம்பிக்கை இல்லாதவராகத்தான் இருந்தார். காவல்துறையினருடன் மோதக்கூடாது. யாரையும் துன்புறுத்தக் கூடாது என்றுதான் ஊர்வலமாக புறப்படுவதற்கு முன் கட்சிக் காரர்களிடம் கூறினார்.

அதையும் மீறி கலவரம் வெடித்தபோது, காயமடைந்து கிடந்த சிறுவனைக் காப்பாற்றி மருத்துவமனையில் சேர்க்கிற மனிதாபிமானம் அவரிடம் இருந்தது.

தேர்தல் பிரச்சாரத்தில் இல்லாத நேரத்தில், நண்பர்களுடன் சிரித்துப் பேசுவார். இசையை ரசிப்பார். கலையை ஆராதிப்பார். இயற்கையை வியப்பார்.

விலங்குகளிடம் மிகவும் பிரியமாக இருப்பார். இரண்டு

யூதர்களுக்கு எதிராக ஹிட்லரை வழிநடத்திய சாடிஸ்ட்டுகளான ஹிம்லர், கோயபல்ஸ், ஹெய்ட்ரிச்

ஷெப்பர்டு நாய்களை வளர்த்தார். ஒருமுறை நீச்சல் குளத்தில் விழுந்த வண்ணத்துப் பூச்சியைக் காப்பாற்றி, அது இறக்கை விரித்துப் பறக்கும் வரை காத்திருந்தார்.

மற்றவர் துன்புறுவதைப் பார்ப்பதும் அவருக்கு பிடிக்காது. ஈவா பிரவுன் ஒருமுறை பல்வலியால் துடித்தபோது ஹிட்லர் பதறிப்போனார்.

பிறகெப்படி இத்தனை கொடுமைகளும் அரங்கேறுகின்றன?

இந்தக் கொடுமைகளுக்கெல்லாம் ஹிட்லர் நேரடிப் பொறுப்பாளி அல்ல.

அவருடன் இருந்தவர்கள் மிக மோசமான "சாடிஸ்ட்"டுகள்.

யூதர்களைத் தாக்க வேண்டும் என்று ஆவேசமாக பேசுவார் ஹிட்லர். ஆனால், அவரைச் சுற்றியிருந்தவர்கள், ஜெர்மனியின் ஆயிரம் நகரங்களில் யூதர்களை தாக்கினர்.

தனது அரசுக்கு எதிராக பிரச்சாரம் செய்யும் பாதிரியாரை ஹிட்லர் கண்டித்துப் பேசினார். ஆனால், அவரைச் சுற்றியிருந்தவர்கள் அந்தப் பாதிரியாரை நையப்புடைத்து சிறையில் தூக்கிப் போட்டனர்.

தனது கட்சிக்காரர்கள் என்ன செய்கிறார்கள் என்பது ஹிட்லருக்கு தெரிந்திருந்தது. ஆனால், கண் தெரியாதவர் போலவும், காது கேட்காதவர் போலவும் நடித்துக் கொண்டிருந்தார்.

ஹிட்லருக்கு மிகவும் நெருக்கமானவர்களின் கோணல் புத்தியைப் பற்றித் தெரிந்துகொண்டால், அவர் மீதான வெறுப்பு கொஞ்சம் குறையக்கூடும்.

ஆனால், தன்னைச் சுற்றிலும் இப்படிப்பட்டவர்களை வைத்திருந்த நபரா இவர்? என்று, வெறுப்பு அதிகரிக்கவும் வாய்ப்பு உண்டு.

ஹிம்லர் மிகக் கொடூரமான பாலியல் வன்புணர்ச்சிக் காரர். ஓரினச் சேர்க்கையில் ஈடுபடும் மட்டமான ரசனைக் காரர். மனைவியிடம் கூட முரட்டுத்தனமான முறையற்ற உறவு கொள்ளும் பழக்கமுடையவர். 1930 தேர்தல் பிரச்சாரத்திலேயே இவருக்கும், ஆண் மருத்துவர் ஒருவருக்கும் முறையற்ற உறவு இருந்ததாக குற்றச்சாட்டு எழுந்தது.

மூக்குக்கண்ணாடி அணிந்த வாத்தியார்போல இருப்பார். புழுப் பூச்சிக்குக் கூட தொந்தரவு தாரதவர் போன்று தோற்றமளிப்பார்.

இளைஞர் அணியின் தலைவராக நியமிக்கப்பட்ட பல்துர் வான் ச்ராச் படு கேவலமான செக்ஸ் வெறியன். இயக்கத்தைச் சேர்ந்த பெண் உறுப்பினர்களை, கூச்ச நாச்சமில்லாமல் கற்பழிப்பான்.

தன்னைப்பற்றி புகார் செய்ய அவர்களுக்கு துணிச்சல் இல்லை என்று கிண்டலாக கூறுவான். நகக்கண்ணில் ஊசிகளை ஏற்றி விதவிதமாக கொடுமைப் படுத்துவான்.

ஜீலியஸ் ஸ்ட்ரெய்ச்சர் என்பவன், தொடக்கத்தில் சோசலிஸ்ட் கட்சியில் இருந்தவன். யூதர்களைக் கடித்துக் குதறுவது என்றால், இவனுக்கு ரொம்பவும் இஷ்டம். யூதப் பெண்களை இழிவுபடுத்தும் ஏராளமான செக்ஸ் கதைகளை எழுதியிருக்கிறான். யூதப்பெண்களின் உடையை களைந்துவிட்டு நிர்வாணமாக பார்த்து ரசிப்பதில் ஆனந்தப்படுவான்.

நாஜிகள் ஆட்சிக்கு வந்தபின்னர், கான்ஸன்ட்ரேஷன் முகாம்களில், யூதப்பெண்களை கற்பழிக்கும்படி தனது உறுப்பினர்களுக்கு உத்தரவிடுவான். அவர்கள் கற்பழிக்கப்படுவதை வேடிக்கை பார்ப்பான்.

யூதர்களை எளிதாக அடையாளம் காண வசதியாக கட்டாயம் அணிய வேண்டியிருந்த நட்சத்திர சின்னம்

யூதர்களை பழிதீர்ப்பதில் மிகத் தீவிரமாக இருந்தவர்களில் மற்றொருவன் ஹெய்ட்ரிச்.

இவன் சிறுவயதில் பல்வேறு குற்றங்களுக்காக பலமுறை சிறை சென்றவன். அதிக எண்ணிக்கையில் யூதர்களைக் கொன்றவன் என்பதற்காக ஹிம்லரின் பாராட்டுக்களை பெற்றவன். அல்லது அவனுடைய பாராட்டுக்களைப் பெறுவதற்காகவே யூதர்களைக் கொன்று குவித்தவன்.

இவர்களுக்கெல்லாம் மேலாக கோயபல்ஸ் மிகப்பெரிய சாடிஸ்ட்டாக இருந்தான்.

ஜெர்மன் மொழியில் யூதர்கள் எழுதிய புத்தகங்கள், அவர்களைப் பெருமைப்படுத்தும் புத்தகங்கள், அவர்களை அடையாளப்படுத்தும் புத்தகங்கள் எத்தனை இருக்கிறது என்பதை பட்டியலிட்டான். அவற்றை அழித்துவிட ஹிட்லரின் ஒப்புதல் பெற்றான். 1933 ஆம் ஆண்டு மே மாதம் 10 ஆம் தேதி, அந்தப் புத்தகங்கள் அனைத்தும் பெர்லின் நூலகங்களில் இருந்து சேகரிக்கப்பட்டன. பல்கலைக்கழகத்திற்கு எதிராக அமைக்கப்பட்ட மிகப்பெரிய குவியலாக குவிக்கப்பட்டு, சொக்கப்பனை போல கொளுத்திக் கொண்டாடினர்.

அந்தத் திருவிழா ஜெர்மனி முழுவதும் தொடர வேண்டும்

என்று கோயபல்ஸ் உத்தரவிட்டான்.

1933 அக்டோபர் 4 ஆம் தேதி ஜெர்மனியிலிருந்து வெளிவரும் பத்திரிகைகள் எத்தகைய செய்திகளை வெளியிட வேண்டும். எந்தச் செய்தியை எப்படி வெளியிட வேண்டும் என்பதை கோயபல்ஸ்தான் தீர்மானிப்பார் என்று அறிவிக்கப்பட்டது.

இதை எதிர்த்த பத்திரிகையாளர்கள் சிறையில் அடைக்கப்பட்டனர். வானொலி ஒலிபரப்பு, செய்தித்திரைப்படம் தயாரிப்பு போன்றவையும், விரைவிலேயே கோயபல்சின் கட்டுப்பாட்டில் வந்தன.

இந்நிலையில்தான், 1934 ஆகஸ்ட் 2 ஆம் தேதி, குடியரசுத்தலைவர் ஹிண்டன்பர்க் மரணமடைந் தார். குடியரசுத்தலைவர் தேர்தல் எதற்கு நடத்த வேண் டும்?

அது ஒரு தொல்லை பிடித்த வேலை. அதுதான் நான் இருக்கிறேனே. எல்லாவற்றையும் நானே பார்த்துக் கொள்வேன்.

அமைச்சரவை ஒப்புதல் அளித்தது.

ஆக, ஹிட்லர் முழுமையான சர்வாதிகாரி ஆகிவிட்டார்.

ஹிட்லர் ஒலிம்பிக்ஸ்

சர்வாதிகாரி ஆகி விட்டால் போதுமா?

சிரிப்பு நடிகர் சார்லி சாப்ளினைப் போலவே, உலகப் பத்திரிகைகள் ஹிட்லரை சித்தரித்து வந்தன.

1935 ஆம் ஆண்டு தொடக்கத்தில் ஹிட்லரை இது மிகவும் கவலையடையச் செய்தது.

நாஜிகளின் கொடூரமான அட்டூழியங்கள் உலகப் பத்திரிகைகளில் முக்கிய இடத்தைப் பெற்றன. ஹிட்லரையும், அவரது அரசையும் கிழிகிழியென்று கிழித்தெறிந்தன. இனப்படுகொலை உச்சத்திற்கு சென்று கொண்டிருந்தது.

கோயபல்சும், கோயரிங்கும், ஹிம்லரும், ருடால்ப் ஹெஸ்ஸும் ஹிட்லரை இறகுப்பந்துபோல பயன் படுத்துவதாக கேலிச் சித்திரங்கள் வெளியிடப்பட்டன.

மற்றொரு பக்கம் ஹிட்லரின் பேச்சுக்களை அலசி ஆராய்ந்து, அவர் போருக்கு தயாராகி வருவதாக கட்டுரைகள் எழுதப்பட்டன.

ஹிட்லருக்கு போர் புரியவேண்டும் என்ற எண்ணம் இருந்தது உண்மைதான். ஆனால், ஜெர்மனியின் தொழில்வளத்திற்கு கச்சாப் பொருள்களை வெளிநாட்டில் இருந்துதானே வாங்கியாக வேண்டும்?

கொஞ்சம் அடக்கி வாசித்து, பிறகு எகிறலாமே.

தொழில் அதிபர்கள் ராணுவ தளவாடங்களை உற்பத்தி செய்ய அனுமதி கொடுத்துவிட்டார்.

வெளிநாடுகளுக்கு ஜெர்மன் உற்பத்திப் பொருள்களை ஏற்றுமதி செய்து, அதற்குப் பதிலாக கச்சாப் பொருள்களை வாங்கிக் கொள்ள முடிவு செய்தார். அதற்கு, வெளிநாடுகளின் மதிப்பைப் பெற வேண்டுமே.

பிரான்சிடம் பேசிப் பார்க்கலாம் என்று முயற்சி செய்தார். ஆனால், ஹிட்லரை முட்டாள் என்று கூறிவிட்டார் பிரான்ஸ் பிரதமர்.

அமெரிக்காவிடம் கேட்கலாம் என்றால், அங்குள்ள யூதர்களின் தயவைப் பெற்றதாக ஆகிவிடும். அது தற்கொலைக்குச் சமம். என்ன செய்யலாம்? பிரிட்டனைத் தாஜா செய்ய முடியுமா பார்க்கலாம். அது சாத்தியமானால் தப்பிவிடலாம் என்று முடிவு செய்தார்.

அதேசமயத்தில், பிரிட்டனும் ஜெர்மனியுடன் உறவுகளைப் புதுப்பிக்கலாம் என்று நினைத்திருந்தது. ஆங்கிலேயர்கள் தூய்மையான ஆரியர்கள் என்பது ஹிட்லரின் எண்ணம்.

இந்திய சுதந்திரப் போராட்டத்தையே மட்டமாக பேசியவர் ஹிட்லர்.

"இங்கிலீஷ் ஜாதி தூய்மையானது. அது களங்கமுற்று அரசு எந்திரம் நொறுங்கிப் போனால், அல்லது, பலமான எதிரி உருவானால் மட்டுமே பிரிட்டனை ஜெயிப்பது சாத்தியம். இந்தியத் தலைவர்களால் இங்கிலாந்தை எதிரத்துப் போராட முடியாது. மற்ற வல்லரசுகளின் கீழ் இருப்பதை விட இங்கிலாந்தின் கீழ் இருப்பதே இந்தியாவுக்கு நல்லது"

இதுதான் இந்திய சுதந்திரத்தைப் பற்றி ஹிட்லரின் கருத்து. அதனால்தான், விடுதலைப் போராட்ட காலத்தில், ஹிட்லருடைய அடிப்பொடிகளாக இந்தியாவில் உருவான ஒரு கூட்டம், விடுதலைப் போராட்டத்தைக் காட்டிக்க முன் வந்ததோ என்னவோ?

பிரிட்டன் மீது இவ்வளவு உயரிய மதிப்பு வைத்திருக்கும் ஹிட்லர, அந்த நாட்டின் உறவை விரும்பியதில் வியப்பேதும் இருக்க வாய்ப்பில்லை.

ஆனால், பிரிட்டனின் பத்திரிகைகள் கடுமையாக எதிர்த்தன. அரசாங்கத்தில் உள்ள பெரும்பாலோர், பிரதமர் சாம்பர்லின் உள்பட ஹிட்லருடன் உறவை ஏற்படுத்த விருப்பம் தெரிவித்தனர். இங்கிலாந்துக்கு பயணம் மேற்கொள்ள ஹிட்லர் தயாராக இருந்தார். ஆனால், மக்கள் எதிர்ப்பைக் கருத்தில் கொண்டு, மன்னர் ஐந்தாம் ஜார்ஜ் அனுமதி மறுத்துவிட்டார்.

அடால்ப் என்ற வார்த்தை வொல்ப் என்ற ஆங்கில வார்த்தையின் மருவல் என்று கூறுவார்கள். அதாவது ஓநாய் என்று அர்த்தம். இதை ஹிட்லரே அடிக்கடி பெருமையாகச் சொல்லிக் கொள்வார். பிரிட்டனுடன் உறவு என்ற தந்திரத்தைக் கையில் எடுத்தபோது, தன்னை ஓநாய் என்று அவர்கள்

ஹிட்லரின் பலத்தை உலகுக்கு பறைசாற்றிய ஒலிம்பிக்ஸ்

நினைப்பார்கள், ஆனால், நான் நரி என்பது அவர்களுக்குத் தெரியப்போவதில்லை என்று நண்பர்களிடம் கூறினார்.

பிரிட்டனின் மன்னர், இங்கிலாந்துக்குள் வர ஹிட்லருக்கு அனுமதி மறுத்தாலும், பிரிட்டிஷ் வெளியுறவு அமைச்சராக இருந்த ஜான் சைமன் ஹிட்லரைத் தவறாக எடைபோட்டு விட்டார்.

மற்ற ஐரோப்பிய நாடுகளை ஆக்கிரமிக்கப் போவதில்லை என்று ஹிட்லர் பேசியதை அவர் நம்பினார். அதைத் தொடர்ந்து, மற்ற ஐரோப்பிய நாடுகளுக்கு இணையாக ஜெர்மனியும் ராணுவபலத்தை பெருக்கிக் கொள்ள அனுமதிப்பது தவறில்லை என்று கருத்துத் தெரிவித்தார்.

"நாங்கள் மற்ற நாடுகளை ஆக்கிரமிக்க மாட்டோம். அதேசமயம், வெர்சைல்ஸ் உடன்படிக்கையின் கீழ் ஜெர்மனியிடமிருந்து கைப்பற்றிய ஸார்லாந்து உள்ளிட்ட பகுதிகளை மட்டுமே திரும்பக் கேட்கிறோம். எங்களுடைய விவசாய வளர்ச்சிக்கும், தொழில் வளர்ச்சிக்கும் இது மிகவும்

அவசியம்" என்று நைச்சியமாக பேசிவந்தார் ஹிட்லர்.

சுமுகமான சூழல் உருவான நிலையில், ஜான் சைமனை பெர்லின் வரும்படி அழைத்தார் ஹிட்லர். இந்த முடிவு பிரிட்டனில் பலத்த வரவேற்பைப் பெற்றது.

ஆனால், அந்தச் சந்திப்புத் தேதி நெருங்கும் நிலையில் ஹிட்லர் திடீரென்று பல்டியடித்தார்.

"ஜெர்மன் மீண்டும் ஆயுத உற்பத்தியைப் பெருக்கப் போகிறது. அதற்கான திட்டங்களைத் தயாரித்து வைத்துள்ளது. ஏற்கெனவே, கணிசமான அளவில் ராணுவபலத்தை ரகசியமாக அதிகரித்துள்ளது"

இப்படித் தெரிவிக்கும் வகையில் வெள்ளை அறிக்கை ஒன்று பிரிட்டனில் வெளியிடப்பட்டு விட்டது. இது ஜெர்மனியை அவமானப்படுத்தும் செயல் என்று ஹிட்லர் ஆவேசப்பட்டார்.

கடைசியில், அந்தச் சந்திப்பு நடக்காமலேயே போயிற்று.

மார்ச் 16 ஆம் தேதி, ஜெர்மன் ராணுவத்திற்கு புதிதாக ஐந்துலட்சம் வீரர்களைத் தேர்வு செய்யும் வகையில் சட்டம் இயற்றினார் ஹிட்லர்.

"இன்றுடன் வெர்சைல்ஸ் உடன்படிக்கை செத்துவிட்டது. பிரான்சும் பிரிட்டனும் எதிர்க்கட்டும் பார்க்கலாம். அவர்களுக்கு அந்தத் துணிச்சல் இருக்கும் என்று நான் நம்பவில்லை"

நாடாளுமன்றத்தில் ஹிட்லர் முழங்கியது உண்மைதான். பிரான்சும், பிரிட்டனும் ஒரு வார்த்தை கூட பேசவில்லை.

அடுத்த ஒரே ஆண்டில், ஜெர்மனியின் ராணுவபலம், பிரான்சுக்கு நிகரானது. 20 ஆண்டுகளுக்கு அப்புறம் இந்த பலத்தை மீண்டும் பெற்றது ஜெர்மனி.

1936 மார்ச் மாதம் எவ்விதமான ஆர்ப்பாட்டமும் இல்லாமல், ராணுவம் விலக்கப்பட்ட பகுதியாக அறிவிக்கப்பட்டிருந்த ரைன்லாந்தை ஜெர்மன் தன்வசப்படுத்தியது. யாரும் மூச்சுக்கூட விடவில்லை. இப்போதைக்கு போர் வராது என்று சாதாரணமாக நினைத்திருந்த பிரிட்டன், தனது படைபலத்தை குறைக்கத் தொடங்கியிருந்த காலம் அது.

ரைன்லாந்தைக் கைப்பற்றி மூன்றே மாதங்கள்தான். ஜூலை மாதம், ஸ்பெயினில் உள்நாட்டு போர் மூண்டது. அந்த நாட்டின் தளபதி பிரான்சிஸ்கோ பிரான்கோ, இத்தாலி அதிபர்

ஹிட்லரை மிகப்பெரிய தலைவராக காட்டும் மாநாட்டு காட்சி

முசோலினியிடம் உதவி கேட்டார். ஆனால், அவர் அப்போது எத்தியோப்பியா மீது போர் தொடுத்திருந்தார்.

இதை ஜெர்மனி பயன்படுத்திக் கொண்டது. பிரான்கோவுக்கு உதவ ஒப்புக் கொண்டது. பிறகென்ன அடுத்த சிலநாட்களில் ஜெர்மனியின் கையில் ஸ்பெயின்.

ஜெர்மனியின் லாகவாமான இந்தத் தந்திரம் முசோலினிக்கு பிடித்துவிட்டது. அவர், ஜெர்மனியுடன் ஒப்பந்தம் செய்துகொண்டார்.

இந்தக் களேபரங்களுக்கு மத்தியில், பெர்லின் நகரம், ஒலிம்பிக்ஸ் போட்டிக்கு ஜரூராகத் தயாராகி வந்தது.

1936 ஆகஸ்ட் 1 ஆம் தேதி முதல் 16 ஆம் தேதிவரை போட்டிகள் நடைபெறும் என்று அறிவிக்கப்பட்டிருந்தது.

எத்தனையோ அல்லல்களைத் தாண்டி மிக கவனமாக ஒலிம்பிக் போட்டிகளுக்கான ஏற்பாடுகளை, ஹிட்லரே கவனித்தார். விளையாட்டு அரங்கை அவரே வடிவமைத்தார்.

ஆனால், யூதர்களயும், ஜிப்ஸிகளையும் ஈவிரக்கமின்றி

ஒலிம்பிக்ஸ் போட்டிகளை காணவந்தவர்கள் ஹிட்லரிடம் ஆட்டோகிராப் வாங்குகிறார்கள்

பிரமாண்டமான செய்திப்படங்களை எடுத்து பிரச்சாரத்திற்கு உதவிய பெண் இயக்குநர் லெனி

கொன்று குவித்துவரும் நாஜி அரசாங்கம் நடத்தும் ஒலிம்பிக்ஸ் போட்டிகளில் பங்கேற்க கூடாது என்று, பிரிட்டன், அமெரிக்கா, பிரான்ஸ், செக்கோஸ்லாவாகியா, ஸ்வீடன், நெதர்லாந்து போன்ற நாடுகளில் யூதர்கள் மிகப்பெரிய ஆர்ப்பாட்டங்களை நடத்தி வந்தனர்.

யூத விளையாட்டு வீரர்கள் ஒலிம்பிக்ஸில் பங்கேற்கக் கூடாது என்று யூத அமைப்புகள் தடை விதித்தன. ஏற்கெனவே, ஜெர்மனியில் அனைத்துத் தடகள விளையாட்டுகளிலும் யூதர்கள் அப்புறப்படுத்தப் பட்டிருந்தனர். ஆரியர்கள் மட்டுமே சேர்க்கப்பட்டு தீவிரமாக பயிற்சி அளிக்கப்பட்டிருந்தனர்.

ஒலிம்பிக்ஸ் போட்டிகளில் பங்கேற்பதா வேண்டாமா என்று அமெரிக்கா பரிசீலனை செய்துவந்தது. பெர்லினுக்கு ஒரு குழுவை அனுப்ப, அது முடிவு செய்திருந்தது.

ஹிட்லர் சுதாரித்துக் கொண்டார். சர்வதேச நன்மதிப்பைப் பெறுவதற்கு இந்த வாய்ப்பைப் பயன்படுத்திக் கொள்ள வேண்டும் என்று திட்டமிட்டார்.

கோயபல்ஸ் தனது திறமையை இந்தப்பக்கம் திருப்பினார். ஒலிம்பிக்ஸ் ஏற்பாடுகள் குறித்து பக்கம்பக்கமாக செய்திகள் வெளிவரும்படி பார்த்துக் கொண்டார்.

"யூதர்களுக்கு அனுமதி இல்லை" என்று எழுதி வைக்கப்பட்டிருந்த போர்டுகள் எல்லா இடங்களிலும் அகற்றப்பட்டன.

ஜெர்மன் அரசு நிர்வாம் சிறப்பாக செயல்படுவதைப் போன்ற தோற்றத்தை ஏற்படுத்தும் வகையில் பிரச்சாரம் செய்யப்பட்டன.

ஹிட்லரின் செல்வாக்கை உயர்த்தும் வகையில் விளம்பரச் செய்திப்படங்களை பிரமாண்டமான முறையில் எடுத்துக் கொடுக்கும் பணியில் லெனி ரீபென்ஸ்டால் என்ற பெண்மணி ஈடுபட்டிருந்தார்.

அவருடைய படங்கள், ஹிட்லரின் தேர்தல் வெற்றிக்கும், வெளிநாட்டினர் மத்தியில் செல்வாக்கைப் பரப்புவதற்கும் பெரிய அளவில் உதவியாக இருந்தன.

யூதர்களுக்கு எதிரான எல்லா நடவடிக்கைகளும் தற்காலிகமாக நிறுத்திவைக்கப் பட்டன.

இது நாடகம் என்று ஈனஸ்வரமாக எழுந்த குரல்கள், ஆரவாரக் கூச்சலுக்கு மத்தியில் எடுபடாமல் போயிற்று.

பெர்லின் ஒலிம்பிக்ஸ் போட்டிகளில் பங்கேற்பது என்று அமெரிக்க அரசு முடிவு செய்தது. இதையடுத்து உலக அளவில் எழுந்த எதிர்ப்புகள் அனைத்தும் ஒடுங்கிவிட்டன.

11 ஆவது ஒலிம்பிக் போட்டிகள் தொடங்கின.

ஹிட்லர் தனது படை பரிவாரங்களுடன் பிரமாண்டமான அரங்கிற்குள் நுழைந்தார். பார்வையாளர்கள் அனைவரும் எழுந்து, வலது கையை உயர்த்தி "தலைவர் வாழ்க" என்றனர். வெளிநாட்டுப் பார்வையாளர்கள் அசந்துவிட்டனர். இப்படி ஒரு தலைவனா?

மொத்தம் 49 தடகளக் குழுக்கள் பங்கேற்றன. ஜெர்மனியின் சார்பில் 348 வீரர்கள் கலந்துகொண்டனர். அதற்கு அடுத்தபடியாக அமெரிக்கா சார்பில் 312 பேர் பங்கேற்றனர்.

பெரும்பகுதி பதக்கங்களை ஜெர்மனி வாரிக்குவித்தது. ஹிட்லர் நடுநிலையாளர் போல தன்னை வெளிப்படுத்திக் கொண்டார்.

இந்தப் போட்டி ஜெர்மனியின் உலகளாவிய அந்தஸ்த்தை உயர்த்துவதற்கு பெரிதும் உதவியாக இருந்தது.

இதைப் புறக்கணிக்கமால் அமெரிக்காவும் மற்ற நாடுகளும் கலந்துகொண்டது தவறு என்று பின்னாளில் பேசப்பட்டது.

ஒலிம்பிக்ஸ் போட்டிகள் முடிந்ததுதான் தாமதம். ஹிட்லரின் என்ஜினீயரிங் மூளை வேகமாக திட்டங்களைத் தீட்டத் தொடங்கியது.

யூதர்கள் மீதான வெறித்தாக்குதல் தீவிரப்படுத்தப்பட்டது.

ஜெர்மனிக்கு தேடிவந்து ஹிட்லரை சந்தித்த பிரிட்டிரிஷ் பிரதமர் சாம்பர்லின்

கொத்துக் கொத்தாக அள்ளிச் சென்றனர். ரகசிய சிறைகளில் அடைக்கப்பட்டனர். அங்கு கொத்தடிமைகளாக வேலை வாங்கப்பட்டனர். சாப்பாடு இல்லாமல் உயிர் இருக்கும்வரை உழைத்துவிட்டு செத்துப்போகும்படி விடப்பட்டனர்.

ஏற்கெனவே, நெடுஞ்சாலைகள் விரிவுபடுத்தப்பட்டிருந்தன. இப்போது, ஹிட்லரின் கவனம் ரயில்பாதைகளில் திரும்பியது. பிரிட்டனின் தி கிரேட் ரயில்வேக்கு சொந்தமான பாதைகள்தான் உலகில் அகலமானவையாக கருதப்பட்டு வந்தன.

அதைவிட அகலமான ரயில்பாதைகளை ஹிட்லர் வடிவமைத்தார்.

குறைந்த விலையில் ஜெர்மானியர்களுக்கு கார் வழங்குவதற்காக வோல்ஸ்வேகன் காரை ஹிட்லரே வடிவமைத்தார். கட்டிடங்கள், சிறிய ரக விமானங்கள், நவீன பீரங்கிகள் என ஹிட்லரின் மூளையில் உதித்த எல்லாவற்றையும் உருவாக்க திறமையாளர்கள் நிறைந்திருந்தனர்.

ஹிட்லர் சொல்வார். விஞ்ஞானிகளும், பொறியாளர்களும், தொழிலாளர்களும் செய்து முடிப்பார்கள்.

வெளி உலகினருக்கு இதெல்லாம் தெரியாமல் போயிற்று.

முதல் இரண்டு ஆக்கிரமிப்பு அளித்த போதை குறைவது போல தெரிந்தது. ஹிட்லர் சுதாரித்துக் கொண்டார். வெற்றியால் உண்டாகும் போதை குறைய அனுமதித்தால் சோர்ந்து விடுவார்கள். என்ன செய்யலாம்?

தனது ஓவிய ஆர்வத்தை புரிந்துகொள்ளாமல், கல்லூரியில் சேர்க்க மறுத்த வியன்னா ஓவியக் கல்லூரி நினைவுக்கு வந்தது.

அந்த நிகழ்வு ஹிட்லரின் நெஞ்சில் இன்னமும் வடுவாக இருந்தது.

"ஜெர்மனியுடன் இணைந்து விடுங்கள்"

1938 ஆம் ஆண்டு 12 ஆம் தேதி ஆஸ்திரிய அரசுக்கு அன்பான வேண்டுகோள் விடுத்தார் ஹிட்லர்.

வேண்டுகோளை ஏற்பதாக தெரியவில்லை.

"எனக்கு ஆஸ்திரியா வேண்டும்"

ராணுவத்திடம் கேட்டார் ஹிட்லர்.

ஜெர்மன் ராணுவத்தின் அணிவகுப்பைப் பார்த்ததுமே, ஆஸ்திரியா ஹிட்லரின் சட்டைப்பையில் வந்து விழுந்தது.

இதைப் பார்த்ததும் செக்கோஸ்லாவாகியா மிரண்டுவிட்டது. அடுத்து ஹிட்லரின் குறி தன்மீதுதான் இருக்கும் என்று நடுங்கியது.

ஜெர்மனிடம் இருந்து எடுத்துத் தரப்பட்ட சுடடன்லாந்தை மீண்டும் ஒப்படைத்து விடும்படி செக் அதிபர் பெனோஸுக்கு தகவல் அனுப்பினார் ஹிட்லர்.

அமைதியான முறையில் அந்தப் பகுதியை மட்டும் கொடுத்திருக்கலாம் அவர்.

பிடிவாதம் செய்தார். மூன்று மாதங்கள் வரை பேச்சுவார்த்தை என்ற பேரில் இழுத்தடித்தார். ஹிட்லரி பொறுமை இழந்தார். ஜெர்மன் ராணுவம் உத்தரவுக்காக காத்திருந்தது.

ஹிட்லர் "ம்" என்றால் எந்த நாட்டையும் கவ்விக் கொண்டுவந்து அவர் காலடியில் போட தயாராக இருந்தது ராணுவம்.

செக் அதிபருடன் பேச்சு நடந்து கொண்டிருக்கும்போதே, இத்தாலிக்குச் சென்றார் ஹிட்லர். ரோம் நகரில் இத்தாலி சர்வாதிகாரி முசோலினியைச் சந்தித்தார். செக்கோஸ்லாவாகியா மீது படையெடுக்கும் பட்சத்தில் முசோலினி எதிர்ப்பு தெரிவித்து விடக் கூடாது என்று கேட்டுக் கொண்டார். அவரே அந்தச் சமயத்தில் எத்தியோப்பியா மீது படையெடுத்த களைப்பில் இருந்தார்.

இருவரும் பரஸ்பரம் புரிந்துணர்வு உடன்படிக்கை செய்துகொண்டனர்.

இதை அறிந்ததும், தனக்கு உதவி செய்யும்படி

பிரிட்டனையும், பிரான்சையும் மன்றாடியது செக்கோஸ்லோவாகியா.

ஏதேனும் செய்யுங்கள் என்று பிரிட்டிஷ் பிரதமர் சாம்பர்லினுக்கு வேண்டுகோள் விடுத்தார் பிரான்ஸ் பிரதமர்.

அவர் அனுப்பிய தந்தியின் நகலை இணைத்து, ஹிட்லருடன் பேச நேரம் ஒதுக்கும்படி கேட்டார் சாம்பர்லின்.

சாம்பரிலின் அனுப்பிய தந்தியைப் பார்த்ததும் ஹிட்லரின் உதட்டோரத்தில் எகத்தாள புன்னகை தோன்றி மறைந்தது.

"நான் வருவதை ஏற்க மறுத்த பிரிட்டிஷ் சிங்கம், இப்போது, என் சந்திப்புக்கு நேரம் கேட்கிறது"

தனக்குள் சொல்லிக்கொண்டார் ஹிட்லர்.

எல்லாம் ஹிட்லரின் நேரம்.

பிரிட்டிஷ் பிரதமர் சாம்பர்லினுக்கு வயது 70. இதுபோன்ற பயணத்தையெல்லாம் தவிர்த்து வந்தார். பெர்லினில் சந்திக்கலாம் என்றுதான் சாம்பர்லின் நினைத்திருந்தார்.

ஆனால், ஓபர்ஸல்ஸ்பர்க் மலையை ஒட்டிய பெர்காப் நகரில் சந்திக்க ஹிட்லர் ஏற்பாடு செய்தார். அங்கு செல்வதற்கே ஏழுமணி நேரம் அவர் பயணம் செய்ய வேண்டும்.

1938 செப்டம்பர் மாதம் 15 ஆம் தேதி அந்தச் சந்திப்பு நடந்தது. ஹிட்லர் மட்டுமே பேசினார். சாம்பர்லின் கேட்டுக் கொண்டிருந்தார். ஜெர்மனிக்கான பிரிட்டிஷ் தூதர் இருவருக்கும் மொழி பெயர்ப்பாளராக இருந்தார்.

ஜெர்மனியின் உரிமைகளைப் பற்றியே அவர் விவரித்தார்.

"எங்களிடமிருந்த எடுக்கப்பட்ட பகுதிகளைத்தான் கேட்கிறோம். நம் இரு நாடுகளுக்கு இடையே ஏதேனும் பிரச்சனை என்றால் பேசித் தீர்த்துக் கொள்ளலாம்"

பேச்சுவார்த்தை முடிந்தது. மீண்டும் சந்திப்போம். நல்லதோர் முடிவெடுப்போம் என்று சாம்பர்லின் தெரிவித்தார்.

"இவ்வளவு நல்லவராக இருக்கிறாரே ஹிட்லர்"

வியந்தபடியே லண்டன் போய்ச் சேர்ந்தார் சாம்பர்லின்.

பிரான்ஸை ஜெயித்து பாரீஸ் வந்து நகரின் அழகை ரசித்த ஹிட்லர்

ஆளுக்கு ஒரு சிக்கல்

ஹிட்லரைத் தேடிவந்து சமாதானம் பேசுமளவுக்கு, பிரிட்டிஷ் சிங்கம் இறங்கி வந்ததற்கு என்ன காரணம்?

வேறொன்றுமில்லை. அவர்களுடைய படைபலம் மிக மோசமாக இருந்தது.

முதல் உலகப்போரில் ஜெர்மனியை நொறுக்கி அள்ளி குப்பைத் தொட்டியில் போட்டு விட்டோம். சோவியத் யூனியன் தனது வேலையில் கவனத்தைச் செலுத்துகிறது.

மற்ற நாடுகளும் சமீபத்தில் யுத்தம் வர வாய்ப்பில்லை என்று, ஆசுவாசமாக வளர்ச்சிப் பணிகளில் இறங்கியுள்ளன.

முதல் உலகப்போரில் ஏற்பட்ட களைப்பு இன்னும் முழுமையாக தீரவில்லை. உடனடி ஆபத்து இல்லை என்று பிரிட்டன் அரசு ராணுவச் செலவுகளை குறைத்துவிட்டது.

மற்ற நாடுகளும் கூட ராணுவ பலத்தில் அக்கறை காட்டவில்லை. பிரிட்டனிடம் மொத்தமே 608 விமானங்கள் மட்டும்தான் இருந்தன. அவையும் கூட, முதல் உலகப்போரில் ஈடுபடுத்தப் பட்டு ரிப்பேர் பார்க்காமல் நிறுத்தி வைக்கப்பட்டிருந்தன. 2500 விமானிகளுக்கு பயிற்சி அளிக்கப்பட்டு இருந்தது. ஆனால், அவர்களில் 200 பேர் மட்டுமே, உடனடி யுத்தத்திற்க தயாராக இருந்தார்கள்.

பிரிட்டிஷ் வரலாற்றில் மிகவும் மோசமான பிரதமர் என்று, சாம்பர்லின் பேரெடுத்திருந்தார். தரைப்படை, கடற்படை, விமானப்படையை யுத்தத்திற்கு தயார்படுத்துவதற்கு குறைந்தபட்சம் ஒரு ஆண்டாவது ஆகும்.

முதலில் மூச்சுவிட நேரம் வேண்டும் என்பதற்காகத்தான் ஹிட்லருடன் பேச்சு நடத்த முன்வந்தார் ஹிட்லர்.

பிரான்சின் நிலையும் அதுதான். அந்த நாட்டின் ராணுவபலம் ஐரோப்பாவில் மிகப்பெரியது. வலுவானது. ஆனால், ஜெர்மனி இவ்வளவு விரைவில் எழுந்து விடும் என்று அது எதிர்பார்க்கவில்லை. கண்மூடி திறக்கும் நேரத்தில் நாடுகளைக் கபளீகரம் செய்யும் ஆற்றலுடன் திரும்பவரும் என்று பிரான்ஸ் மட்டுமல்ல வேறு யாருமே எதிர்பார்த்திருக்கவில்லை.

செக்கோஸ்லோவாகியா மீது போர் தொடுத்தால், அந்த நாட்டுக்கு ஆதரவாக களம் இறங்கினால், மீண்டும் ஒரு உலகப்போராக மாறிவிடும் என்று பிரான்ஸ் அஞ்சியது.

வெர்சைல்ஸ் உடன்படிக்கையை ஹிட்லர் கிழித்துப் போட்டது பிரான்சுக்கு பிடிக்கவில்லை. ஆனால், ஜெர்மனியின் கோரிக்கைகளில் நியாயம் இருப்பதை மறுக்க முடியாது. எதிர்த்து நிற்க பிரிட்டனின் ஆதரவு வேண்டும். அதுவோ, தயங்குகிறது.

ஏதேனும் ஒருவகையில் உடன்பாடு செய்து கொண்டால் நம்மை தற்காத்துக் கொள்ளலாம் என்று பிரான்சும் நினைத்தது.

1938 செப்டம்பர் மாதம் 22 ஆம் தேதி, மீண்டும் ஜெர்மனி வந்தார் சாம்பர்லின்.

ரைன் நதிக்கரையில் அமைந்துள்ள அழகிய நவீன வாசஸ்தலத்தில் ஹிட்லரைச் சந்தித்தார். நான்கு நாட்கள்

அடுத்தடுத்து அவருடன் பேச்சு நடத்தினார். எல்லா வகையிலும் திரும்பத்திரும்ப ஹிட்லர் தான் சொன்னதையே வற்புறுத்திக் கொண்டிருந்தார்.

சுடடன்லாந்தை ஒப்படைக்காவிட்டால், போர் நிச்சயம் என்று கூறிவிட்டார்.

பேச்சு அடையவில்லை என்றதும், இத்தாலி அதிபர் முசோலினி மூக்கை நுழைத்தார். உடனடியாக போர் வந்தால், தனது நாடு எந்த அளவுக்குப் பாதிக்கும் என்று விளக்கினார்.

ஒருவழியாக உடன்பாடு எட்டப்பட்டது. சுடடன்லாந்தை படிப்படியாக ஜெர்மனியுடன் இணைப்பது என்று ஒப்புக் கொள்ளப்பட்டது.

மியூனிக் நகரில், செப்டம்பர் மாதம் 30 ஆம் தேதி பிரான்ஸ், பிரிட்டன் பிரதமர்களுடன் ஹிட்லரும் உடன்பாட்டில் கையெழுத்திட்டார்.

கையெழுத்திடப்பட்ட அந்த சிறிய காகிதத்துடன் நம்பிக்கையோடு லண்டன் பறந்தார் சாம்பர்லின்.

ஹிட்லர் இந்த உடன்படிக்கைக்கு ஒப்புக் கொண்டதற்கும் ஒரு காரணம் இருந்தது.

ரைன்லாந்து, ஸ்பெயின், ஆஸ்திரியா என அடுத்தடுத்து போர் தொடுத்து நாடுகளைப் பிடிக்கும் ஹிட்லரின் போக்கு, இன்னொரு உலக யுத்தத்திற்கு வழிவகுக்கும் என்று ஜெர்மன் ராணுவத்தின் மூத்த தலைவர்கள் பலர் நினைத்தனர்.

அவர்கள் அனைவரும் மன்னராட்சிக் காலத்திலிருந்து பொறுப்புகளை வகிப்பவர்கள். ராணுவத்தில் மிகுந்த மதிப்பைப் பெற்றவர்கள்.

ஹிட்லரைக் கைது செய்து, நீதிமன்றத்தில் நிறுத்த அவர்கள் திட்டமிட்டு வந்தனர்.

ஹிட்லர் உத்தரவிட்டால் நாடுகளை கைப்பற்ற தயார்

இப்படி ஒரு உடன்படிக்கை ஏற்படுத்தியதால், அவர்கள் தங்கள் திட்டத்தைக் கைவிட்டனர்.

மியூனிக் ஒப்பந்தம் கையெழுத்தாகி ஆறுவாரங்கள்தான் ஆகியிருக்கும்.

நவம்பர் 7 ஆம் தேதி, பாரீஸ் நகரில் ஜெர்மன் தூதரக அதிகாரி ஒருவர் சுட்டுக் கொல்லப்பட்டார். ஜெர்மனியிலிருந்து விரட்டப்பட்ட, யூத அகதி ஒருவன், இந்தக் கொலையைச் செய்ததாக செய்திகள் வெளிவந்தன.

1923 ஆம் ஆண்டு ஹிட்லர் நடத்திய முதல் புரட்சியை நினைவுப்படுத்தும் வகையில் ஒரு கொண்டாட்டம் நடைபெற்றுக் கொண்டிருந்தது.

அந்தச் சமயத்தில் பாரீஸ் சம்பவம் குறித்து தகவல் வந்து

சேர்ந்தது. போதாதா?

நவம்பர் 10 மற்றும் 11 ஆம் தேதி இரவு யூதரகளுக்குச் சொந்தமான ஆயிரம் கடைகள் நொறுக்கப்பட்டன. நிர்மூலமாக்கப்பட்டன. 200 யூத கோயில்கள் தீவைத்துக் கொளுத்தப்பட்டன. 20 ஆயிரம் யூதர்கள் கைது செய்யப்பட்டு சித்திரவதை முகாம்களுக்கு அனுப்பப்பட்டனர். 300 பேர் நடு ரோட்டில் கொடூரமாக சித்திரவதை செய்து கொல்லப்பட்டனர்.

ஜெர்மன் வரலாற்றில் அன்றைய தினம் கருப்பு தினமாக இடம்பெற்றது.

1939 ஆம் ஆண்டு தொடக்கத்தில், ஹிட்லரின் வாக்குறுதி அளித்தால் அதன் மதிப்பு என்ன என்பதை மீண்டும் பிரிட்டன் உணரும் நிலை ஏற்பட்டது.

செக்கோஸ்லோவாகியா மீது படையெடுக்கும்படி உத்தரவிட்டார் ஹிட்லர். சுடடன்லாந்தை மட்டுமே அவர் கைப்பற்றியிருக்க வேண்டும். ஆனால், செக்கோஸ்லோவாகியா முழுவதையுமே விழுங்கி ஏப்பம் விட்டது ஜெர்மன் ராணுவம்.

பிரிட்டனும் பிரான்சும் செய்வதறியாது விழித்தன. வெறும் கண்டனத்துடன் சரி. இத்தாலி அதிபர் முசோலினியும் ஹிட்லரின் நடவடிக்கையை எதிர்பார்க்கவில்லை. ஜெர்மனியுடனான உடன்படிக்கை முடிந்துவிட்டது என்று ஒப்புக்கு அறிவித்தார்.

இப்போது ஹிட்லரின் கவனம் போலந்து மீது திரும்பியது. போலந்து நாடு பால்டிக் கடல் எல்லையை ஆக்கிரமித்திருந்தது. அந்தக் கடலோரத்தில் ஜெர்மனிக்கு சொந்தமான பகுதிகள் இருந்தன. ஆனால், முதல் உலகப் போர் முடிந்தவுடன் ஏற்படுத்தப்பட்ட வெர்சைல்ஸ் உடன்படிக்கையில், அந்தப் பகுதிகள் போலந்திடமே திரும்பக் கொடுக்கப்பட்டன.

அந்தப் பகுதிகளை கைப்பற்றினால் ஜெர்மனியின் கடல் எல்லை விரிவாகும். போக்குவரத்துக்கு வசதி கிடைக்கும். வர்த்தகம் செழிக்கும்.

போலந்து மீது கை வைத்தால், பிரிட்டனும் பிரான்சும்

யூதர்களை அடிமைகளாக்கி வேலை செய்தே சாகும்படி செய்த நாஜிகளின் கொடூரத்திற்கு ஒரு சாட்சி

சகித்துக் கொண்டிருக்குமா?

அந்த நாடுகள் வந்தாலும் கவலையில்லை. கிழக்குப் பகுதியில் சோவியத் யூனியன் இருக்கிறதே. அதற்கும் போலந்து மீது ஒரு கண் இருந்தது.

அன்றைய சோவியத் ஜனாதிபதி ஸ்டாலினுக்கு ரகசிய தூது அனுப்பினார் ஹிட்லர். சோவியத் மீது ஜெர்மன் படையெடுக்காது. போலந்தை இரு நாடுகளும் பகுதி பகுதியாக பிரித்துக் கொள்ளலாம்.

சோவியத் யூனியனை வலுப்படுத்தும் வேலையில் தீவிரமாக இருந்தார் ஸ்டாலின். அப்போதைக்கு யுத்தம் தேவையில்லை என்று முடிவெடுத்திருந்தார். முன்னேற்றப் பணிகளில் முழு கவனமும் இருந்தது.

1939 ஆகஸ்ட் 23 ஆம் தேதி ஜெர்மனியுடன் ஒப்பந்தம் செய்து கொண்டார்.

செப்டம்பர் 1 ஆம் தேதி போலந்தின் மேற்கு பகுதிக்குள் புகுந்தது ஜெர்மன்படை. போலந்து அபயக்குரல் எழுப்பியது.

அந்த நாட்டில் மொத்தம் 20 லட்சம் பயிற்சி பெற்ற வீரர்கள் இருந்தனர். ஆனால், உடனடியாக போரில் ஈடுபடக்கூடிய அளவில் 7 லட்சம் பேர் மட்டுமே இருந்தனர்.

விமானப்படையும் மிகச் சிறியது.

இந்நிலையில், செப்டம்பர் 3 ஆம் தேதி பிரிட்டனும் பிரான்சும் ஜெர்மனிக்கு எதிராக போர்ப்பிரகடனம் செய்தன. ஆனால், உடனடியாக காரியத்தில் இறங்கவில்லை. அல்லது மனமில்லை.

அதேவேளை, சொன்னது மாதிரி போலந்தின் கிழக்குப் பகுதியில் நுழைந்தது சோவியத் ராணுவம். இருமுனைத் தாக்குதலில் எந்தப்பக்கம் எதிரிகளை தடுக்க முடியும்?

இருக்கிற பலத்தைக் கொண்டு போலந்து ராணுவம் போராடியது. ஜெர்மன் ராணுவத்தின் செயல்பாடு தனித்தன்மை வாய்ந்தது. மேலே விமானங்கள் பறந்து வழிகாட்டும். எதிரி ராணுவத்தின் மீது குண்டுமழை பொழிந்து சிதறடிக்கும். கிடைக்கிற அந்த அவகாசத்தில் சரசரவென்று ஜெர்மன் வீரர்கள் முன்னேறுவார்கள்.

போலந்து மீதுதான் ஜெர்மனியின் கவனம் இருக்கும், ஜெர்மனியின் மேற்கு பகுதியில் தாக்குதல் நடத்தலாம் என்று பிரிட்டனும் பிரான்சும் திட்டமிட்டன. ஆனால், பிரிட்டனுக்கு சொந்தமான கப்பல்களை ஜெர்மன் நீர்மூழ்கிகளும் விமானங்களும் தகர்த்து நாசம் செய்தன.

இரண்டே மாதங்களில் போலந்து வீழ்ந்தது. சோவியத் தனது வேலையைப் பார்க்கப் போய்விட்டது.

ஆனால், ஹிட்லருக்கு இந்த வெற்றிகள் போதவில்லை.

போகிற போக்கில் டென்மார்க்கையும், நார்வேயையும் வாரிச்சுருட்டி வந்துவிடுங்கள் என்று உத்தரவிட்டார். அப்படியே செய்தது ஜெர்மன் ராணுவம்.

நெதர்லாந்து, லக்ஸம்பர்க், பெல்ஜியம் என்று ஜெர்மனின் அதிகார எல்லை விரிவடைந்தது.

பிரான்ஸ் மட்டுமே பாக்கி.

பிரான்ஸ் என்ன பெரிய தாதாவா?

என்னைக் காட்டிலும் பெரிய ஆளாக அது நினைக்கிறதா? முதல் உலகப்போரில், ஜெர்மனியை தோற்றுவிட்டதாக

ஒப்புக்கொள்ளச் செய்து, பொருளாதார வளங்களை கொள்ளையடித்த நாடல்லவா?

அதற்கு ஒரு பாடம் கற்பிக்க வேண்டும். முதல் உலகப்போர் இழப்பீட்டுத் தொகையை செலுத்துவதற்கு கால அவகாசம் கூட தர மறுத்த நாடு அது. பிரிட்டன் கூட அந்தச் சமயத்தில் ஜெர்மன் மீது பரிதாபம் காட்டியது.

பிரான்சுக்கு பாடம் புகட்ட வேண்டியது அவசியம்தான்.

ஹிட்லர் முடிவு செய்துவிட்டார். ஆனால், அவரது முடிவு பிரான்சுக்கு தெரியாமல் போயிற்று.

பிரிட்டன் மற்றும் பிரான்ஸ் படையின் கவனம் முழுவதும் நெதர்லாந்து, பெலஜியம் மீது இருந்தது. பிரான்சின் தென்பகுதி எல்லையில் பிரமாண்டமான ஜெர்மன் ராணுவம் குவிக்கப்பட்டது. சத்தமில்லாமால், அது கானகத்தின் ஊடாக முன்னேறத் தொடங்கியது. மிகத்தாமதமாகத்தான் பிரான்ஸுக்கு தெரியவந்தது.

எதிரிகளைச் சமாளிக்க படைகளைப் பிரித்து அனுப்பக்கூட அவகாசம் இல்லை.

ஜெர்மன் படைகளிடம் ஒரு விசேஷம் உண்டு. எதிர்ப்படும் நகரங்களை கைப்பற்றுவதோடு விட மாட்டார்கள். அதை துவம்சம் செய்துவிடுவார்கள். அடுத்த ஒரு ஆண்டுக்கு அந்த நகரம் இயல்பு வாழ்க்கைக்கு திரும்ப முடியாத அளவில் நொறுக்கிக் குவியலாக குவித்துவிடுவார்கள்.

தெற்கு எல்லையில் இருந்து வரும் எதிரிகளை தடுப்பதில் கவனம் செலுத்திய வேளையில், தனது நண்பர் முசோலினியை தொடர்பு கொண்டார் ஹிட்லர்.

"நீங்கள் உங்கள் எல்லையிலிருந்து ராணுவத்தை ஊடுருவச் செய்யுங்கள். பிரான்ஸின் ஆணவத்தை அடக்கிவிடலாம்" என்றார்.

பிரான்ஸ் இதை எதிர்பார்க்கவில்லை. நிலைகுலைந்தது.

அந்தச் சமயத்தில் பிரிட்டிஷ் பிரதமராக வின்ஸ்டன் சர்ச்சில் பொறுப்பேற்றிருந்தார். அவரிடம் முறையிட்டார் பிரான்ஸ் பிரதமர் பால் ரெனாட்.

10 ஆம் தேதி தொடங்கிய யுத்தம் 15 ஆம் தேதி கிட்டத்தட்ட முடிவை நெருங்கிவிட்டது.

முழுவதுமாக கைப்பற்றப்படும் நிலையைத் தவிர்க்க என்ன

செய்யலாம் என்று பிரான்ஸ் திட்டமிட வேண்டியதாயிற்று.

முதல் உலகப்போரில் ஜெர்மன் தனது தோல்வியை ஒப்புக்கொள்ளும்படி செய்த காம்பினே என்ற இடத்திற்கு பிரான்ஸ் பிரதமர் வரவழைக்கப்பட்டார். அன்று ஜீன் 25 ஆம் தேதி.

"நாங்கள் தோற்றுவிட்டோம்"

கண்களில் நீர் மல்க கூறினார் பால் ரெனாட். பதவியை விட்டு விலகும்படி நிர்ப்பந்திக்கப்பட்டார். ஜெர்மன் கைப்பற்றிய பகுதி போக, மிச்சமுள்ள பிரதேசத்தை தோல்வியுற்ற நாடு என்ற அந்தஸ்த்துடன் பிரான்ஸ் ஆண்டுகொள்ள அனுமதித்தார் ஹிட்லர்.

பாரீஸைப் பார்க்க வேண்டும் என்ற தனது நெடுநாள் ஆசையை நிறைவேற்றிக் கொண்டார்.

பிரான்சின் இந்தத் தோல்வி உலகம் முழுவதும் பெரிய பாதிப்பை ஏற்படுத்தியது.

முசோலினி பகிரங்கமாகவே ஜெர்மனியுடன் யுத்தக் கூட்டாளியாக சேர்ந்துவிட்டார்.

பிரான்ஸ் வீழ்ந்துவிட்டது.

பிரிட்டன் தனிமரமாக நின்றது.

இத்தாலியின் சர்வாதிகாரி முசோலினியுடன்

பொறியில் சிக்கிய ஹிட்லர்

பிரான்ஸில் தோல்வியடைந்த பிரிட்டிஷ் படையினர் நாடு திரும்பிக் கொண்டிருந்தனர்.

அப்போதும் கூட அவர்கள் பிரான்சுக்கு ஆதரவாக அட்லாண்டிக் பெருங்கடலில் குவிக்கப்பட்டிருந்த கனடா படைகளுடன் இணைந்து தாக்குதலில் ஈடுபட்டுக் கொண்டே கடலோர நகரமான டன்கிர்க்கிற்கு வந்து கொண்டிருந்தனர்.

இந்தச் சமயத்தில் தேவையில்லாமல் கிரீஸ் மீது படையெடுத்தார் முசோலினி. அது முட்டாள்தனமான முடிவு என்று ஹிட்லர் கருதினார். ஆனால், அதை வெளியில் சொல்ல முடியுமா?

வடக்கு ஆப்பிரிக்காவை நோக்கி முசோலினியின் கவனம் இருந்தது. ஐரோப்பாவை ஹிட்லர் வைத்துக் கொள்ளட்டும். தனக்கு ஆப்பிரிக்கா வேண்டும் என்று முசோலினி நினைத்து விட்டார்.

முசோலினியின் இந்த முடிவு அட்லாண்டிக் போருக்கு வழிவகுத்து விட்டது. அந்தச் சமயத்தில் தென் அமெரிக்காவிலிருந்துதான் ஜெர்மன் ராணுவத்திற்கு தேவையான எண்ணெய் மற்றும் ராணுவ தளவாடங்களும், உணவுப் பொருள்களும் வந்து கொண்டிருந்தன.

அட்லாண்டிக் போரை சமாளிக்கும் அளவுக்கு ஜெர்மனியிடமோ, இத்தாலியிடமோ கடற்படை இல்லை. தனக்கு உதவும்படி பிரிட்டனுக்கு தூது அனுப்பியது கிரீஸ். பிரிட்டன் எப்போதுமே கடற்படையையும், விமானப்படையையும் நம்பியே இருக்கும் நாடு. அவற்றைக் கொண்டே உலகை ஜெயித்த நாடு.

மத்திய தரைக்கடலுக்கு விரைந்தது பிரிட்டிஷ் கடற்படை. சூயஸ் கால்வாயை கைப்பற்றும் ஜெர்மனியின் திட்டத்தை முறியடிப்பது அவசியம் என்று பிரிட்டனுக்குத் தெரியும், தென்கிழக்கு ஆசியாவுடன் வர்த்தகம் செழிக்க சூயஸ் கால்வாய்தான் நுழைவாயில்.

தனது குடியேற்ற நாடான ஆஸ்திரேலியாவிலிருந்து, சிட்னி என்ற விமானந்தாங்கிக் கப்பல் விரைந்து வந்தது.

1941 ஆம் ஆண்டு தொடக்கத்தில் ஜெர்மனி பொறியில் சிக்கிவிட்டது.

ஆம். பிரிட்டனின் கடற்படை துணைத்தளபதி ஏ.பி. கன்னிங்ஹாம் தலைமையில் உக்கிரமான போர் மூண்டது. மத்திய தரைக்கடல் சிவந்தது. டராண்டோ யுத்தத்தில் இத்தாலிப் படை வீழ்ந்தது.

வட ஆப்பிரிக்காவில் இத்தாலிப்படைக்கு எவ்வித உதவிகளையும் அனுப்ப முடியவில்லை. ஏராளமான இடங்களில் இத்தாலி ராணுவம் சரணடைந்தது. ஜெர்மன் ராணுவத்திற்கு தேவையான எண்ணெய் இருப்பு குறைந்துகொண்டே வந்தது.

பிரிட்டனுடன் சமாதானமாகப் போவதுதான் ஒரே வழி என்று ஹிட்லர் முடிவெடுத்தார். ஆனால்,

ஜெர்மனியை நிர்மூலமாக்குவது என்று பிரிட்டிஷ் பிரதமர் வின்ஸ்டன் சர்ச்சில் முடிவெடுத்து விட்டார்.

ஹிட்லர் ஆவேசத்தின் உச்சத்திற்கே போய்விட்டார். பிரிட்டனை தாக்கி அழியுங்கள் என்று உத்தரவிட்டார்.

ஜெர்மன் விமானங்கள் பிரிட்டனை நோக்கி விரைந்தன. தென் கிழக்கு இங்கிலாந்தில் உள்ள விமானப்படை தளங்கள், ராடார் கண்காணிப்பு மையங்களை குறிவைத்து தாக்கும்படி ஜெர்மன் ராணுவத்தலைவர் கோயரிங் உத்தரவிட்டார்.

ஆனால், 60 நாட்களில் ஜெர்மன் விமானப்படையின், ஆயிரத்து 17 விமானங்கள் சுட்டு வீழ்த்தப்பட்டன. பிரிட்டனுக்கு 300 விமானங்கள் இழப்பு.

ஹிட்லரின் வெறி அதிகரித்தது. நகரங்களை அழியுங்கள் என்றார். லண்டன் நகரம் முன்னெப்போதும் இல்லாத அளவுக்குக் குண்டு வீச்சைச் சந்திக்க நேர்ந்தது.

பார்த்தார் சர்ச்சில். ஜெர்மன் ஆயுதத் தொழிற்சாலைகள், உணவு உற்பத்தித் தொழிற்சாலைகளைக் குறிவைத்து குண்டு வீச்சு நடத்தும்படி உத்தரவிட்டார். 12 தாக்குதல்கள்தான் ஜெர்மன் ஆடிப்போய்விட்டது.

ஜெர்மன் அகலக் கால் வைத்துவிட்டது. வடக்கு, மேற்கு தெற்கு என்று எல்லாப் பக்கத்திலும் வழிகள் அடைக்கப்பட்டுவிட்டன.

இனி கிழக்கே மட்டும்தான் வழி. சோவியத் யூனியனின் எண்ணெய் வயல்கள் நினைவுக்கு வந்தது. வேறு வழியில்லை. ஆனால், அந்த நாட்டுடன் நட்பு ஒப்பந்தம் ஏற்படுத்தி இருக்கிறோமே. ஒப்பந்தத்தை தீப்பந்தமாக்கிக் கொளுத்திப் போட முடிவு செய்தார் ஹிட்லர்.

தெற்கு ரஷ்யாவில் உள்ள எண்ணெய் வயல்கள் இப்போது மிகவும் முக்கியம் என்பது மட்டுமே ஹிட்லருக்கு நினைவில் வந்தது.

1941 ஆம் ஆண்டு தொடக்கத்தில் ஒருநாள்.

சோவியத் அரசுக்கு அமெரிக்கத் தூதர் ஒரு எச்சரிக்கையை அனுப்பினார்.

"சோவியத் யூனியனை தாக்குவதற்கு ஜெர்மன் தயாராகி வருகிறது"

ஸ்டாலின் இதை கவனத்தில் எடுத்துக் கொள்ளவில்லை. தன்னுடன் ஹிட்லர் ஏற்படுத்திய உடன்பாடு மதிக்கப்படும் என்று நம்பினார்.

தான் கபளீகரம் செய்ய வேண்டும் என்று விரும்பிய,

பிரிட்டிஷ் கடற்படையை அலறவைத்த யு-போட் நீர்மூழ்கி

பின்லாந்து நாட்டின் மீது சோவியத் படையெடுத்ததை ஹிட்லர் கண்டுகொள்ளாமல் இருந்தார், அதைவைத்து, சோவியத் அரசு மெத்தனமாக இருந்துவிட்டது.

ஒப்பந்தத்தை முறித்துக் கொண்டால், தனது நோக்கத்திற்கு பாதிப்பு ஏற்படும் என்று ஹிட்லர் அறிந்திருப்பார். அவருடைய அகண்ட ஐரோப்பா என்ற கனவு கலைவதை விரும்பமாட்டார். இப்படியெல்லாம் சமாதானப்படுத்திக் கொண்டார் ஸ்டாலின்.

ஆனால், ஐரோப்பாவை மட்டுமல்ல, சோவியத் யூனியனையும், முடிந்தால் உலகத்தையே தனது ஆட்சியின் கீழ் கொண்டுவந்து விடலாம் என்று நினைக்கத் தொடங்கியிருந்தார் ஹிட்லர்.

அப்போதே அவருக்கு மனநிலை பாதிக்கப்பட்டு விட்டது என்று, ஜெர்மனியின் முக்கியப் பொறுப்புகளில் இருந்தவர்கள் பேசத் தொடங்கிவிட்டனர்.

அட்லாண்டிக் போரில் ஜெர்மனியின் யு-போட் எனப்படும் சிறிய ரக நீர்மூழ்கிகள், பிரிட்டனை அலறவைத்திருந்தன. பிரிட்டிஷ் கடற்படையின் மூன்று அதிநவீன யுத்தக் கப்பல்களை ஜெர்மன் மூழ்கடித்திருந்தது.

யு-போட் நீர்மூழ்கிகளின் வெற்றியைத் தொடர்ந்து அவற்றை கூடுதலாக உற்பத்தி செய்யும்படி ஹிட்லர் உத்தரவிட்டிருந்தார்.

நல்ல சமயத்தில் யு-போட்டுகளை வழிநடத்தும்

ஜெர்மனியின் எனிக்மா மிஷினை, பிரிட்டிஷ் படையினர் கைப்பற்றினர்.

இந்தக் கருவியின் மூலம்தான் நீர்மூழ்கிகளின் இலக்குகள் பரிமாறப்பட்டன. இப்போது பிரிட்டன் அதைக் கைப்பற்றியதால் யு-போட் நீர்மூழ்கிகளின் இலக்குகள் தற்காலிகமாக திசை திருப்பப்பட்டன.

ஹிட்லர் அதிர்ச்சி அடைந்தார். அட்லாண்டிக் பெருங்கடலில் தனது கடற்படையின் பலம் மிகவும் குறைந்துவிட்டது என்பதை உணர்ந்தார்.

இத்தனைக்கும் 1941 ஆம் ஆண்டு தொடக்கம் நாஜிகளுக்கு சாதகமாகத்தான் இருந்தது. யூகோஸ்லாவியா, கிரீஸ் என வரிசையாக நாஜிகளின் கையில் நாடுகள் விழுந்து கொண்டே இருந்தன.

வடக்கு ஆப்பிரிக்காவில் இத்தாலிப் படைகள் பின்வாங்கிக் கொண்டிருந்தன. அவற்றுக்கு உதவுவதற்காக, தனது நம்பிக்கைக்குரிய தளபதி ரோம்மெலை அனுப்பினார் ஹிட்லர்.

போர்முனை விரிவாக, விரிவாக எண்ணெய் தேவை அதிகரித்தது. அதை முதலில் சமாளிக்க வேண்டும் என்பதே ஹிட்லரின் ஒரே நோக்கமாகி விட்டது.

உடனே, ராணுவத் தலைவர்களை அழைத்தார். அவசர ஆலோசனை. சோவியத் யூனியனைத் தாக்குவதைத் தவிர வேறு வழியில்லை என்றார்.

ஒருபக்கம் பிரிட்டனுடன் போர். இன்னொரு பக்கம் வட ஆப்பிரிக்காவில் போர். இப்போது சோவியத் மீது போர் தொடுத்தால் நாம் சுற்றி வளைக்கப்பட்டு விடுவோம் என்று அவர்கள் ஆலோசனை சொன்னார்கள்.

"இதுபோன்ற ஒன்றுக்கு மேற்பட்ட யுத்த முனைகள் பேரழிவை ஏற்படுத்தி இருக்கின்றன"

கடந்தகால வரலாறுகளை ஆதாரமாகக் காட்டி ராணுவத் தலைவர்கள் கருத்துத் தெரிவித்தனர்.

ஹிட்லரின் தன்னகங்காரம் தலைக்கேறி இருந்த நேரம். யார் சொல்வதையும் அவர் கேட்பதாக இல்லை.

கடைசி முயற்சியாக, ஹிட்லரின் அங்கமாக கருதப்பட்ட ருடால்ப் ஹெஸ் பேசிப்பார்த்தான். ரஷ்யாவைத் தாக்குவது என்ற அவருடைய முடிவை மாற்ற முடியாது என்பதை தெரிந்து

அட்லாண்டிக் பெருங்கடலில் உக்கிரமான கடல்போர்

கொண்டான். ஹிட்லருக்கு அடுத்தபடியாக, கோயரிங்கைத்தான் துணைத்தலைவர் என்று அழைத்தார்கள். ஆனால், கோயரிங்கிற்கு மேல், துணைத்தலைவர் என்று எல்லோரும் அழைப்பது ருடால்பைத்தான்.

மிக நெருக்கமான தோழராக இருந்தார். ஹிட்லரின் அந்தரங்க அறை வரை எப்போது வேண்டுமானாலும் சந்திக்கக் கூடிய உரிமை அவனுக்கு இருந்தது.

"தலைவரே, சோவியத்தை தாக்குவது என்று முடிவெடுத்து விட்டீர்கள். சரி. ஆனால், அதற்கு முன் ஏதேனும் ஒரு முனையில் சமாதானம் பேசி முடிக்கலாமே."

"என்ன சொல்கிறாய் ஹெஸ்?"

"பிரிட்டனின் குண்டுவீச்சு விமானங்கள் ஜெர்மனை துளைத்தெடுக்கின்றன. முக்கியமான தொழிற்சாலைகள் அனைத்தும் தரைமட்டமாகி விட்டன. இப்போதே ரேஷன் முறையை அமல்படுத்த வேண்டியாகி விட்டது. சோவியத்தை, நாம் நினைப்பது போல உடனடியாக வீழ்த்திவிட முடியாது. யுத்தகாலம் நீடித்தால், மக்கள் கதி, ஜெர்மன் பொருளாதார நிலை எல்லாவற்றையும் நினைத்துப் பாருங்கள்"

"அதற்கு என்ன செய்யலாம் என்கிறாய்?"

"பிரிட்டன் குண்டுவீச்சை நிறுத்த வேண்டும். சோவியத் யூனியன் நமக்கும் பிரிட்டனுக்கும் பொது எதிரியாகிவிட்டால்,

யுத்தம் நடத்துவது எளிது. இரு முனைகளில் போர்புரிய வேண்டிய அவசியம் இருக்காது"

இந்தத் திட்டத்திற்கு ஒத்துவரும் மனநிலைக்கு ஹிட்லர் வந்துவிட்டார்.

"ஆனால், இது நாமாக விரும்பிப் போய் சரணடைவது போன்ற தோற்றத்தை ஏற்படுத்திவிடக் கூடாது. பிரிட்டனிலிருந்து முதல் வேண்டுகோள் வருவதுபோல இருக்க வேண்டும். அதை நாம் ஏற்பது போல காட்டிக்கொள்ள வேண்டும்"

ருடால்ப் ஹெஸ் ஆசுவாசமானார்.

"ஜெர்மனிக்கான ஸ்வீடன் தூதர்மூலம் பேச்சு நடத்தலாமா?"

"நோ. இதில் மூன்றாம் நபர் தலையீடு இருக்கவே கூடாது"

ருடால்ப் ஹெஸ் யோசித்தார். இங்கிலாந்து இளவரசர்களில் ஒருவரான ஹாமில்டனுடன் தனக்குள்ள அறிமுகத்தை பயன்படுத்திக் கொள்ளலாம் என்று முடிவு செய்தார்.

"எனக்குத்தான் ஆங்கிலம் நன்றாக வருமே. நானே போய் ஹாமில்டனைச் சந்தித்து பேசுகிறேன்"

ஆனால், அவர்கள் இருவரும் நினைத்த அளவுக்கு, பிரிட்டிஷ் அரசாங்க முடிவுகளில் செல்வாக்கு செலுத்தும் அளவுக்கு ஹாமில்டன் பெரிய ஆள் இல்லை. பிரதமர் சர்ச்சிலிடம் சிறிதளவு அறிமுகம் உண்டு. அவ்வளவுதான். அதுவும் கூட இப்போது, விமானப்படை அதிகாரியாக போர்க்களத்தில் இருக்கிறார் ஹாமில்டன். எங்கே இருக்கிறார் என்று கண்டுபிடிக்க வேண்டும்.

போவது என்று முடிவெடுத்தாயிற்று எப்படி போவது?

ருடால்ப் ஹெஸ், முதல் உலகப்போரில் ஜெர்மன் விமானப்படை விமானியாக பணிபுரிந்தவர். அதன்பிறகும் பலமுறை விமானத்தில் பறந்திருக்கிறார். ஆனால், நாஜி அரசு பதவியேற்ற பிறகு, நாஜிகள் அனைவரும் அவரவர் சொந்த விமானத்திலேயே பயணம் செய்ய வேண்டும் என்று ஹிட்லர் உத்தரவிட்டிருந்தார்.

ஆக்ஸ்பர்க்கிற்கு போனார் ஹெஸ்.

வில்லி மெஸர்ச்மிட் என்ற விமானப்படை தளபதியிடம், தனக்கு, எம்இ.110 ரக விமானம் ஒன்று வேண்டும் என்று கேட்டார்.

இந்த விமானம் மிகக்குறுகிய தூரம் மட்டுமே பயணம் செய்ய

உயிர் நண்பன் ருடால்ப் ஹெஸை துரோகியாக அறிவிக்க வேண்டிய நிலை ஏற்பட்டதால் மனம் உடைந்தார் ஹிட்லர்

ஏற்றது. 600 மைல் தூரம்தான் பயணிக்க முடியும். அந்த அளவுக்குத்தான் பெட்ரோல் இருக்கும். தனது பயணம் தோற்றால் திரும்பிக்கூட வரமுடியாது.

ஸ்காட்லாந்தில் வசிக்கும் ஹாமில்டனைச் சந்தித்து பேச்சு வெற்றிபெற்றால், அவர்களே திரும்ப அனுப்பி விடுவார்கள். இல்லையேல் தனது கதி அவ்வளவுதான் என்பதை ஹெஸ் யூகித்திருந்தார்.

1941 மே மாதம் 10 ஆம் தேதி இரவு 10.10 மணிக்கு விமானத்தைக் கிளப்பினார். வடக்கு கடல் வழியாக ஸ்காட்லாந்து மீது பறந்தார். இறங்குவதற்கு ஏற்ற இடம் இல்லை. பெட்ரோல் தீர்ந்து கொண்டிருக்கிறது. பாராசூட்டை கட்டிக் கொண்டு கடைசி நிமிடத்தில் குதித்தார் ஹெஸ்.

அது ஒரு பண்ணைநிலம். விவசாயி ஒருவர் ஓடிவந்தார்.

"நான் ஹாமில்டன் இளவரசரைப் பார்க்க வந்திருக்கிறேன்"

ஆனால், ராணுவம் அவரைக் கைது செய்து சிறையில் அடைத்தது. பிறகு அவரிடம் எத்தனையோ விசாரணைகள். மனநல நிபுணர்கள் பரிசோதனைகள். முடிவில் ஹெஸ் மனநிலை பாதிக்கப்பட்டிருப்பதாக முடிவு செய்தனர்.

(யுத்தம் முடிந்தபின்னர் அவருக்கு ஆயுள்சிறைத் தண்டனை வழங்கப்பட்டது.)

ருடால்ப் ஹெஸ் பிரிட்டனுக்குச் சென்ற விவரம், மறுநாள்

ருடால்ப் ஹெஸை இழந்ததால் ஹிட்லர் பாதிக்கப் பட்டிருப்பதாக தெரிவித்தார் ஈவா பிரவுன்

ஹிட்லருக்கு சொல்லப்பட்டது.

ராணுவ தளபதி கோயரிங் உள்ளிட்டோரை தனது பெர்ச்டெஸ்காடன் வீட்டிற்கு வரவழைத்தார் ஹிட்லர். நடந்த விவரங்கள் அனைத்தையும் மறைத்தார். இந்தச் சம்பவத்திற்கும் தனக்கும் சம்பந்தமில்லை என்றார். இந்நிலையில், ருடால்ப் ஹெஸ் இங்கிலாந்தில் கைது செய்யப்பட்டிருப்பதாக, லண்டன் ரேடியோ செய்தி ஒலிபரப்பியது.

உடனே, ருடால்ப் ஹெஸ் ஜெர்மனுக்கு துரோகம் இழைத்துவிட்டார் என்று பிரகடனம் செய்யப்பட்டது.

ருடால்ப் ஹெஸ்ஸை இழந்தது ஹிட்லரை மிகவும் பாதித்திருப்பதாக, ஈவா பிரவுன் தனது சகோதரிக்கு எழுதிய கடிதத்தில் தெரிவித்திருந்தார்.

இருக்காதா பின்னே.

ஹிட்லரின் மெயின் கேம்ப் புத்தகத்தின் இரு பகுதிகளையும் எழுதிய உயிர்த்தோழன் அல்லவா? ஹிடலர் என்ன நினைக்கிறார் என்பதை உடனே புரிந்துகொள்ளக் கூடிய நபராக இருந்த ஹெஸ் இப்போது தேசத் துரோகியாகி விட்டார்.

ஹெஸ் கைது செய்யப்பட்ட மறுநாள், லண்டன் மீது ஜெர்மன் விமானங்கள் கொடூரமான குண்டுவீச்சை நடத்தின. பதிலுக்கு

ஜெர்மனியின் பிரமாண்டமான யுத்தக் கப்பலான
பிஸ்மார்க் தகர்க்கப்பட்டது

ஹம்பர்க் நகரின் மீது பிரிட்டிஷ் விமானப்படையும் சரமாரியாக குண்டு வீசியது.

மே மாதம் பிரிட்டனின் மிகப்பெரிய யுத்தக் கப்பலான ஹூட் மூழ்கடிக்கப்பட்டது. அந்தக் கப்பலை மூழ்கடித்த ஜெர்மன் யுத்தக்கப்பலான பிஸ்மார்க், அடுத்த மூன்று நாட்களில் பிரிட்டிஷ் கடற்படையால் மூழ்கடிக்கப்பட்டது.

ஜூன் மாதத் தொடக்கத்தில், ஜெர்மனுக்கு அடுத்தடுத்து அதிர்ச்சிகள் காத்திருந்தன. இராக்கில் கூட்டுப்படைகள் இணைந்து அரசாங்கத்தை நிறுவின.

சிரியா, லெபனான் ஆகிய நாடுகள் மீது கூட்டுப்படைகள் போர் தொடுத்தன.

ஜூன் 14 ஆம் தேதி ஜெர்மன், இத்தாலி ஆகியவற்றுக்கு அமெரிக்காவில் இருந்த சொத்துக்கள் முடக்கப்பட்டன.

ஆவேசத்தின் உச்சத்திற்கே போய்விட்டார் ஹிட்லர். இனி தாமதமே இல்லை.

"உடனே சோவியத் மீது படையெடுங்கள்"

பொறியில் சிக்கப்போவது தெரியாமலேயே உத்தரவிட்டார்.

சரணடைந்த ஜெர்மன் வீரர்கள் சோவியத் தலைநகர் மாஸ்கோ வீதிகளில் அழைத்து வரப்படுகின்றனர்

மாபெரும் தேசபக்த போர்

“கதவை எட்டி உதைத்தால் பெருச்சாளி சைஸில் உள்ள சோவியத் நிலப்பரப்பு நம் கையில் சிக்கிவிடும்” கொக்கரித்தார் ஹிட்லர்.

ஆனால், உலகம் இதுவரை கண்டிராத மாபெரும் தேசபக்த போராக, அது மாறப்போகிறது என்பதை, அப்போது அவர் உணர்ந்திருக்கவில்லை.

33 லட்சம் ஜெர்மன் வீரர்கள். அதன் கூட்டு நாடுகளைச் சேர்ந்த 10 லட்சம் வீரர்கள். 3 ஆயிரம் கனரக பீரங்கிகள், 7 ஆயிரம் சிறியரக பீரங்கிகள், 2 ஆயிரத்து 500 விமானங்கள்.

மனிதகுல வரலாற்றில் இதுபோன்ற படையெடுப்பு முன்பும் நடந்ததில்லை. அதன்பிறகும் நடந்ததில்லை.

வடக்கு ராணுவப்பிரிவு கிழக்கு பிரஷ்யாவில் 600

பீரங்கிகளுடன் குவிக்கப்பட்டது.

சோவியத்திற்கு சொந்தமான பால்டிக் மாநிலங்களைக் கைப்பற்றிவிட்டு, லெனின்கிராடை முற்றுகையிட வேண்டும் என்பது இந்தப்படையின் இலக்கு.

நேமன், ட்வினா என்ற இரண்டு நதிகள்தான் லெனின்கிராட் நகரை நெருங்குவதற்கு முட்டுக்கட்டைகள். அவற்றைக் கடந்துதான் லெனின்கிராடை அடையவேண்டும்.

முதல் நாளே 50 கிலோமீட்டர் தூரம் ஜெர்மன்படை அதிவேகமாக முன்னேறியது. எதிர்பட்ட கிராமங்கள், குட்டி நகரங்கள் அனைத்தையும் பூண்டோடு நாசம் செய்தது. ஒருவரைக் கூட மிச்சம் வைக்கவில்லை.

நேமன் ஆற்றைக் கடந்துவிட்டது. ட்வினா நதியைக் கடப்பதற்குள் சோவியத் படைகள் எதிர்த்தாக்குதலில் ஈடுபட்டன. 300 பீரங்கிகளுடன் மோதிய சோவியத் படையை ஜெர்மன் படை சுற்றிவளைத்து நாசம் செய்தது.

மத்திய ராணுவப்பிரிவு போலந்தில் குவிக்கப்பட்டது. இது வடக்குப்பக்கம் நேமன் ஆற்றையும், தெற்கு பக்கம் பக் நதியையும் கடந்து மின்ஸ்க் நகரைக் கைப்பற்ற வேண்டும். மின்ஸ்க் நகரில் மிகப்பெரிய ரயில்வே ஜங்கஷன் இருக்கிறது. மாஸ்கோ நெடுஞ்சாலையில் தடுப்பரணாக இதுதான் இருந்தது.

மின்ஸ்க் நகரைக் கைப்பற்றிவிட்டு, மாஸ்கோவை முற்றுகையிட வேண்டும் என்பது இந்தப் படைப்பிரிவின் இலக்கு.

இடையில் சோவியத் படையின் எதிர்ப்பை புறக்கணித்த ஜெர்மன் படையினர், மின்ஸ்க் நகரில் சண்டையை தொடங்கினர். இந்த சண்டையில் மட்டும் சோவியத் ராணுவத்தின்

ஜெர்மன் ராணுவத்தை விரட்ட உறைபனியில் உக்கிரமாக போர் புரியும் சோவியத் ராணுவ வீரர்கள்

32 படைப்பிரிவுகளும், 8 பீரங்கிப்படைகளும் பங்கேற்றன.

ஆனால், சோவியத் படையை சுற்றிவளைத்தது ஜெர்மன் படை. யுத்தத்தின் தொடக்க நாசம் இங்குதான் நிகழ்ந்தது. ஒரு லட்சத்து 35 ஆயிரம் சோவியத் வீரர்கள் பலியாகினர். 2 லட்சத்து 90 ஆயிரம் வீரர்கள் சிறைப்பிடிக்கப்பட்டனர். உயிர் தப்பியவர்கள், 2 லட்சத்து 50 ஆயிரம் பேர்தான்.

தெற்கு படைப்பிரிவு போலந்தின் தெற்கு பகுதியிலிருந்து ருமேனியாவரை நிறுத்தப்பட்டிருந்தது. இதில் ஜெர்மன் படைப்பிரிவுகளுடன், ருமேனியா, சுலோவாக்கியா, இத்தாலி, ஹங்கேரி ஆகிய நாடுகளின் ராணுவப்பிரிவுகளும் இடம் பெற்றிருந்தன.

இவற்றின் இலக்கு கீவ் நகரின் எண்ணெய் வயல்களை கைப்பற்றுவது.

ஹிட்லருக்கு இதுதான் மிகவும் முக்கியமான போர்முனை. விரைவில் கீவ் நகரைக் கைப்பற்ற வேண்டும். பிறகு லெனின்கிராட் நகரைக் கைப்பற்ற வேண்டும்.

இதற்குள் வடக்கு ராணுவப்பிரிவு பால்டிக் மாநிலங்களைக் கைப்பற்றிவிட்டு, ஆகஸ்ட் மாதம் 20 ஆம் தேதி லெனின்கிராட் நகரை முற்றுகையிட்டது.

தெற்கு ராணுவப் பிரிவு, சோவியத் ராணுவத்தின் மிகப்பெரிய தாக்குதலைச் சந்திக்க வேண்டியிருந்தது. கீவ் நகரை நெருங்கவிடாமல் கடும் சண்டை நடைபெற்றது. ஆனால், ஜெர்மன் விமானப்படை சோவியத் பீரங்கிப்படைகளை அழித்து நாசம் செய்தது. செப்டம்பர் 19 ஆம் தேதி கீவ் நகரம் ஜெர்மன் வசம் வீழ்ந்தது.

ஆனால், 6 லட்சம் சோவியத் வீரர்கள் உயிரிழந்தனர். நகரில் 33 ஆயிரத்து 771 யூதர்களை ஜெர்மன் ராணுவத்தினர் படுகொலை செய்தனர்.

மும்முனைகளில் இருந்து தாக்குதல் நடத்தியபடி முன்னேறியது ஜெர்மன் படை. அந்தச் சமயத்தில் ஹிட்லர் அவசரப்பட்டார். சுற்றிவளைக்கும் பேச்சுக்கே இடமில்லை.

ஒரே மூச்சில் தாக்குதல்.

மூன்று படைப்பிரிவுகளும் ஒரே திசையில் திரும்ப வேண்டும். லெனின்கிராடை தாக்கிக் கைப்பற்ற வேண்டும்.

ஹிட்லரின் இந்த உத்தரவை ஜெர்மன் தளபதிகள் கடுமையாக விமர்சித்தனர். மத்திய படைப்பிரிவு மாஸ்கோவை நெருங்குவதற்கு இன்னும் 200 மைல்கள்தான் இருக்கின்றன. அந்த முன்னேற்றத்தை விரைவுபடுத்தினால் மாஸ்கோவை கைப்பற்றி விடலாம். யுத்தமும் முடிவுக்கு வந்துவிடும் என்றனர்.

ஹிட்லர் பிடிவாதமாக மறுத்துவிட்டார்.

"நான் சொன்னதைச் செய்யுங்கள்"

லெனின்கிராட் நகரை 900 நாட்கள் முற்றுகையிட்ட ஜெர்மன் ராணுவத்தை எதிர்கொள்ள தொழிலாளர்கள் அணிவகுத்தனர்

பிறகென்ன, செப்டம்பர் மாதம் 8 ஆம் தேதி லெனின்கிராட் நகரை ஜெர்மன் படையினர் முற்றுகையிட்டனர்.

முற்றுகையிட்டவுடன் அந்த நகரம் மண்டியிட்டு விடும் என்று ஹிட்லர் நினைத்தார். ஆனால், அங்குதான் பேரழிவு காத்திருக்கிறது என்பதை அவர் எதிர்பார்க்கவில்லை.

தொழில்முறை ராணுவத்துடன் மோதினால் ஜெயிக்கலாம். மக்கள் ராணுவத்துடன் மோதினால் ஜெயிக்க முடியுமா?

கடைசி மனிதன் இருக்கும்வரை சரணடைய மாட்டோம் என்று உறுதியாக நின்றனர், லெனின்கிராட் மக்கள்.

நகருக்குள் ஜெர்மன் ராணுவம் நுழைய முடியவில்லை. அணிஅணியாய், சாரைசாரையாய் மக்கள் படை ஜெர்மானிய ராணுவத்தை எதிர்த்து நின்றது.

நகருக்குள் யாரும் நுழைய முடியாது. நகரிலிருந்து யாரும் வெளியே வரமுடியாது. உணவுப் பொருள்கள் தீர்ந்துகொண்டிருந்தன. மிகக்குறைந்த ரேஷன் வழங்கப்பட்டது. பட்டினியை நோக்கி தள்ளப்பட்டனர் மக்கள்.

தேசபக்தியை உணவாகக் கொண்டு உயிரைத் தாக்குப்பிடித்து எதிர்த்து நின்றனர்.

அக்டோபர் மாதம் 2 ஆம் தேதி மாஸ்கோவை நோக்கி புறப்படும்படி, ஜெர்மன் ராணுவத்திற்கு உத்தரவிட்டார் ஹிட்லர். ஆபரேஷன் டைபூன் என்று பெயர். மாஸ்கோவை நோக்கி நகர்ந்தது ஜெர்மன் படை. குளிர்காலம் தொடங்கியிருந்தது. நாள் ஒன்றுக்கு 2 மைல் என்ற விகிதத்தில்தான் முன்னேற முடிந்தது.

1812ல் நெப்போலியனின் ராணுவத்தை முறியடிக்க சோவியத் மக்களுக்கு உதவி செய்த அதே குளிர்காலம். பொதுவாகவே ரஷ்யாவில் குளிர்காலம் கடுமையாக இருக்கும். மாஸ்கோவில் எந்த வகையில் பார்த்தாலும் மைனஸ் 15 டிகிரிக்கு குறையாமல் குளிர் நிலவும்.

அந்த மக்களுக்கு அது பழகிப்போன விஷயம். அவர்கள் பனியிலேயே பிறந்து, பனியையே உணவாக உண்டு, பனியிலேயே வளர்ந்தவர்கள்.

ஜெர்மன் ராணுவம் மாஸ்கோவை அடைந்தபோது, மூன்றே வாரங்களில் 1 லட்சத்து 55 ஆயிரம் ஜெர்மன் வீரர்கள் செத்து மடிந்தனர். இன்னும் 15 மைல்கள் முன்னேற வேண்டும். மாஸ்கோவுக்குள் இருந்து சுவர்போல காட்சியளித்த மக்கள் அரண் முன்னோக்கி நகர்ந்து வந்து கொண்டே இருந்தது.

எத்தனை கடுமையாக தாக்கினாலும், செத்துவிழும் தங்களுடைய தோழர்களின் சடலங்கள் மீது ஏறிநடந்து முன்னேறும், துணிச்சல் மிக்க சோவியத் செஞ்சேனையின் தீரம் ஜெர்மானியர்களை திகைக்கச் செய்தது.

டிசம்பர் 5 ஆம் தேதி மாஸ்கோ மீதான தாக்குதலை கைவிட்டுத் திரும்பியது ஜெர்மன் ராணுவம். அப்போது சைபீரியாவிலிருந்து மாஸ்கோ நோக்கி வந்த செஞ்சேனையும் மாஸ்கோ படைப் பிரிவுகளுடன் இணைந்தது. தளபதி சுகோவ் தலைமையில் தாக்குதல் உக்கிரமடைந்தது.

சோவியத் செஞ்சேனை பின்தொடர்ந்து எதிரிகளைத் தாக்கி அழித்தது. மாஸ்கோவிலிருந்து 200 மைல்களுக்கு அப்பால் ஜெர்மன் படை விரட்டப்பட்டது.

லெனின்கிராட் நகரிலும் இதே கதிதான். முற்றுகையிட்டிருந்த ராணுவத்தின் பலம் கொஞ்சம் கொஞ்சமாக குறைந்துகொண்டே வந்தது. பனியைத் தாங்கமுடியாமல் விரைத்துச் சரிந்து கொண்டிருந்தனர்.

சோவியத் மீது படையெடுத்து ஐந்து மாதங்களில் மட்டும் 7

சோவியத் எண்ணெய் வயல்களை கைப்பற்றினால் போதும்

லட்சத்து 34 ஆயிரம் ஜெர்மன் படையினர் கொல்லப்பட்டனர். அவர்களுக்குச் சொந்தமான ஏராளமான பீரங்கிகளும் அழிக்கப்பட்டன. அவற்றில் பெரும்பாலானவை சோவியத் ராணுவத்திற்கு உதவும் வகையில் நல்ல நிலையில் இருந்தன.

முற்றுகையை விலக்குவதே உத்தமம் என்று ஜெர்மன் ராணுவத்தலைவர் நினைத்தார். அப்போது, சோவியத்திற்கு அனுப்பப்பட்ட ஜெர்மன் ராணுவத்திற்கு முழுப்பொறுப்பு ஏற்றிருந்தவர், பீல்டு மார்ஷல் பிரவுன்சிட்ஸ்ச்.

போர்முனையில் ஜெர்மன் ராணுவத்தினர் சந்திக்கும் சிரமங்களை, ஹிட்லருக்கு எடுத்துச் சொன்னார்.

"ராணுவ அதிகாரிகளாக இருப்பவர்கள், சமையல் செய்யக்கூட லாயக்கு இல்லாத, படிப்பறிவற்ற விவசாயிகளைப் போல நடந்துகொள்கிறார்கள். யுத்தத்தை எப்படி நடத்துவது என்பது எனக்குத் தெரியும்"

ஹிட்லர் காட்டுத்தனமாக கூச்சலிட்டார்.

பீல்டு மார்ஷலுக்கு இது பெருத்த அவமானமாகப் பட்டது. மறுவார்த்தையே பேசவில்லை. டிசம்பர் மாதம் 7 ஆம் தேதி தனது ராஜினாமா கடிதத்தை ஹிட்லரிடம் சமர்ப்பித்தார். ஹிட்லர் மவுனமாக இருந்தார்.

கைப்பற்றும் நகரங்களில் இருந்து மக்களை அடிமைத் தொழிலாளர்களாக பயன்படுத்தியது ஜெர்மன்

அதே தினம், யுத்தத்தின் போக்கை திசைதிருப்பும் வகையில் முக்கியமான சம்பவம் நிகழ்ந்தது.

ஆம். அமெரிக்காவின் பேர்ல் துறைமுகத்தை ஜப்பான் தாக்கி அழித்தது. ஹெய்தி மீதும் தாக்குதல் நடத்தியது.

அதுவரை யுத்தத்தில் நேரடியாக பங்கேற்பதைத் தவிர்த்து வந்தது அமெரிக்கா. தனது ஆயுத விற்பனை, எண்ணெய் விற்பனையில் மட்டுமே அது கவனமாக இருந்தது.

இப்போது பிரிட்டனுடன் இணைந்து ஜப்பானுக்கு எதிராக யுத்தப் பிரகடனத்தை அறிவித்தது.

டிசம்பர் 11 ஆம் தேதி ஜெர்மனியும் அமெரிக்காவுக்கு எதிராக போர்ப் பிரகடனம் செய்தது. ஜப்பான் ஜெர்மனி அணியில் இணைந்தது.

இந்நிலையில், டிசம்பர் 17 ஆம் தேதி போர்முனைக்கு வந்தார் கோயபல்ஸ்.

“இப்போதிருந்து நமது தலைவரே, ராணுவத்தின் தலைமைத் தளபதியாக பொறுப்பேற்கிறார். புதிய சகாப்தம் தொடங்கிவிட்டது. வெற்றிகரமான முடிவை அவர் நம்மை வழிநடத்துவார்”

கர்ஜித்தார் கோயபல்ஸ்.

ரஷ்யாமீது படையெடுத்து தோல்வியடைந்திருந்த நெப்போலியனின் படைத்தலைவர்கள் எழுதியிருந்த போர்த் தந்திரங்களை அப்போது படித்திருந்தார் ஹிட்லர். எனவே, சோவியத்தை வெற்றிகொள்வதற்கு மேலும் மேலும் ஏராளமான வீரர்களைக் குவிப்பதுதான் சிறந்த வழி என்று அவர் முடிவு செய்திருந்தார்.

1942 தொடக்கத்தில் உலக யுத்தம் விரிவடைந்திருந்தது.

வட ஆப்பிரிக்காவில் இத்தாலி ராணுவத்திற்கு எதிராக ரோம்மல் என்ற தளபதி தலைமையில் பெரும்படையை அனுப்பினார்.

சோவியத் செஞ்சேனையின் தாக்குதலை சமாளிக்க புதிய திட்டங்களை வகுத்தார்.

ஜெர்மனியின் நோக்கம் ஸ்டாலினுக்கு புரியவில்லை. மாஸ்கோவைத்தான் தாக்கப் போகிறார் என்று ஸ்டாலின் நினைத்தார். மொத்த ராணுவத்தில் 50 சதவீதத்தை மாஸ்கோவுக்கு அனுப்பினார். 10 சதவீத ராணுவத்தை மட்டுமே தெற்கு பகுதிக்கு அனுப்பியிருந்தார்.

ஆனால், ஹிட்லரின் நோக்கம் காகஸஸ் பிரதேசத்தில் உள்ள எண்ணெய் வயல்களை கைப்பற்றுவதுதான். அதைக் கைப்பற்றிவிட்டால் யுத்தத்தின் போக்கு தனக்கு சாதகமாக மாறிவிடும் என்று நினைத்திருந்தார்.

மொத்தம் 72 டிவிஷன்களாக பிரித்து தெற்கு பகுதிக்கு அனுப்பினார் ஹிட்லர்.

மே மாதம் கர்கோவ் நகரைக் கைப்பற்றியது ஜெர்மன்படை.. 70 ஆயிரம் செஞ்சேனை வீரர்களை கொன்று குவித்தது. 2 லட்சம் பேரை சிறைப்பிடித்தது. 22 ஆயிரம் வீரர்கள் மட்டுமே தப்ப முடிந்தது.

ஆபரேஷன் புளூ என்ற பேரில் வோல்கா நதியைக் கடந்து உக்ரைனை கைப்பற்றுங்கள் என்று உத்தரவிட்டார் ஹிட்லர். படைபலம் குறைந்திருந்த அந்தப் பிரதேசத்தில் ஜெர்மன் படைப்பிரிவுகள் எளிதாக முன்னேறின. எல்லாப்பக்கமும் தெற்குமுனையில் செஞ்சேனை பின்வாங்க நேர்ந்தது.

ஸ்டாலின்கிராட் நகரைக் கைப்பற்றுங்கள். காகஸஸ் எண்ணெய் வயல்களை ஆக்கிரமியுங்கள் என்றார் ஹிட்லர். சோவியத் ராணுவத்தின் எதிர்ப்பு குறைந்திருந்ததால், ஜெர்மன் ராணுவம் அதிவேகமாக முன்னேறியது.

ஜூலை மாதம் ரோஸ்டோவ் நகரைக் கைப்பற்றிய ஜெர்மானி படைகள், காகஸஸ் மலையின் அடிவாரத்தை நோக்கி ஆகஸ்ட்டில் முன்னேறின. தெற்கு பிரதேசத்தில் 300 மைல் தூரம் வரை ஜெர்மன் வசம் விழுந்துவிட்டது.

ஸ்டாலின்கிராட் நகரம் அடுத்த குறி.

டான் நதியை கடந்தது ஜெர்மன்படை. ஸ்டாலின்கிராடை நோக்கி முன்னேறியது. ஸ்டாலினுக்கு புரிந்துவிட்டது. காகஸஸ் எண்ணெய் வயல்களைக் கைப்பற்றுவதுதான் அவற்றின் நோக்கம் என்பது தெரிந்ததும், தளபதி சுகோவ் தலைமையில் பெரிய படைப்பிரிவை அனுப்பினார் ஸ்டாலின்.

அந்தச் சமயத்தில் முதன்முறையாக ஐரோப்பா முழுவதும் முக்கியமான இடங்களில் அமெரிக்க விமானப்படை பயங்கரமான குண்டுவீச்சை நடத்தியது.

சில நாட்களுக்கு முன்தான் அமெரிக்கப் படை இங்கிலாந்துக்கு வந்து சேர்ந்திருந்தது.

இந்தத் தாக்குதலை எதிர்பார்க்காத ஹிட்லர், ஸ்டாலின்கிராட்

மீது கொடூரமான விமானப்படை தாக்குதலை நடத்தினார். இதில் 40 ஆயிரம் அப்பாவிப் பொதுமக்கள் உயிரிழந்தனர். நகரின் பெரும்பகுதி நாசமடைந்தது.

ஆனாலும், ஜெர்மன் ராணுவம் கடுமையான தாக்குதலை எதிர்கொள்ள வேண்டியிருந்தது. செப்டம்பர் மாதம் ஸ்டாலின்கிராட் நகரை முற்றுகையிட்டது. சுகோவ் தலைமையிலான ராணுவம் வந்து சேர்ந்ததும் போர் உக்கிரமடைந்தது. ஜெர்மன் படையை நகருக்குள் நுழைய செஞ்சேனை அனுமதித்தது.

அப்படி நுழைந்த ஜெர்மன் படையை செஞ்சேனை வீரரகளுடன் சேர்ந்து ஸ்டாலின்கிராட் மக்களும் தாக்கத் தொடங்கினர்.

ஜெர்மன் வீரர்கள் எதிர்பார்க்கவில்லை. துப்பாக்கிகளுக்கு அஞ்சாமல், கிடைத்த ஆயுதங்களுடன் வீதியில் இறங்கிய சோவியத் மக்கள், ஜெர்மன் படை வீரர்களை சவட்டி எடுத்தனர். இரண்டாம் உலக யுத்தத்தில் இந்த வீதிச்சண்டைக்கு தனி இடம் உண்டு.

ஸ்டாலின்கிராட் முற்றுகையை கைவிடலாம் என்று ஹிட்லரிடம் சொன்னபோது, அங்கேயே இருக்கும்படி அவர் உத்தரவிட்டார். அதேசமயம், காகஸஸ் எண்ணெய் வயல்களை நோக்கி முன்னேறும்படி மற்ற பிரிவினரை முடுக்கினார்.

அவர்கள் வெறுத்துப் போகுமளவுக்கு செஞ்சேனை ஒரு தந்திரம் செய்தது. காகஸஸ் எண்ணெய் வயல்களில் இருந்த எண்ணெய் உற்பத்தி வசதிகள் அனைத்தையும் செஞ்சேனையே அழித்துவிட்டது. காகஸஸ் மலைத் தொடரின் தெற்கு பக்கம் உள்ள எண்ணெய் வயல்கள் மட்டுமே மிச்சம்.

அதை அடைய வேண்டுமானால், காகஸஸ் மலையைக் கடக்க வேண்டும். ஜெர்மன் படையின் மலைப்பகுதி பிரிவு அதற்கான திட்டங்களை வகுத்துக் கொண்டிருந்தபோது, அக்டோபர் குளிர் தொடங்கிவிட்டது.

அவர்கள் அங்கு அடிவாங்கிய நிலையில், ஸ்டாலின் கிராட் நகரை முற்றுகையிட்டிருந்த ஜெர்மன் ராணுவத்தை, நகருக்கு வெளியிலிருந்த வந்த செஞ்சேனை சுற்றிவளைத்தது. அவர்களுக்கு ஓட இடமில்லை. நகருக்குள்ளும் ஆபத்து. வெளியிலும் ஆபத்து.

வேறுவழியில்லை. சரணடையலாம் என்றால், கூடாது என்கிறார் ஹிட்லர். ஒருவர்கூட நகரக்கூடாது. கடைசிவரை சண்டையிடுங்கள். உங்களுக்குத் தேவையான ஆயுதங்களும், உணவும் விமானப்படை கொண்டுவரும் என்றார்.

ஆனால், தேவைக்கு மிகமிக குறைவாகவே ஆயுதங்கள் வந்தன.

3 லட்சம் வீரர்களில், 91 ஆயிரம் பேர் தவிர மற்றவர்கள் கொல்லப்பட்டனர். மிச்சமிருநந்தவர்கள் சிறைப்பிடிக் கப்பட்டனர்.

ஒன்றரை ஆண்டு யுத்தத்தில் இருதரப்பிலும் 20 லட்சம் பேர் உயிரிழந்திருந்தனர். ஜெர்மன் படையினர் 8 லட்சத்து 50 ஆயிரம் பேரும், சோவியத் வீரர்கள் 7 லட்சத்து 50 ஆயிரம் பேரும் மடிந்தனர். அவர்கள் தவிர 4 லட்சம் பேர் பொதுமக்கள்.

இதுதான் ஹிட்லரின் மிகப்பெரிய தோல்வி. ஸ்டாலின்கிராட் நகரில் ஜெர்மன் படை சரணடைந்தது. காகஸஸ் பிரதேசத்திலிருந்தும் வாபஸ்பெற்றுக் கொண்டது.

இந்தச் சமயத்திலேயே ஹிட்லரின் அழிவுகாலம் தொடங்கிவிட்டது. வட ஆப்பிரிக்காவில் ரோம்மல் தலைமையிலான படைகள் தொடர்ந்து பின் வாங்கின. நாஜிப்படையின் முக்கியமான தளபதிகளில் ஒருவரான ஹெய்ட்ரிச் மீது யூகோஸ்லாவியாவில் கொலைமுயற்சி மேற்கொள்ளப்பட்டது. அதில் படுகாயமடைந்த அவர் சில தினங்களில் உயிரிழந்தார்.

இவர்தான் ஐரோப்பா முழுவதும் பல்வேறு இடங்களில் அமைக்கப்பட்டிருந்த சித்திரவதை மற்றும் படுகொலை முகாம்களில் அடைக்கப்பட்டிருந்த யூதர்களுக்கு இறுதித் தீர்ப்பு அளிக்கும் வேலைக்கு நியமிக்கப்பட்டிருந்தவர்.

சமாதான உடன்படிக்கைக்கு ஹிட்லர் துரோகம் இழைப்பார் என்று கடைசிவரை நம்பவில்லை தோழர் ஸ்டாலின்

"விரும்புவதை கொடுப்போம்"

"அவர்கள் பூண்டோடு அழிக்கும் யுத்தத்தை விரும்புகிறார்கள். அவர்கள் விரும்புவதை நாம் கொடுப்போம்"

முழங்கினார் ஸ்டாலின்.

1943ல் தொடங்கியது செஞ்சேனையின் மாபெரும் தேசபக்தப் போர்.

ஆண்கள் பெண்கள் என்று வித்தியாசம் இல்லாமல், ஜெர்மனைத் துரத்தும் படை அணிகளில் சோவியத் மக்கள் அனைவரும் பங்கேற்க முன்வந்தனர்.

எல்லா முனைகளிலும் அனல் பறந்தது யுத்தம். ஜெர்மன் ராணுவத்திடம் சிக்கிய கர்கோவ், குர்ஸ்க், கீவ் என அனைத்து நகரங்களையும் மீட்டது செஞ்சேனை.

1943 நவம்பரில் அமெரிக்க அதிபர் ரூஸ்வெல்ட், பிரிட்டிஷ் பிரதமர் சர்ச்சில், சோவியத் ஜனாதிபதி ஸ்டாலின் ஆகியோர் ஈரான் தலைநகர் டெஹ்ரானில் சந்தித்துப் பேசினர்.

நிபந்தனையில்லாமல் ஜெர்மனி சரணடையும்வரை யுத்தம் தொடரும் என்று அறிவித்தனர்.

ஆதனூர் சோழன் ○ 205

டிசம்பர் மாதம் கிறிஸ்துமஸ் தினத்தில், உக்ரேனிய போர் முனையி லிருந்து சோவியத் செஞ்சேனை தனது தாக்குதலைத் தொடங்கியது. மளமளவென்று பின்வாங்கியது ஜெர்மன்படை. போலந்தை நோக்கி முன்னேறியது சோவியத்.

1944 ஜனவரி 24 ஆம் தேதி 900 நாட்கள் வரை முற்றுகையை வெற்றி கரமாகச் சமாளித்த லெனின்கிராட் நகரம் மீட்கப்பட்டது. அங்கு முற்றுகையிட்டிருந்த ஜெர்மன் வீரர் களில் பெரும்பகுதியினர் உயிரிழந் தனர். மிகச் சொற்ப எண்ணிக்கையில் மிஞ்சியவர்கள் தப்பி ஓடினர். ஆனால், அவர்கள் தங்களுடைய கனரக பீரங்கிகளை விட்டுவிட்டு செல்ல வேண்டிய தாயிற்று.

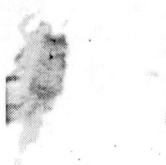

உயிரைத் துச்சமென நினைத்து, தங்கள் மண்ணைக் காப்பாற்றுவதற் காக, பட்டினியால் இறந்த லெனின் கிராட் மக்களின் எண் ணிக்கை 40 ஆயிரம் என்று மதிப் பிடப்பட்டது.

ஓடுகிறவர்களை விரட்டிய சோவியத் வீரர்கள், ருமேனியாவைக் கைப்பற்றும் நடவடிக்கையில் இறங் கினர். ஏப்ரல்வரை அது தாக்குப் பிடித்தது. பின்னர் சோவியத் கட்டுப் பாட்டில் வந்தது. ஹங்கேரியைக் கைப் பற்றிவிட்டால், ஜெர்மனியின் கூட்டுப்படைகள் வலிமையைக் குறைத்துவிடலாம் என்று சோவியத் திட்டமிட்டது. ஏற்கெனவே ஹங்கேரி அதிபருக்கு ஹிட்லரின் யுத்தவெறி வெறுப்பை ஏற்படுத்தி இருந்தது. மார்ச் மாதம் ஹங்கேரியும் வீழ்ந்தது.

முன்னதாக பிப்ரவரியிலேயே, பின்லாந்து சோவியத்துடன் உடன்படிக்கைக்கு வந்தது. ஆனால், சில நிபந்தனைகளை ஏற்க

ஜெர்மன் ராணுவத்தை கதிகலங்கடித்த
சோவியத் ராணுவத்தின் பாராசூட் படையினர்

அது மறுத்தது. இதையடுத்து பின்லாந்து மீது போர் தொடுக்கப்பட்டது. ஜீூன் மாதம் பின்லாந்தையும சோவியத் படைகள் கைப்பற்றின.

இந்த இடத்தில் ஹிட்லரைக் கொல்ல அவரது சகாக்கள்

நடத்திய பயங்கர சதியை அறிந்து கொள்வது உபயோகமாக இருக்கும்.

1938ல் போலந்து மீது போர் தொடுத்தபோதே ஜெர்மன் ராணுவத்தில் இடம்பெற்றிருந்த, மன்னராட்சி காலத்து ராணுவத் தலைவர்கள், ஹிட்லரின் போர்வெறியை எதிர்த்தனர். அவருடைய முடிவுகள் இன்னொரு உலக யுத்தத்திற்கு வழிவகுக்கும் என்று கருதினார்கள்.

அப்போதிருந்தே, ஹிட்லருக்கு எதிராக சதித்திட்டங்கள் தீட்டப்பட்டன. தொடக்கத்தில் அவருடன் நட்பாக இருந்தவர்கள் பலர், அதிருப்தியடைந்திருந்த மக்கள் குழுக்களின் உதவியுடன் ராணுவப்புரட்சிக்கு திட்டமிட்டனர்.

அவர்களையெல்லாம் ஹிட்லர் அழித்துவிட்டார்.

முழு அதிகாரமும் அவர் கையில் வந்தவுடன் மிகவும் பயந்து போயிருந்தார். யாரையும் நம்புவதற்கு தயங்கினார்.

ஒரு இடத்தில் கூட்டம் என்பார். கடைசி நேரத்தில் வேறொரு இடத்திற்கு கூட்டத்தை மாற்றுவார். ஒரு இடத்திற்கு ரயிலில் போவதாக அறிவிப்பார். ஆனால், திடீரென்று வேறு இடத்திற்கு காரில் போவார். இரவு முழுவதும் வேலை பார்ப்பார். காலை 4 மணிவரை வேலை செய்துவிட்டு படுப்பார். பிற்பகல்வரை தூங்குவார்.

பெர்லினில் உள்ள பிரதமர் இல்லத்தின் கீழ் பகுதியில் விசாலமான அறைகளைக் கட்டும்படி உத்தரவிட்டார். அங்குதான் அவர் தங்கியிருப்பார். பலத்த காவல் இருக்கும். யாரும் உடனடியாக அவரைப் பார்த்துவிட முடியாது.

ஈவா பிரவுனும் டாக்டர்களும் மட்டும்தான் எந்த நேரத்திலும் அவரை பார்க்க முடியும்.

1942ல் யூதர்கள் அனைவரும் மஞ்சள் நிற நட்சத்திர சின்னத்தை அணியும்படி உத்தரவிடப்பட்டது. அதைத் தொடர்ந்து குழந்தைகள் உள்பட அனைவரும் அடையாளம் காணப்பட்டு கைது செய்யப்பட்டனர். அவர்கள் ஐரோப்பாவின் பல இடங்களில் அமைக்கப்பட்ட சித்திரவதை முகாம்களில் அடைக்கப்பட்டனர். அவர்களை என்ன செய்வது என்ற கேள்விக்கு தீர்வு காணும்படி, எஸ்எஸ் என்று அழைக்கப்பட்ட நாஜி இளைஞர் பிரிவுத்தலைவர் ஹெய்ட்ரிச்சுக்கு ஜெர்மன் நாடாளுமன்றக் குழுத்தலைவராக பொறுப்பு வகித்த கோயரிங்

சாத்தானாக மாறிவிட்ட ஹிட்லருக்கு முடிவுகட்ட கூடிய சர்ச்சில், ரூஸ்வெல்ட், ஸ்டாலின்

உத்தரவிட்டார்.

அப்போது, தொடங்கியது யூதப்படுகொலைகள். வரிசையாக எல்லா முகாம்களுக்கும் சென்ற ஹெய்ட்ரிச், செக்கோஸ்லாவாகிய முகாமுக்கு சென்றார். தலைநகர் பிரேக்கிற்கு திறந்த மெர்சிடெஸ் காரில் சென்றபோது அவர் மீது குண்டுவீசப்பட்டது. படுகாயமடைந்த அவர் 6 நாட்களில் உயிரிழந்தார்.

இதுவும்கூட ஜெர்மன் ராணுவத்தில் இடம்பெற்றிருந்த அதிருப்தியாளர்களின் சதிதான் என்பது தெரியவந்தது.

இந்நிலையில், 1943 ஆம் ஆண்டு சோவியத் உள்பட ஜெர்மன் படைகள் போர்புரிந்த பல யுத்தமுனைகளிலும் தோல்வியைச் சந்திக்கத் தொடங்கியது. உலகின் மிகப்பெரிய வல்லரசுகள் தங்கள் முழு பலத்தையும் திரட்டி, தாக்குதலைத் தீவிரப்படுத்தின. ஜெர்மன் முற்றாக அழிக்கப்படும் நிலை நெருங்குவதை ராணுவத்தலைவர்கள் அனுமானித்தனர். ஹிட்லரைக் கொல்வதைத் தவிர வேறு வழியில்லை என்று முடிவு செய்தனர்.

ஏற்கெனவே, எட்டுமுறை அவரைக் கொல்வதற்கு மேற்கொண்ட சதிகள் முறியடிக்கப்பட்டுள்ளன. கடைசி

இவ்வளவு மோசமான குண்டு வெடிப்பிலும்
உயிர் தப்பினார் ஹிட்லர்

முறையாக மிகக் கவனமான திட்டம் ஒன்றைத் தீட்டினர். வட ஆப்பிரிக்காவில் ஜெர்மன் படைகளுக்குத் தலைமை தாங்கி நடத்திவந்த ரோமெல்லும் இந்தச் சதிக்குழுவில் இடம் பெற்றிருந்தார். இந்தத் திட்டத்தை நிறைவேற்றும் பொறுப்பு ஸ்டாபென்பெர்க் என்பவரிடம் ஒப்படைக்கப்பட்டது. அவர் மன்னராட்சி ஆதரவாளர். ஜெர்மன் மீது பற்றுக் கொண்ட கத்தோலிக்க கிறிஸ்தவர்.

திட்டத்தை நிறைவேற்ற வேண்டுமானால், ஹிட்லரின் அந்தரங்க வட்டத்தில் இடம்பிடிக்க வேண்டும். அப்படி இடம்பிடித்தால்தான் அவரை நெருங்க முடியும்.

ரோம்மெல்லின் உதவியுடன்தான், ஹிட்லரின் உள்வட்டத்தில் ஸ்டாபென்பெர்க் இடம்பிடித்தார். முக்கிய தகவல்களை குறிப்பிட்ட இடங்களுக்கு கொண்டு செல்லும் பணி ஒப்படைக்கப்பட்டது.

எனவே, அந்தரங்கக் கூட்டங்களில் பார்வையாளராக இருக்க அனுமதி அளிக்கப்பட்டது.

1943 நவம்பரில் ஒரு கூட்டத்திற்கு ஏற்பாடு செய்யப்பட்டது. அதிலேயே சதியை நிறைவேற்றுவது என்று திட்டமிடப்பட்டது. ஆனால், கடைசி நிமிடத்தில் அந்தக் கூட்டம் ரத்து

குண்டுவெடிப்பில் உயிர்தப்பிய
ஹிட்லரின் பேண்ட்
நாசமடைந்திருப்பதை காட்டும்
ஜெர்மன் பாதுகாப்பு அதிகாரி

செய்யப்பட்டது. அதன்பிறகு, 1944 ஜீூலை 20 ஆம் தேதிதான் மீண்டும் ஹிட்லரின் கூட்டத்தில் பங்கேற்கும் வாய்ப்பு அவருக்கு வாய்த்தது.

கிழக்கு பிரஷ்யாவில் உள்ள ராணுவத் தலைமயகத்தில் இந்தக் கூட்டம் ஏற்பாடு செய்யப்பட்டிருந்தது. அதை வொல்ப்சான்செஸ் என்று அழைத்தனர்.

ரோம்மெல் யுத்தத்தில் படுகாயமடைந்திருந்ததால் அவர் வரமுடியவில்லை.

ஸ்டாபென்பெர்க்கும் அவருடைய சதிக்கூட்டத்தில் இடம்பெற்றிருந்த ஸ்டீவ், வான் ஹாபென் ஆகியோரும் காலை 9 மணிக்கு விமானத்தில் வந்து சேர்ந்தனர்.

1943 ஜீூலை மாதம் முசோலினியை கைது செய்த இத்தாலி ராணுவத்தலைவர் பியட்ரோ படோக்லியோ ஆட்சிப் பொறுப்பை ஏற்றார். செப்டம்பர் 8 ஆம் தேதி கூட்டுப்படை யிடம் இத்தாலி சரணடைந்திருந்தது. 11 ஆம் தேதி ரோம் நகரை ஜெர்மன் படை கைப்பற்றியது. முசோலினியை விடுவித்தது. உடனே மீண்டும் அவர் தனது பாசிச அரசை நிறுவினார்.

பிரிட்டிஷ் கூட்டுப்படைகள் நார்மண்டிக்கு வந்து ஐந்து வாரங்கள் ஆகியிருந்தன.

ஜெர்மன் நகரங்கள் அனைத்தும் இரவு பகல் எந்நேரமும் சரமாரியான குண்டுவீச்சைச் சந்திக்க வேண்டியிருந்தது. 1944

மார்ச் மாதத்தில் ஹாம்பர்க் நகரில் மட்டும் 3 ஆயிரம் டன் குண்டுகளை பிரிட்டிஷ் விமானங்கள் வீசியிருந்தன.

20 லட்சம் ஜெர்மானியர்கள் வீடுகளை இழந்து பட்டினியில் செத்துக் கொண்டிருந்தனர். இப்போது, ஜெர்மன் ராணுவ விஞ்ஞானிகள் கண்டுபிடித்திருந்த, ராக்கெட் குண்டுகளைத்தான் ஹிட்லர் நம்பியிருந்தார். அவற்றை லண்டன் மீது முதலில் ஏவி சோதனை நடத்தியிருந்தார்.

இத்தகைய சூழலில்தான் ஹிட்லர் தனது ரகசியக் கூட்டத்தைக் கூட்டியிருந்தார். ஸ்டாபென்பெர்க் தனது கூட்டாளிகளுடன் வந்து இறங்கி நேராக கூட்டம் நடக்கும் இடத்திற்கு போனார்.

கூட்டம் நடக்கும் இடத்தில் வைக்க வேண்டிய குண்டு சிறிய தோல்பையில் வான் ஹாபெனிடம் இருந்தது.

இந்த குண்டின் இருபுறமும் லேசாக முடுக்கிவிட்டால், வெடிக்க வேண்டிய நேரம் தொடங்கிவிடும்.

ஹிட்லரின் பதுங்கு மாளிகையின் மேப் அறையில் கூட்டம் தொடங்கியது. பிற்பகல் நடைபெறும் என்று அறிவிக்கப்பட்டிருந்த கூட்டம் 12.30 மணிக்கே ஆரம்பமாகியது.

பிற்பகல் இரண்டரை மணிக்கு முசோலினி பெர்லின் வருவதாக இருந்ததால், அவரை வரவேற்கச் செல்வதற்காக ஹிட்லர் தயாராக வேண்டியிருந்தது. ஜெர்மனியின் தலைமை ராணுவ தளபதி கேய்டல், தளபதி புஹ்லே, துணைத்தளபதி வான் தாடென் ஆகியோர் கூட்டத்திற்கு வந்திருந்தனர்.

ஸ்டாபென்பெர்க்கிற்கு கையும் ஓடவில்லை. காலும் ஓடவில்லை.

பக்கத்திலிருந்த டாய்லெட்டிற்குள் லெதர் பிரீப்கேஸை எடுத்துக் கொண்டு ஓடினார். தன்னிடம் இருந்த சிறிய பிளையரால் குண்டின் இருபக்கமும் லேசாக முடுக்கினார்.

பிறகு மெதுவாக கூட்டம் நடக்கும் அறைக்குள் வந்து ஹிட்லருக்கு அருகே ஆறு அடி தூரத்தில் நின்றார். கால்மணி நேரத்தில் அது வெடித்துவிடக் கூடும்.

அது ஒரு மிகப்பெரிய மேஜை. உலக வரைபடம் மிகத்துல்லியமாக வரையப்பட்டு அதன் மீது இருந்தது.

ஜெர்மன் படைகளின் தற்போதைய நிலவரம் குறித்து தளபதிகள் விளக்கம் அளித்துக் கொண்டிருந்தனர்.

“ஜெர்மனியை கடவுள்தான் காப்பாற்ற வேண்டும்” என்றார் ஸ்டாபென்பெர்க்

மேஜயை ஒட்டி தனது காலடியில் லெதர் பிரீப்கேஸை வைத்தார் ஸ்டாபென்பெர்க்.

ஐந்து நிமிடங்கள் கவனமாக இருப்பதாக காட்டிக்கொண்டார்.

“மன்னிக்க வேண்டும். பெர்லினிலிருந்து அவசரமான தொலைபேசி அழைப்பை எதிர்பார்த்திருக்கிறேன்” என்று சொல்லிவிட்டு அறைக்கு வெளியே வந்தார்.

12.43 மணிக்கு பலத்த சப்தத்துடன் குண்டுவெடித்தது. ஸ்டாபென்பெர்க், வான் ஹாபெனை அழைத்துக் கொண்டு வெளியேறினார். விமானம் நிற்கும் இடத்திற்கு விரைந்தார். அப்போது, பாதுகாவலர்கள் அவர்களை இடைமறித்தனர்.

“தலைவரை கொல்வதற்கு இன்னொரு முயற்சி நடைபெற்றுள்ளது. நல்லவேளை அவர் தப்பிவிட்டார். நான் அவருடைய அவசரமான கட்டளையை பெர்லினுக்கு எடுத்துச் செல்கிறேன்”

வான் ஹாபெனுடன் பெர்லின் வந்ததும், தளபதி ப்ரோமிடம் பேசினார் ஸ்டாபென்பெர்க்.

“ஹிட்லர் இறந்துவிட்டார். உயிரற்ற அவரது உடலை நான் பார்த்தேன். அதிகாரத்தை கைப்பற்றும் நடவடிக்கையை தொடங்கலாம்”

ஆனால், ப்ரோம் அவசரப்படவில்லை.

“உறுதியான தகவல் வந்ததும் பார்த்துக் கொள்ளலாம். நீங்கள் உங்களைக் கட்டுப்படுத்திக் கொள்ளுங்கள்”

2.30 மணி. வொல்ப்சான்செஸ் ரயில் நிலையத்தில், சீருடையுடன் வந்து நின்று, முசோலினியை வரவேற்றார் ஹிட்லர். ஹிட்லரின் வலதுகை காயமடைந்து இருந்தது. அதை தூக்கி கட்டியிருந்தார்.

"இப்படியொரு பயங்கரமான தாக்குதலில் இருந்து நீங்கள் தப்பியது அதிர்ஷ்டம்தான்."

என்றார் முசோலினி.

"ஐரோப்பாவையும், உலகையும் காப்பாற்றுவதற்கு கடவுளால் அனுப்பப்பட்டவன் நான் என்பது இதிலிருந்தே உறுதிப்படுகிறது இல்லையா?"

என்று புன்னகைத்தார் ஹிட்லர்.

ஹிட்லர் செத்துவிட்டார் என்ற தகவல் பரவிவிட்டது. அதை பொய் என்று நிரூபிக்க கோயபல்ஸ் படாதபாடு பட்டார்.

கொஞ்ச நேரத்தில் ஹிட்லரே ரேடியோவில் பேசினார். அப்போது அவரது குரல் கொஞ்சம் கம்மியிருந்தது. ஆனால் ஹிட்லர்தான் பேசுகிறார் என்பதை எல்லோரும் நம்பத் தொடங்கினர்.

அடுத்தநாள், ஸ்டாபென்பெர்க், வான் ஹாபென், ஸ்டீவ் ஆகியோர் தளபதி ப்ரோம் முன்னிலையில் கொண்டுவந்து நிறுத்தப்பட்டனர். அவர்கள் அனைவரும் கொல்லப்பட வேண்டும் என்பது ராணுவ நீதிமன்றத்தின் தீர்ப்பு.

ஸ்டாபென்பெர்க் சாவதற்கு முன் சொன்ன வார்த்தைகள்...

"ஜெர்மனியை கடவுள்தான் காப்பாற்ற வேண்டும்"

இந்தச் சம்பவத்தில் மட்டும் ஆயிரத்து 700 பேர் கொல்லப்பட்டனர். தளபதி ரோம்மெல் மட்டும், தானே தற்கொலை செய்துகொண்டார்.

ஆணவம் அழிவுக்கு இட்டுச் செல்லும்.

அடுத்து வந்த நாட்கள் ஹிட்லரை மிக வேகமாக அழிவுப்பாதைக்கு இட்டுச் சென்றன. பிரிட்டிஷ் அமெரிக்க கூட்டுப்படைகள் ஐரோப்பாவில் ஜெர்மன் ராணுவம் கைப்பற்றியிருந்த பகுதிகளை அடுத்தடுத்து மீட்டன.

வட ஆப்பிரிக்காவில் எத்தியோப்பியா, துனிஷியா, லிபியா என்று எல்லா நாடுகளிலும் இத்தாலி மற்றும் ஜெர்மன் படைகள் சரணடைந்தன.

வடக்கு முனையில் சோவியத் செஞ்சேனை பால்கன்

நாடுகளில் புகுந்து அவற்றை வரிசையாக விடுவித்தன. தெற்கே, போலந்தை நோக்கி வேகமாக முன்னேறின. அந்த நாட்டில் நிறுத்தப்பட்டிருந்த ஜெர்மன் படைகளுக்கு எதிராக உள்நாட்டு புரட்சி வெடித்தது.

பாரீஸ் நகரில் மாபெரும் எழுச்சி உருவானது. பிரான்சுக்குள் பிரிட்டிஷ் அமெரிக்கக் கூட்டுப்படைகள் நுழைந்தன.

போலந்தைக் கைப்பற்றிய சோவியத் செஞ்சேனை, ஜெர்மனியை நோக்கி முன்னேறியது.

தாங்கள் தோற்கப்போவது நிச்சயம் என்பதை அறிந்ததும், சரணடைந்து விடலாம் என்று ஹிட்லருடன் தொடக்க காலத்தில் இருந்து உதவிய நண்பர்கள் கருத்துத் தெரிவிக்கத் தொடங்கினர்.

எதையும் கேட்கும் நிலையில் ஹிட்லர் இல்லை. ஜெர்மனி அழிந்தால் சேர்ந்து அழிவதுதான் உத்தமம் என்று அவர் கத்தினார்.

போலந்து தலைநகர் வார்ஸாவில் சோவியத் தளபதி சுகோவ் தலைமையிலான படை மீண்டு வர தாமதமாகியது. ஓடர் நதியைக் கடந்து அது பெர்லினை நோக்கி முன்னேற வேண்டும்.

இதற்குள் மற்றொரு தளபதியான கொனேவ் ஓடர் நதியைக் கடந்துவிட்டார்.

கடைசி முயற்சியாக ஜெர்மன் படைகள் உக்கிரமான தாக்குதலை தொடங்கியிருந்தன. அந்தச் சமயத்தில் சோவியத் ஜனாதிபதி ஸ்டாலின், தளபதி கொனேவுக்கு ஒரு தந்தி அனுப்பினார்.

"பெர்லினை நோக்கி முன்னேற வேண்டாம். தளபதி சுகோவ் வார்ஸாவிலிருந்து மீண்டுவர உதவுங்கள்"

கொனேவ் அதன்படி செய்தார்.

பெர்லினைக் கைப்பற்றும் வாய்ப்பை தனக்குத் தரவேண்டும் என்று தளபதி சுகோவ் ஸ்டாலினிடம் உறுதி பெற்றிருந்தார். அதற்காகவே கொனேவுக்கு ஸ்டாலின் இவ்வாறு உத்தரவிட்டார்.

வார்ஸாவை கைப்பற்றியவுடன் தளபதிகள் சுகோவும், கொனேவும் இணைந்து சோவியத் செஞ்சேனையை பெர்லினுக்குள் நுழையும்படி உத்தரவிட்டனர்.

மறுபக்கம் பிரிட்டிஷ் மற்றும் அமெரிக்கக் கூட்டுப்படைகள் ஜெர்மனி எல்லையை நெருங்கிக்கொண்டிருந்தன.

தோல்வி நிச்சயமாகிவிட்டது.

ஜெர்மன் தலைநகருக்குள் புகுந்த சோவியத் செஞ்சேனை நாடாளுமன்றக் கட்டிடத்தில் செங்கொடியை ஏற்றியது

இன்னொருவர் வேண்டாம்

"உங்களிடம் ஆட்சியை ஒப்படைத்தால் என்ன செய்வீர்கள்?"

"வைத்துக் காப்பாற்றுவோம்"

ஜெர்மன் குடிமகனாக இல்லாத ஹிட்லர், ஜெர்மனை ஆட்டிப்படைத்துக் கொண்டிருந்தார். அப்போது, அவரிடம் கேட்ட கேள்வியும், அதற்கு அவர் அளித்த பதிலும்தான் இவை.

ஆட்சி கிடைத்தது. முழுமையான அதிகாரம் கிடைத்தது.

ஜெர்மனியை சர்வ வல்லமைகொண்ட நாடாக மாற்றும் ஆற்றலைப் பெற முடிந்தது. ஆனால், தன்னைத் தவிர யாரும் மேலானவர்கள் இல்லை. உலகம் முழுவதும் தனக்குக் கீழ் மண்டியிட வேண்டும் என்ற பாசிச சிந்தனை, ஹிட்லரை சாத்தானாகவே மாற்றிவிட்டது.

இதோ, பெர்லினில் உள்ள தனது அண்டர்கிரவுண்ட் மாளிகையில் இருக்கிறார் ஹிட்லர். நண்பர்கள் வரிசையாக வந்துகொண்டிருக்கின்றனர்.

அன்று 1945 ஏப்ரல் 20 ஆம் தேதி.

ஹிட்லரின் 56ஆவது பிறந்தநாள்.

பெர்லின் சுற்றிவளைக்கப்படும் நேரம் நெருங்கிக் கொண்டிருந்தது. குண்டுகள் வெடிக்கும் சத்தம் பாதாள அறைகளுக்குள்ளும் கேட்டது. பூமி அதிர்ந்து கொண்டிருந்தது.

மேற்கே ஹனோவர்ஸ பிரன்ஸ்விக், எஸ்ஸென் ஆகிய முக்கிய நகரங்கள் கூட்டுப்படைகளின் கைகளில் விழுந்துவிட்டன.

தெற்கே நியூரம்பெர்க், வியன்னா ஆகிய நகரங்கள் சுற்றிவளைக்கப்பட்டு விட்டன.

சோவியத் தளபதி சுகோவ் தலைமையிலான படை போட்ஸ்டாம் நகர்மீது தாக்குதலைத் தொடங்கியிருந் தது. பெர்லினை நெருங்க 50 மைல் தூரம்தான் இருக் கின்றன.

தனது பிறந்தநாளில் நெருங்கிய நண்பர்களைச் சந்திக்க விரும்பினார் ஹிட்லர். முதலில் பெர்காப் நகருக்குச் செல்வதாகத்தான் முடிவெடுத்திருந்தார்.

வழக்கம்போல, அதை கடைசி நிமிடத்தில் மாற்றினார்.

தலைமையகத்தில் இருந்தே செயல்படுவதுதான் தலைவனுக்கு அழகு என்று நினைத்துவிட்டார்.

உதவித்தலைவர் கோயரிங், உற்ற நண்பன் கோயபல்ஸ், ஹிம்லர், மார்ட்டின் போர்மன், டோயெனிட்ஸ், கெய்டெல், கிரெப்ஸ் என முக்கிய நண்பர்கள் அனைவரும் வந்துவிட்டனர்.

அவர்கள் யாருடைய முகத்திலும் உற்சாகம் இல்லை.

பெர்ச்டெஸ்காடென் வீட்டில்தான் இருக்க வேண்டும் என்ற உத்தரவை மீறி, ஈவா பிரவுனும் பதுங்கு மாளிகைக்கு வந்துவிட்டார்.

எல்லோரும் ஹிட்லருடன் கைகுலுக்கி பிறந்தநாள் வாழ்த்து சொன்னார்கள்.

ஆனால், அவர்களில் பலர் ஹிட்லரின் மரணத்தை எதிர்பார்த்திருந்தனர்.

உயிர்த்துணையாக தொடர்ந்து வந்த ஈவா பிரவுனுடன் ஹிட்லர்

"தலைவரே, நீங்கள் பெர்லினில் இருப்பதை விட, பவேரியாவில் உள்ள பெர்காப் நகர இல்லத்திற்கு போய்விடலாமே"

கோயரிங் உள்ளிட்டோர் யோசனை தெரிவித்தனர்.

"முடியாது. இன்னமும் நான் ஜெர்மனிதான். ஜெர்மனி மடிந்துவிட்டது என்பது உறுதியானால், நானும் மடிவேன். ஜெர்மானிய தாயின் இதயமான பெர்லின் நகரில் மடிவதைக் காட்டிலும் வேறு என்ன பெருமை கிடைத்துவிடப் போகிறது?"

உறுதியாக மறுத்துவிட்டார் ஹிட்லர்.

ஹிட்லரிடம் இருந்த உறுதி கோயரிங், ஹிம்லெர், ரிப்பென்ட்ராப் போன்றோரிடம் இல்லை. அவர்கள் தங்கள் உயிரைக் காப்பாற்றிக் கொண்டு, எதிர்கால ஜெர்மன் அரசுக்கு தலைமையேற்க வேண்டும் என்று திட்டமிட்டனர்.

போர்மனும் கோயபல்சும் மட்டுமே ஹிட்லருக்கு மிக நம்பிக்கையான நண்பர்களாக நீடித்திருந்தனர். பெர்லின் மீது சோவியத் குண்டு வீசியதில் கோயபல்ஸ் வீட்டின் ஒரு பகுதி சேதமடைந்தது.

உடனே, கோயபல்ஸ் அவரது மனைவி மற்றும் 6 குழந்தைகளுடன் பாதாள மாளிகைக்கு வந்து தங்குவதற்கு ஹிட்லர் அனுமதி அளித்தார்.

போர்மனுக்கும் அதேபோல அழைப்பு விடுத்தார். ஆனால் அவர் மறுத்துவிட்டார்.

ஏப்ரல் 22 ஆம் தேதி. பெர்லின் வீழப்போகிறது என்பதை ஹிட்லர் உணர்ந்துவிட்டார். பெர்லினைக் கைப்பற்றுவது நிச்சயமாகிவிட்டது.

அந்தச் சமயத்தில்கூட கோயரிங்கும் ஹிம்லரும் ஆட்சியைக் கைப்பற்றி சரணடைய ஏற்பாடு செய்வதை ஹிட்லர் அறிந்தார்.

உடனே, தனது உதவித் தலைவர் என்ற சட்டபூர்வ அங்கீகாரம் ரத்து செய்யப்படுவதாக அறிவித்தார். போர்மன் அந்த பதவியில் அமர்த்தப்பட்டார்.

ஸ்வீடன் தூதரகத்திற்கு ஓடிய ஹிம்லர், ஜெர்மன் ராணுவம் சரணடையத் தயாராக இருக்கிறது என்று கூறினார். சோவியத் அரசு அதை ஏற்க மறுத்தது. இந்தச் செய்தி வானொலி மூலம் உலகம் முழுவதும் ஒலிபரப்பானது.

அடுத்த வினாடி, ஹிட்லர் அதிர்ந்தார். ஹிம்லர் ஒரு துரோகி

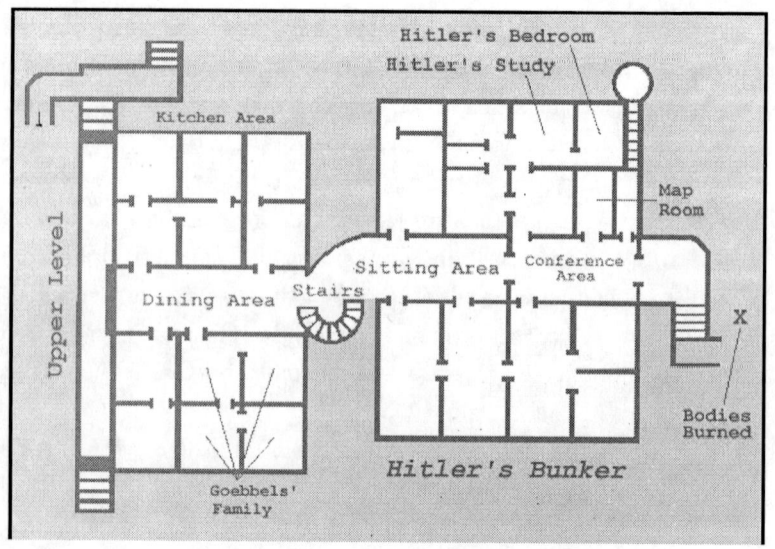

ஹிட்லரின் பாதாள மாளிகை தோற்றம்

என்று கத்தினார். மியூனிக் நகரிலிருந்த தனது நம்பிக்கைக் குரிய தளபதிகளில் ஒருவரான வான் கிரெய்மை அழைத் தார்.

ஹிம்லரின் பொறுப்புகள் அவரிடம் ஒப்படைக்கப்பட்டன. ஜெர்மன் ராணுவத்துக்கும் ஹிம்லருக்கும் எவ்வித சம்பந்தமும் இல்லை என்று அறிவித்தார்.

பெர்லினுக்குள் புகுந்தது சோவியத் செஞ்சேனை.

எதிர்த்து நின்ற ஜெர்மன் ராணுவத்தினர் யாரும் சரணடையும் விருப்பம் இல்லாதவர்களாக கடும் சண்டையில் ஈடுபட்டனர்.

அவ்வளவு பேரும் நாஜி இளைஞர் அணியில் மூளைச்சலவை செய்யப்பட்டவர்கள். வெற்றி அல்லது மரணம் என்ற வெறி ஊட்டப்பட்டவர்கள்.

யாரையும் சிறைப்பிடிக்க முடியவில்லை.

தெருத் தெருவுக்கு சண்டை. வீட்டு வீட்டுக்கு சண்டை. வீதிகள் தோறும் பிணக்காடு. இன்னும் அரை மைல் தூரம்தான் பாக்கி.

சோவியத் வீரர்கள் 3 லட்சத்து 60 ஆயிரம் பேர் உயிரிழந்தனர். ஜெர்மன் படையினர் 4 லட்சத்து 50 ஆயிரம்

ஈவா பிரவுனை திருமணம் செய்த பின் ஹிட்லர் தற்கொலை செய்துகொண்ட பாதாள அறை

பேர் கொல்லப்பட்டனர்.

பெர்லினை யார் பிடிப்பது என்ற போட்டியில் சோவியத் செஞ்சேனை வெற்றி பெற்றது. பெர்லின் நாடாளுமன்றத்தில் செங்கொடி ஏற்றப்பட்டது.

சோவியத் மீது மட்டும் ஹிட்லர் போர் தொடுக்காமல் இருந்திருந்தால் யுத்தத்தின் போக்கே திசை மாறியிருக்கும் என்பது மட்டும் நிச்சயம்.

ஏப்ரல் 29 ஆம் தேதி இரவு. அல்லது 30 ஆம் தேதி அதிகாலை 2.30 மணி.

அருகில் உள்ள அறையிலிருந்த நண்பன் கோயபல்ஸை அழைத்தார் ஹிட்லர். தனது அந்தரங்கச் செயலாளர் ப்ரா ஜூங்கேவிடம் இரண்டு முக்கிய ஆவணங்களை டிக்டேட் செய்தார்.

ஒன்று அவருடைய உயில். இன்னொன்று அரசியல் ஏற்பாடு.

உயிலை நிறைவேற்றும் பொறுப்பு மார்ட்டின் போர்மனுக்கு

ஜெர்மன் ராணுவம் சரணடைந்தது. யுத்தம் முடிவுக்கு வந்தது

தரப்பட்டது.

அரசியல் நடவடிக்கைகளை நிறைவேற்றும் பொறுப்பு யாரும் எதிர்பார்க்காத அளவில், கடற்படை தளபதி டோயெனிட்சுக்கு வழங்கப்பட்டது. அவரை தனது வாரிசாக நியமித்தார் ஹிட்லர்.

ஹிட்லரின் உயிலில் இருந்தது என்ன?

தனது சொத்துக்கள் அனைத்தும் கட்சிக்கு சேர வேண்டும். எல்லாம் முடிந்தது.

ஈவா பிரவுனின் ஆசை, ஹிட்லரின் மனைவியாக வேண்டும் என்பது.

அதை நிறைவேற்ற வேண்டும்.

நண்பன் கோயபல்சை அழைத்தார். தங்கள் இருவருக்கும் திருமண ஏற்பாடு செய்யும்படி கேட்டுக் கொண்டார்.

திருமணம் முடிந்தது. கடைசியாக விருந்து.

ஹிட்லர் முன்னெப்போதும் அப்படி சாப்பிட்டதில்லை.

நன்றாக சாப்பிட்டார். கோயபல்ஸ் சோகமே உருவாக தனது தலைவரைப் பார்த்துக் கொண்டிருந்தார். ஈவா பிரவுன் சாப்பிடவில்லை.

மீண்டும் தனது நண்பர் கோயபல்சை ஆரத்தழுவினார்

ஹிட்லர்.

"200 லிட்டர் பெட்ரோல் கொண்டு வாருங்கள். எங்கள் இருவரையும் உருத்தெரியாமல் அழித்துவிட வேண்டும்"

180 லிட்டர் பெட்ரோல் மட்டுமே தேறியது. பரவாயில்லை என்றார் ஹிட்லர்.

தனது மனைவி ஈவா பிரவுனுடன் படுக்கை அறைக்குள் நுழைந்தார்.

கோயபல்சும் போர்மனும் வெளியே காத்திருந்தனர். பதற்றமடைந்திருந்தனர்.

சரியாக 3.30 மணி ஒரு முறை குண்டு வெடிக்கும் சத்தம் கேட்டது.

சோபாவில் சரிந்து கிடந்தார் ஹிட்லர். அவரது நெற்றிப் பொட்டிலிருந்து ரத்தம் வடிந்து கொண்டிருந்தது.

பக்கத்தில் இறந்துகிடந்தார் ஈவா பிரவுன்.

அவர் சயனைடு விஷத்தைச் சாப்பிட்டிருந்தார்.

உலகை மிரளவைத்த நபர் இப்போது சடலமாகக் கிடந்தார். இருவரையும் பதுங்கு மாளிகையின் பின்புறம் கொண்டுபோய் பெட்ரோல் ஊற்றி எரித்தனர்.

இன்னொரு ஹிட்லர் பிறக்கவே வேண்டாம்.

ஆதாரங்கள்

In the name of Volk:Political justice - I.B. Tauris publishers co.ltd
Author H.W.Koch

Hitlers Generals- Grove Press
Author Crrelli Banett

Adolf Hitler-His untold story- Jaico books
Author James Bunting

www.the history place.com

Wickypedia free encyclopedia